आपल्या स्नेहीजनांना पुस्तके भेट द्या

जॉर्ज ॲन्ड द ब्ल्यू मून

ल्यूसी आणि स्टीफन हॉकिंग

अनुवाद
डॉ. प्रमोद जोगळेकर

मेहता पब्लिशिंग हाऊस

✆ +91 020-24476924 / 24460313 / Mob. No. 9545000513
Email : production@mehtapublishinghouse.com
Website : www.mehtapublishinghouse.com

- *या पुस्तकातील लेखकाची मते, घटना, वर्णने ही त्या लेखकाची असून त्याच्याशी प्रकाशक सहमत असतीलच असे नाही.*

GEORGE AND THE BLUE MOON by
LUCY & STEPHEN HAWKING

Illustrations by Garry Parsons
Translated into Marathi Language by Dr. Pramod Joglekar

जॉर्ज अँन्ड द ब्ल्यू मून / वैज्ञानिक कादंबरी

अनुवाद : डॉ. प्रमोद जोगळेकर
author@mehtapublishinghouse.com

मराठी अनुवादाचे व प्रकाशनाचे हक्क मेहता पब्लिशिंग हाऊस, पुणे.

प्रकाशक : सुनील अनिल मेहता, मेहता पब्लिशिंग हाऊस,
१९४१, सदाशिव पेठ, माडीवाले कॉलनी, पुणे - ३०.

अक्षरजुळणी : इफेक्ट्स, २१/६ब, आयडिअल कॉलनी, कोथरूड, पुणे - ३८.

मुद्रक : ट्रिनिटी अ‍ॅकॅडमी फॉर कॉर्पोरेट ट्रेनिंग लिमिटेड

मुखपृष्ठ : मेहता पब्लिशिंग हाऊस

प्रथमावृत्ती : जानेवारी, २०२२

किंमत : ₹ ३९५

P Book ISBN 9789392482090

जगाला मी कसा दिसतो हे मला माहीत नाही, पण मी स्वत:कडे मात्र समुद्र किनाऱ्यावर खेळणारा एक लहान मुलगा म्हणून पाहतो. खेळता खेळता माझी नजर एखाद्या गुळगुळीत दगडाकडे अथवा नेहमीपेक्षा जास्त सुंदर शिंपल्याकडे जाते, परंतु त्याच वेळी माझ्यासमोर अद्याप शोध न घेतलेला सत्याचा महासागर पसरलेला असतो.

– आयझॅक न्यूटन

अद्ययावत वैज्ञानिक कल्पना

जॉर्जची ही कहाणी वाचत असताना तुम्ही काही जबरदस्त वैज्ञानिक लेख वाचणार आहात. ह्या लेखांमधील माहिती तुम्हाला वैज्ञानिक कल्पना नीट समजून घेण्यासाठी उपयोगी पडेल. हे लेख खालील मान्यवर तज्ज्ञांनी लिहिलेले आहेत.

जॉर्जच्या पुस्तकाच्या मालिकेच्या संपादक स्यू कूक यांचे
आणि स्टुअर्ट रन्किन यांचे विशेष आभार!

१

महासागराच्या फिक्कट निळ्या पाण्यात गुलाबी कडा असणारे प्रवाळ मंदपणानं डोलत असताना त्याच्या जवळून लक्षावधी अगदी छोट्या चंदेरी माशांचा थवा सूर मारून जात होता. जणू एकच प्राणी असावा अशा तऱ्हेने माशांचा हा थवा एकदम जॉर्जच्या डोक्यावरच्या गडद निळ्या पाण्याकडं वेगानं वळला. जॉर्ज आणि महासागराच्या पृष्ठभागावरचा स्वच्छ सूर्यप्रकाशित भाग यांच्यादरम्यान मोठे मासे होते. एखाद्या युद्धनौकेप्रमाणे शस्त्रांनी सज्ज असलेले प्रचंड आकाराचे मासे जॉर्जच्या नजरेसमोरून जात होते.

महासागराच्या तळापाशी जिथं प्रवाळांनी बनलेला बेटाचा भाग संपून वाळू असणारा भाग सुरू होत होता त्या ठिकाणी आपल्या नांग्या जोरजोरात परजत अनेक छोटे जीव इतस्तत: भटकत होते. जणू भक्ष्य सरळ आपल्या नांग्यांमध्ये येईल, असा त्यांचा आविर्भाव होता. वाळूत राहणारे किडे वळवळत त्यांच्या जवळून जात होते. त्यामुळं वाळूच्या हालचालीच्या वक्राकार रेषा तळापाशी उमटत होत्या.

माशांचा एक मोठा थवा जॉर्जच्या नाकाच्या इतक्या जवळून गेला, की आपण हात पुढं करून त्याला स्पर्श करू शकू असं जॉर्जला वाटलं. काळ्या, निळ्या, पिवळ्या आणि नारिंगी रंगांच्या पट्ट्या अंगावर

पृथ्वीवरचे महासागर

जवळजवळ तीन पंचमांश भाग महासागरांनी व्यापलेला आपला हा नीलरंगी ग्रह पृथ्वी संपूर्ण सूर्यमालेत अनोखा आहे. पण हे महासागर असे का आहेत? गंमत म्हणजे पृथ्वीवरचे महासागर बाह्य अवकाशातून पृथ्वीवर आले आहेत. पृथ्वी निर्माण होत असताना तापमान प्रचंड असल्यामुळं पाणी द्रवरूपात येऊ शकत नव्हतं. उंच पर्वतावर ज्याप्रमाणे 'बर्फ रेषेच्या' वरच्या भागात खूप उंचीमुळं पाणी गोठून बर्फाची टोपी घातल्याप्रमाणे दिसतं, त्याचप्रमाणे अतिउष्ण अशा सूर्यापासून दूर पृथ्वीकडच्या बाजूला विविध तापमानाचे स्तर होते.

पाण्यापासून बर्फाचे कण तयार होण्याएवढे थंड तापमान सूर्यमालेत खूप दूरच्या अंतरावर म्हणजे मंगळ आणि गुरू यांच्या दरम्यानच्या अशनींच्या पट्ट्यातच होतं. त्यामुळं पृथ्वीवरचे महासागर दुसरीकडून एक प्रकारे आयात झालेले आहेत. अशनीच्या पट्ट्यांमधून पृथ्वीकडं आलेल्या, पाण्यानं भरलेल्या उल्कांमुळं अथवा धूमकेतूंमुळं हे घडलं असावं असं अनेकांना वाटतं.

तेव्हापासून आजवर या पृथ्वीबाहेरून आलेल्या पाण्याच्या रेणूंची निर्मिती झाली नाही आणि नाशही झालेला नाही! पृथ्वीवर पाणी द्रवरूपात अस्तित्वात असल्याचा पुरावा ३.८ अब्ज वर्षांपूर्वीच्या, नैर्ऋत्य ग्रीनलॅन्डमधील निक्षेपात मिळाला आहे. तेव्हापासून पृथ्वीवरचे महासागर पृथ्वीच्या पृष्ठभागावर अडकून पडले असून ते दोन चक्रांमधून जातात.

पहिलं चक्र म्हणजे सूर्याच्या उष्णतेने उष्ण कटिबंधातील महासागरांच्या काही पाण्याची वाफ होते. किटलीमधलं पाणी उष्णतेने उकळून वाफ बाहेर पडते तसंच हे आहे. या वाफेपासून ढग तयार होतात. हे ढग वातावरणात खूप वर गेले की पाणी थंड होऊन त्यापासून थेंब तयार होतात आणि ते मग पावसाच्या रूपात जमिनीवर पडतात. मग हे पाणी नाले आणि नद्यांच्या प्रवाहातून वाहत जाऊन पुन्हा महासागराला मिळतं.

दुसरं चक्र म्हणजे महासागरांच्या तळाशी असणाऱ्या खोल भेगांमधून काही पाणी पृथ्वीच्या गाभ्यात झिरपतं. हेच पाणी मग भूऔष्णिक कारंजी किंवा ज्वालामुखीच्या उद्रेकातून पुन्हा बाहेर पडतं. तेव्हा आपल्या नळातून घरात येणाऱ्या पाण्याच्या प्रत्येक रेणूनं पृथ्वीचा अगदी प्रत्येक सेकंदाचा इतिहास पाहिलेला आहे. म्हणजे पहिला सजीव निर्माण होण्यापासून ते अनेक पेशी असणाऱ्या सजीवांच्या निर्मितीपर्यंत सगळ्या घटना या रेणूंनी बघितल्या आहेत. कदाचित या नळाच्या पाण्यामधले काही रेणू एके काळी एखाद्या डायनोसॉर प्राण्याच्या शरीरात असू शकतील. तुम्ही आज ज्या पाण्याचा चहा बनवून पिता

आहात ते पाणी कोणे एके काळी एखाद्या तहानलेल्या डायनोसॉरस रेक्सनं गटागटा प्यायलेलं असेल!

कोणतीही वस्तू विरघळण्याची क्षमता हे पाणी आणि पृथ्वीवरचे महासागर सजीव सृष्टीसाठी फार आवश्यक असण्याचं महत्त्वाचं कारण आहे. पाण्याचा हा गुणधर्म विलक्षण आहे. एखाद्या पेल्यात पाणी घेऊन त्यात मीठ टाका किंवा तुमच्या चहात साखर टाका. पाण्यात मिसळून मिठाचे कण किंवा साखरेचे स्फटिक अदृश्य होतात. पाण्याच्या रेणूंमधील अत्यल्प अशा भारामुळं (पोलॅरिटी) पाण्याचे रेणू इतर घटकांना आकर्षून घेतात.

पाण्यात काही मिसळून त्याची आम्लता वाढवली तर त्याची विरघळवण्याची क्षमता वाढते. कार्बन डायऑक्साइड पाण्यात मिसळून कार्बोनिक आम्ल बनण्याने असे घडून येते. अशा बुडबुडे येणाऱ्या पाण्याचा एक घोट घेऊन तुम्हाला त्याच्या आम्लतेची चव येते का ते पहा. अशा पाण्यातले बुडबुडे कार्बन डाय ऑक्साइडमुळं असतात. असं करताना माझी दोन्ही मुलं नाक वेडंवाकडं करतात.

महासागरातलं पाणी जेव्हा ढगांच्या रूपात आकाशात जातं, तिथून पावसाच्या रूपात पुन्हा खाली पडून ते नदीनाल्यांमधून वाहतं, तेव्हा हवेतील कार्बन डाय ऑक्साइडशी संबंध आल्यामुळं ते जरासं आम्लधर्मी बनतं. असं आम्लधर्मी झाल्यानं पावसाच्या पाण्यात जमिनीवरचे घटक विरघळतात. ही जमिनीवरच्या घटकांची झीज असते. मग हे घटक पाण्याबरोबर नदीनाल्यांमधून वाहत जाऊन महासागरात जातात. तुम्ही कधी लालकरड्या रंगांच्या पाण्यानं भरलेल्या नद्या बघितल्या आहेत का? या पाण्यात खडकांमधील लोह हा घटक विरघळून गेल्यानं पाण्याला असा रंग आलेला असतो.

जमिनीची धूप होऊन पाण्यात मिसळलेले सर्व प्रकारचे घटक हे महासागरात जमा होतात. अशाच प्रकारे महासागराच्या तळाशी असणाऱ्या भूऔष्णिक कारंज्यामुळंही काही घटक महासागरात जमा होतात. जरी विविध घटक अशा प्रकारे विरघळून महासागरांमध्ये जात असलं तरी फक्त पाण्याचे रेणूच ढगांमध्ये जाऊन चक्राकार पद्धतीनं पुन्हा महासागरात येतात. पाण्यात विरघळून जमा झालेले इतर घटक तसेच तिथं राहतात. काही घटकांचं महासागरातलं प्रमाण एवढं वाढतं की त्यांचं पुन्हा क्षारांमध्ये रूपांतर होतं. चुनखडीचा खडक (कॅल्शियम कार्बोनेट) आणि चर्ट (सिलीका) ही अशा घटकांची उदाहरणं आहेत.

इतर काही मूलद्रव्यांप्रमाणे नाही तर मिठामधील सोडियम आणि क्लोरीन यांच्याबाबतीत वेगळी क्रिया घडते. काही अपवादात्मक परिस्थितींमुळं अधूनमधून

ही दोन मूलद्रव्ये महासागरातून अलग होतात. उदाहरणार्थ सुमारे ६० लाख वर्षांपूर्वी भूमध्य समुद्र संपूर्णपणे कोरडा पडून एखाद्या डबक्यासारखा झाला. त्यामुळं तिथं क्षारांचं फार मोठे निक्षेप तयार झाले. पाण्यातील सोडियम आणि क्लोरीन यांचा नैसर्गिकरीत्या निचरा होत नसल्यानं समुद्राचं पाणी कायमच खारट असतं.

जमिनीची पाण्यानं धूप होत असल्यानंच पृथ्वीवर सजीवांचा उदय होऊन ते टिकून राहू शकले. पाणी हे पृथ्वीवरील तापमानाच्या नियमनाचं काम करते. जमिनीची धूप होण्याचा वेग हा पृथ्वीच्या तापमानावर अवलंबून असतो. जर काही कारणामुळं तापमानात वाढझाली तर जमिनीवरील खडकांची झीज जास्त होऊन ते पाण्यात विरघळतात. तापमानात वाढदोन प्रकारे होऊ शकते, जर सूर्याची उष्णता वाढली तर किंवा वातावरणातील कार्बन डाय ऑक्साइड वायूचं प्रमाण वाढलं (या वायूला पृथ्वीचं तापमान वाढवण्यास कारणीभूत ठरणारा हरितगृह वायू म्हणतात) तर पृथ्वीच्या तापमानात वाढहोते. तापमानात वाढ झाल्यानं विविध मूलद्रव्यांचा (विशेषत: कार्बन) ओघ महासागरांकडं सुरू होतो आणि त्यातून मग महासागरात गाळ साचण्याचं प्रमाण अधिकच वाढतं. त्यामुळं मग चुनखडीच्या खडकात आणखी कार्बन अडकून पडतो. अशा प्रकारे पृथ्वीचं तापमान पूर्ववत होतं आणि कोणतीही गोष्ट जरुरीपेक्षा जास्त तापण्याला प्रतिबंध होतो. अत्यंत थंड होऊन गोठून जाण्यापासून बचाव करण्यास धूप कशी कारणीभूत ठरते, तुम्हाला काही कल्पना आहे का ?

जमिनीची धूप झाल्यानं सजीवांना अनुकूल असं तापमान पृथ्वीवर निर्माण झालं. हे जरी असलं तरी पृथ्वीवर सजीवांचा उगम कुठे झाला ते आपल्याला माहीत नाही (कदाचित ते कधीच माहीत होणार नाही.) हे तुमच्यासाठी एक आव्हान आहे! महान निसर्गशास्त्रज्ञ डार्विन यांनी सुचवल्याप्रमाणे सजीवांचा उगम एखाद्या 'उबदार छोट्या तळ्यात' झाला की महासागरांमध्ये खूप खोलीवर झाला? यातलं काहीही खरं असलं तरी एक गोष्ट आपल्याला माहीत आहे की, सजीवांचा उगम आणि त्यांची उत्क्रांती ही पाण्यावर अवलंबून होती. पृथ्वीच्या कवचात विविध मूलद्रव्ये खडकांमध्ये एक प्रकारे बंदिस्त असतात. पण महासागर मात्र एखाद्या सरबताप्रमाणे असून त्यात सर्व प्रकारची मूलद्रव्ये, विविध क्षार आणि सेंद्रिय रेणू हे मुक्तपणे एकमेकांमध्ये मिसळून जाण्यासाठी उपलब्ध असतात. सजीव सृष्टीचा उगम जाणून घेण्याची ही गुरुकिल्ली आहे.

पृथ्वीच्या पूर्वीच्या स्थितीत पृष्ठभागांवर अधिक कठीण परिस्थिती असण्याची

शक्यता आहे, त्यामुळं प्रारंभीच्या सजीवांना महासागरांच्या आत खूप खोलीवर सुरक्षित जागा मिळाली असावी. अशा ठिकाणी सूर्याकडून येणारी घातक अशी प्रारणे कमी असल्यानं व तिथं पृष्ठभागावरील अत्यंत तप्त तापमानापासून बचाव होत असल्यानं सजीवांच्या निर्मितीला व प्रगतीला संरक्षण मिळालं. त्याचप्रमाणे पृथ्वीच्या पृष्ठभागावर होणाऱ्या उल्कांच्या वर्षावापासून आणि ज्वालामुखीच्या उद्रेकांपासून त्यांचा बचाव झाला असावा.

वैज्ञानिकांना असं वाटतं की केव्हातरी २.७ अब्ज वर्षांपासून सजीवांचा उगम झाल्यापासून पुढची २ अब्ज वर्षं एवढा सजीवांचा इतिहास जवळजवळ नक्कीच महासागरातच घडला. कोणत्याही कारणानं सजीव अधिकाधिक गुंतागुंतीच्या रचनेचं होत गेलं. सूक्ष्मजीव जगण्यात अधिकाधिक सफल होत गेल्यामुळं त्यांनी बाहेर टाकलेल्या रासायनिक घटकांचं प्रमाण वाढत गेलं. ही रसायनं त्यांना घातक होती. यात वातावरणात सोडला जाणारा ऑक्सिजन वायू हा प्रमुख विषारी घटक होता. त्यामुळं आपल्या शरीरातल्या रासायनिक रचनेवर अधिक चांगलं नियंत्रण मिळावे, यासाठी साध्या पेशींच्या जागी अधिक प्रगत अशा विविध भाग असणाऱ्या पेशींची उत्क्रांती झाली. अशा पेशींना 'दृश्यकेंद्रकी' असे म्हणतात. नंतर अशा पेशींमध्ये विशिष्ट कामं करणाऱ्या पेशींची रचना होत गेली.

एकपेशीय सजीवांपासून बहुपेशीय सजीव निर्माण होत असतानाच सजीवसृष्टीत आणखी एक विलक्षण गोष्ट घडून आली. ती म्हणजे सांगाड्यांची उत्क्रांती. याला 'कॅम्ब्रियन विस्फोट' असं नाव आहे. खडकांमध्ये मिळालेल्या सजीवांच्या अवशेषांमधून असं दिसतं की खडकात मिळत असलेल्या सजीवांच्या अगदी पुसटशा खुणांच्या जागी आता चांगली दणकट कवचं असणारे सजीव दिसतात. या विस्फोटाचा काळ सुमारे ५४ कोटी वर्षांपूर्वीचा होता. दणकट कवचधारी सजीवांच्या अवशेषांकडं बघता हे दिसते की अधिक गुंतागुंतीची रचना असणारे हे सजीव होते. डार्विन यांनी अनवधानानं 'कॅम्ब्रियन विस्फोटा'ला सजीवसृष्टीचा प्रारंभ असं मानलं होतं.

अगोदर सांगितल्याप्रमाणे जमिनीवरच्या खडकांपासून धूप झालेले क्षार आता महासागरात भरपूर प्रमाणात उपलब्ध असल्यानं कवचांसारखे कठीण भाग बनवणं हे तुलनेनं सोपं झालं होतं. ज्याप्रमाणे डायनोसॉरस रेक्स या भीषण प्राण्यापासून संरक्षण मिळवण्यासाठी अनेक डायनोसॉर प्राण्यांमध्ये शिंगं आणि भक्कम कवचांची निर्मिती झाली, त्याचप्रमाणे महासागरांमधल्या सजीवांमध्ये बळकट कवचं तयार होत गेली. या कवचांमुळं अशा सजीवांना विषारी द्रव्यं

आणि मुख्यत: त्यांना खाऊ पाहणाऱ्या भक्षकांपासून संरक्षण मिळालं. बाह्य कवचं आणि हाडे या दोन्ही प्रकारच्या सांगाड्यांमुळं शरीराला मिळालेला कणखरपणा हा प्राण्यांनी जमिनीवर पदार्पण करण्यासाठीचा पहिला टप्पा होता.

पृथ्वीचा इतिहास पाहिला तर असं दिसतं की धूप होऊन पृथ्वीचं तापमान स्थिर ठेवणाऱ्या स्थिरतापी प्रक्रियेमुळं आम्लधर्मिता (कार्बन डायऑक्साइड) आणि अल्कधर्मिता (महासागरात विरघळलेले आयन) यांच्यात संतुलन साधलं आहे. एक प्रकारे आपण अपचन झाल्यावर जशी ॲन्टसीड (आम्लविरोधी) औषधे घेतो त्याप्रमाणे पृथ्वीवरचे खंड हे महासागरांच्या बाबतीत कार्य करतात. महासागर अस्तित्वात आले तेव्हापासून ते किंचित अल्कधर्मीच असल्यानं सांगाडे तयार होण्यासाठी ते उपयुक्त ठरले.

पण आपल्याला म्हणजे पृथ्वीवरच्या भविष्यातील पिढ्यांसमोर समस्या वाढत आहेत. मानवजातीचा विस्तार झपाट्यानं होणं आणि आपली पुराजीवी इंधनांबाबतची वाढती तृष्णा यामुळं वातावरणात कार्बन डाय ऑक्साइडचं प्रमाण वाढत आहे. त्याचाच परिणाम म्हणून महासागरांमध्ये आम्लधर्मिता वाढीस लागली आहे. महासागरात कार्बन डायऑक्साइडचं जे प्रमाण वाढून आम्लधर्मिता वाढली आहे, ती नष्ट करण्यासाठी खंडांची धूप होऊन त्यापासून अल्कधर्मिता वाढायला साधारण दहा लाख वर्षे लागणार आहेत. पण जमिनीची धूप होण्याचा वेग कमी असतो, त्यामुळं दरम्यानच्या काळात महासागरांची अल्कधर्मिता थोडी कमी होत चालली आहे. या प्रक्रियेला आम्लधर्मीकरण असं म्हणतात. जरी मथळा म्हणून शब्दरचना फारशी आकर्षक नसली तरी या प्रक्रियेत 'महासागरांची अल्कधर्मिता कमी होते' असे म्हणता येईल.

प्रवाळासारख्या धोक्याच्या छायेत असलेल्या प्राण्यांना त्यांची कवचं बनवणं अधिकाधिक अवघड होत जाईल. त्याचा सागरी परिस्थितीवर फार मोठा परिणाम होऊ शकेल. जर अशा सजीवांनी फार प्रचंड वेगानं बदलांशी जुळवून घेतलं तरच हे शक्य आहे. काही शास्त्रज्ञ असं मानतात की, आम्लधर्मिता वाढीला आळा घालण्यासाठी आणि जागतिक तापमानवाढीची समस्या सोडवण्यासाठी आपण कार्बन डायऑक्साइड कमी करण्याच्या दृष्टीनं हस्तक्षेप करायला हवा. जमिनीवरून जास्त प्रमाणात धूप घडवून महासागरांची अल्कधर्मिता वाढवण्याचा त्यात समावेश आहे. पण आपण जगावर परिणाम घडवू शकणारा विश्वव्यापी प्रयोग खरोखरच करायला हवा का? तुम्हाला काय वाटतं?

– रॉस

मिरवणारे झगझगीत रंगांचे मासे जवळून जात असताना जणू एखादी मिरवणूक चालली आहे, असं वाटत होतं. बऱ्याच लांब अंतरावर जॉर्जला एक विशालकाय कासव दिसलं. त्याच्या प्राचीन डोळ्यांनी ते जॉर्जकडं एकटक बघत होतं. त्या कासवानं तोंड उघडलं आणि जॉर्जला आश्चर्याचा धक्काच बसला. कारण कासवाला जॉर्जचं नाव ठाऊक होतं! जॉर्ज! कासवानं हाक मारली, 'जॉर्ज!' इतकंच नाही तर खांदा घुसळून त्यानं आपला हात जॉर्जसमोर धरला होता.

हात? पण कासवाला हात कसा असेल असा विचार जॉर्जच्या मनात डोकावत असतानाच...

''जॉर्ज!'' जॉर्जची सर्वांत जवळची मैत्रीण ॲनी त्याच्यासमोर उभी होती. आत्तापर्यंत जॉर्जनं डोळ्याला लावलेला त्रिमिती आभासी सत्य दाखवणारा हेडसेट तिच्या हातात होता. ऑस्ट्रेलियाच्या किनाऱ्यावरचा प्रवाळ समुद्रामधल्या अंधूक प्रकाशात नव्हे तर फॉक्सब्रिजमधल्या उन्हाळ्यातल्या दुपारी असलेल्या प्रखर प्रकाशाला सरावण्यासाठी जॉर्जनं डोळ्यांची उघडझाप केली. त्याला आपण कुठं आहोत ते कळत नव्हतं. एका क्षणापूर्वी तो ग्रेट बॅरियर रीफजवळून तरंगत जात होता आणि आता तो समुद्राच्या तळाशी नव्हे तर त्याच्या बागेमधल्या झाडावरच्या

लाकडी खोपटात होता. कोणी एखादं कासव नाही तर शेजारच्या घरात राहणारी त्याची सर्वोत्तम मैत्रीण ॲनी त्याच्याशी बोलत होती, आणि तिला बरंच काही सांगायचं होतं.

"मी माझा हा हेडसेट परत घेते आहे!" ॲनी तक्रारीच्या स्वरात म्हणाली.

"मी मुळातच तुला हा द्यायला नको होता! तू सारखा ती पाण्याखालची दृश्यं बघत रमतोस. तू हे बघावंस असं मला वाटतं," तिनं तिच्या हातातली टॅब्लेट त्याच्या डोळ्यांसमोर नाचवली. तिनं एक बटण दाबताच पडदा उजळला. जॉर्जनं त्याच्याकडं नजर टाकली खरी, पण त्याच्या डोळ्यांसमोर अजून माशांच्या आकारांचे निळे ढग नाचतच होते. त्यामुळं त्याला नजर स्थिर करायला काही क्षण लागले. पण प्रवाळ रीफमधल्या विलक्षण दुनियेपेक्षा समोरचं दृश्य फारच सपक होतं.

"तू मला त्या आभासी सत्यामधून बाहेर हा असा फॉर्म भरण्यासाठी काढलंस?" जॉर्ज कुरकुरत म्हणाला, "आपण रेल्वेचं कार्ड काढताना भरतो तसा फॉर्म!"

"नाही... मूर्खा. तू नीट पाहिलं नाहीस."

जॉर्जनं पुन्हा नजर टाकली आणि मग एकाच वेळी दोन सूर्य आकाशात आले तर जसं होईल, तसा त्याचा चेहरा एकदम उजळला.

"बघ! काय लिहिलंय ते!"

"अंतराळवीर हवे आहेत," जॉर्जनं हे वाचलं. मग पुन्हा एकदा ते वाक्य मोठ्या आवाजात वाचलं. "अंतराळवीर हवे आहेत, वाहवा!" मग तो पुढचा मजकूर मोठ्यानं वाचू लागला, "पृथ्वी सोडून माणूस अद्याप जिथं गेला नाही अशा ठिकाणी प्रवास करण्यासाठी योग्य असे तुम्ही आहात का? पृथ्वी मागे ठेवून तुम्ही लाल ग्रह मंगळावर मानवी वसाहत सुरू करू शकता का? अंतराळात मानवजातीचा प्रसार करून, सगळ्या विश्वात वसाहती निर्माण करून भविष्यात मानवजातीला तुम्ही वाचवू शकता का? अंतराळात प्रवास करण्यासाठी लागणारी

कौशल्यं तुमच्याजवळ आहेत का? तर मग इथं अर्ज करा..." मग जॉर्ज एकदम थबकला. "थांब ॲनी .. त्यांना अंतराळवीर हवे आहेत असं म्हणताना त्यांच्या डोक्यात मोठी माणसं हवी आहेत असं तर नाही ना?"

''नाही!'' ॲनी ठासून विजयी स्वरात म्हणाली, ''हे लहान अंतराळवीरांसाठी आहे. तसं म्हणलंही आहे इथं... बघ... अकरा ते पंधरा वर्षांच्या मधले!''

'' हे जरा चमत्कारिक नाही का?'' जॉर्जनं विचारलं. ''कोणी काही पोरांना मंगळावर का पाठवेल?''

''हॅं!'' ॲनी म्हणाली, ''मंगळावरची मोहीम प्रत्यक्षात सुरू व्हायला अनेक वर्षे लागतील. यान उडेल त्या वेळी आपण पोरं राहणार नाही. सर्वोत्तम लोक मिळावेत म्हणून त्यांनी इतक्या अगोदर प्रशिक्षण सुरू करावं, असा विचार केला असू शकतो... तू ते भरतोस का?'' ॲनीनं टॅब्लेट त्याच्या हातात ठेवली.

''ते म्हणजे?''

''एक फॉर्म तुझ्यासाठी आणि एक माझ्यासाठी.''

''पण मी का?''

''हा फॉर्म भरताना एकदा शब्द टाइप केला की तो बदलता येणार नाही.'' ॲनी म्हणाली. आपल्याला शब्दांबद्दल जराशी अडचण आहे, हे ॲनीनं मनोमन कबूल केलं होतं. ''इथं आपोआप शब्द ठीक होण्याची व्यवस्था नाही. आपण टाइप करताच तो ताबडतोब पाठवला जाणार आहे. तेव्हा तूच फॉर्म भरलास तर बरं होईल.''

''मंगळावर शब्दाचं स्पेलिंग कसं लिहिलं आहे याला काही महत्त्व असेल, असं तुला वाटतं?'' जॉर्ज म्हणाला, ''अंतराळात प्रवास करताना त्यापेक्षा कितीतरी जास्त महत्त्वाच्या गोष्टी आहेत हे तुलाही माहीत आहे.''

''नाही. स्पेलिंग तिथं महत्त्वाचं नसेल हे बरोबर आहे. पण मी मंगळ या ऐवजी ळंगम असं काही लिहिलं तर मला तिथं जायची संधीच मिळणार नाही.''

''हा फॉर्म खूपच लांबलचक आहे,'' जॉर्ज फॉर्म बघत म्हणाला.

''अर्थातच. तसा तो असणारच!'' ॲनी तोंड वेडावत म्हणाली, ''ते अगदी कोणालाही मंगळावर जाऊ देतील असं तुला वाटलं की काय?''

''किंवा ळंगमावर...'' जॉर्ज गालातल्या गालात हसला.

''होय. ळंगमच! मानवजातीचं नवीन निवासस्थान!'' ॲनी चित्कारत म्हणाली...''बरं, फॉर्ममध्ये पहिली काय माहिती भरायची आहे ?''

''अं... तुम्ही कनिष्ठ अंतराळवीर होण्यासाठीच्या प्रशिक्षणासाठी सुयोग्य उमेदवार कसे आहात, याची तुमच्या शब्दांत माहिती द्या... मंगळावरच्या सन २०२५ मधील मोहिमेसाठीचे प्रशिक्षण...''

''सोप्पं आहे!'' ॲनी आनंदानं म्हणाली, ''माझा बुद्ध्यांक खूप आहे. एखादी समस्या सोडवण्यात मी तरबेज आहे. मला अंतराळात प्रवास करण्याचा भरपूर अनुभव आहे...''

“आपण ही गोष्ट नमूद करू शकतो का?” जॉर्जनं तिचं बोलणं मध्येच तोडलं.

तो आणि ॲनीनं याअगोदर अंतराळात प्रवास केला होता हे खरं होतं; पण त्यांच्या या धाडसी सफरीबाबत कोणालाही माहीत असणं अपेक्षित नव्हतं.

“बरं, प्रशिक्षणाला सुरुवात कधी होणार आहे?” जॉर्जनं विचारलं. मग तो लगेच म्हणाला, “हं थांब! प्रशिक्षण अगदी लगेचंच सुरू होणार आहे. तसं असेल तर आपल्याला संधी कशी मिळणार? त्यांनी अगोदरच लोकांची निवड केली असेल ना?”

“हो हो... जरा शांत हो!” ॲनी म्हणाली, “इथं असं लिहिलंय की काही जागा अद्याप भरलेल्या नाहीत. आपण ही जाहिरात पहिल्यांदा आली तेव्हा पाहिली कशी नाही, हेच मला समजत नाही. प्रशिक्षण नेमकं शाळेची सुटी सुरू होण्याच्याच वेळी सुरू होणार असं म्हटलं आहे.”

“म्हणजे अवघ्या काही दिवसांनी!”

त्याच क्षणी पिंग असा आवाज आला आणि पडद्यावर मेसेज आलेला दिसला.

“तो वाचू नकोस!” ॲनी ओरडली.

जॉर्जचं बोट आश्चर्यानं जागीच थबकलं. ॲनीचा चेहरा पांढराफटक पडला आहे हे त्याला दिसलं, “ओह... ॲनी... मी तुझा मेसेज वाचणार नाही!”

“नकोच वाचू!... नको म्हणजे नकोच. त्यापेक्षा तू त्या जाहिरातीकडं...” ॲनी म्हणाली.

पुन्हा एकदा पिंग असा आवाज आला, आणि पाठोपाठ येतच राहिला. एकाच नंबरवरून आलेल्या मेसेजची एक भलीमोठी यादी तयार झाली होती.

“उत्तम... मंगळ...” ॲनी निर्धारानं डोळ्यांच्या कडा चोळत म्हणाली. तिनं त्या मेसेजकडं दुर्लक्ष करायचं ठरवलं आहे, हे स्पष्ट दिसत होतं. हे मेसेज दर क्षणाला एकावर एक येतच होते. “जॉर्ज... आपण हा ग्रह सोडून जाऊ. मला भयानक लोकांबरोबर राहण्याची जराही इच्छा नाही.”

“भयानक लोक म्हणजे?” जॉर्ज सावकाश म्हणाला, “ॲनी, काय चालू आहे?”

“काही नाही!” ॲनी म्हणाली, “काहीतरी नेहमी कशाला चालू असायला हवं? काहीही नाही. फक्त एक गोष्ट सोडून; ती म्हणजे मी हा ग्रह सोडून जाणार. मी कायमची निघून जाऊन अवकाशातील महान व्यक्ती बनणार आणि मग तिथून पृथ्वीवरच्या मूर्ख किड्यासारख्यांकडं बघणार.”

जॉर्जनं हळूच एका मेसेजवर बोट टेकवून तो वाचला.

'तू मूर्ख आणि वाईट आहेस. आणि तू कोणाला आवडत नाहीस.'

"ऑ!" जॉर्ज म्हणाला. त्यानं टॅब्लेटवरून नजर बाजूला केली, "हा दुष्टपणा आहे! मी त्यांना आता लिहितोच की..."

ॲनीनं त्याच्या हातातून टॅब्लेट हिसकावून घ्यायच्या आत जॉर्जनं 'तू कोण आहेस?' असा मेसेज पाठवला होता.

काही सेकंदात उत्तर आलं. 'तुला माहीत आहे... आणि तू घाबरलेली आहेस... तू आम्हाला घाबरतेस... कारण .. तू भित्री, दुबळी आणि बावळट आहेस... आणि आम्हाला तुझा तिरस्कार वाटतो.'

'ए... काळतोंड्या...तू थोबाड बंद का करत नाहीस,' जॉर्जनं रागारागानं हा मेसेज पाठवला.

'काळतोंड्या!... तू तर जगातली सर्वांत कुरूप मुलगी आहेस.'

"जॉर्ज थांब! त्यांना प्रत्युत्तर दिलं की सगळं आणखी बिघडत जातं."

"तू ह्याबद्दल तुझ्या डॅड आणि ममला सांगितलंस का?"

"शक्यच नाही!" ॲनी रडवेली होत म्हणाली, "यात माझीच काहीतरी चूक आहे असं त्यांना वाटेल!"

"पण त्यांना तसं का वाटेल?" जॉर्जनं विचारलं. ते मेसेज वाचून जॉर्जला एवढा उबग आला होता, की टॅब्लेटचा पडदा म्हणजे एखादा जळता निखारा आहे की काय असं वाटून त्यानं नजर बाजूला फिरवली, "ॲनी, मला हे कळत नाही."

"मलाही नाही," ॲनी हताश स्वरात म्हणाली, "मला वाटत होतं की सगळे माझे मित्र आहेत." सुरुवातीला ॲनीला याबद्दल सांगणं कठीण जात होतं. पण मग ती भडाभडा बोलू लागली, "त्या काही मुली अचानक माझ्याकडं बघून कुजबुज करायला लागल्या आहेत. मी त्यांना दिसले रे दिसले की त्या तोंडावर हात ठेवून फिदिफिदि हसायला लागतात. मी त्यांना त्याचं कारण विचारलं तर आम्ही तुझ्याबद्दल बोलत नव्हतो, असं म्हणून पुन्हा माझ्या तोंडावर हसल्या. मला तसं वाटतं कारण मी बिनडोक आहे असं म्हणाल्या. पण मी वर्गातून बाहेर पडताच त्यांची कुजबूज बंद झाली."

"तू तुझ्या शिक्षकांना सांगितलंस का?"

"मी सांगितलं तर त्या म्हणाल्या की, मी बघते... त्या मुलींची पुढारी कोण आहे सांगता आलं तर बरं, असं त्या म्हणाल्या; पण मला पुढारी कोण ते ओळखणं शक्य नाही. म्हणून मग त्यांना प्रतिक्रिया न देणं हा परिपक्वपणा वाटला. मी तसं करून त्यांच्याकडं दुर्लक्ष केलं तर हा सगळा प्रकार थांबेल, असा विचार मी केला."

"हे मूर्खपणाचं आहे. तू दुर्लक्ष करून हे असे लोक गप्प बसणार नाहीत."

"आणि मग मला त्यांनी प्रत्येक गोष्टीत दूर ठेवायला सुरुवात केली. म्हणजे जेवणाच्या सुट्टीत किंवा शाळा सुटल्यावर सगळे जण कुठंतरी एकत्र जात, पण फक्त मलाच बोलावत नाहीत. मी जर कुणाच्या शेजारी बसले तर ती मुलगी उठून लगेच दुसरीकडं जाऊन बसते आणि मग सगळ्या जणी खिदळतात."

"पण असं का?" जॉर्ज बुचकळ्यात पडला होता. त्याच्या दृष्टीनं ॲनी ही त्याला भेटलेली सर्वांत चांगली व्यक्ती होती. तिच्याविषयी कोणी वेडावाकडा विचार कसं काय करू शकेल हे त्याला समजत नव्हतं. "ॲनी, मला हे अजिबात कळत नाही."

"मलाही नाही."

"हे सगळं फारच चमत्कारिक आहे."

"आणि आता शाळेत माझ्याबद्दल काय काय गोष्टी पसरल्या आहेत," ॲनीच्या चेहऱ्यावर वेदना दिसत होती. "मी एका मुलीनं दुसरीला सांगताना ऐकलं की खरंतर मी अगदी मठ्ठ आहे, पण माझे डॅडच माझा घरचा अभ्यास करून देतात आणि म्हणून मी वर्गात पहिली येते!"

"हे अर्थातच बरोबर नाही! त्या बहुधा तुझ्यावर जळतात. हे मेसेज तुला कोण पाठवतं हे माहीत आहे का?"

"त्यांच्यामधलीच कोणीतरी! तसंच असणार, पण नेमकी कोण ते मात्र मला माहीत नाही." ॲनीनं आता गुडघ्याभोवती हात वेढून डोकं खाली खुपसलं होतं. त्याला आता तिचे फक्त केस आणि गदागदा हलणारे खांदे दिसत होते. "मला आता अवघ्या एक-दोन मैत्रिणी राहिल्या आहेत. पण त्यादेखील माझ्याबरोबर फार वेळ राहण्याचं धाडस करत नाहीत."

"अच्छा, म्हणूनच तू अलीकडं काहीही करायला तयार नसतेस तर." जॉर्ज म्हणाला. त्याच्या आता लक्षात येत होतं की, अलीकडच्या काळात त्यानं तिला स्केटिंगसाठी जाऊ म्हणून विचारलं किंवा सिनेमाला चल म्हणलं तर ती तयार होत नसे. प्रत्येक वेळी ती काहीतरी तकलादू कारणं सांगून टाळाटाळ करत होती. "तू त्या मुलींना भेटलीस की काय होतं?"

"परिस्थिती आणखीनच बिघडते." ॲनीचा आवाज थरथरत होता. बहुधा ती रडत असावी. "मला कुठंही जावंसं किंवा काहीही करावंसं वाटत नाही," तिनं एक आवंढा गिळला. "अर्थात याला अपवाद फक्त अंतराळ प्रवासाचा. मला अजून अंतराळात प्रवास करायला आवडेल."

"बस्स! एवढं पुरेसं आहे." जॉर्जनं असं जोरानं म्हणत तिच्या हातातला लॅपटॉप खेचून घेतला. "पुरे, चल आता."

जॉर्ज भराभरा शिडीवरून खाली उतरू लागला. त्यानं ॲनीची टॅब्लेट काखेत धरली होती. ॲनीही त्याच्या मागोमाग वेगानं उतरण्याचा प्रयत्न करत ओरडली, "तू कुठं निघाला आहेस?"

पण जॉर्जचं तिच्या ओरडण्याकडं लक्ष नव्हतं. तो त्याच्या घराच्या आणि ॲनीच्या घराच्या कुंपणामधल्या मोठ्या भोकातून पलीकडं उडी मारून तिच्या घराच्या दिशेनं धावत निघाला होता. वाढलेल्या गवतातून वाट काढत ॲनीच्या घराच्या मागच्या दाराकडं जाताना तो ओरडला, "एरिक!"

ॲनीचे डॅड फोनवर बोलत होते, "होय, मला माहीत आहे रिका." त्यांचा आवाज थोडासा थट्टेचा होता. "प्रयोग कसे करतात हे मला माहीत नसतं तर मी इतकी वर्षं वैज्ञानिक म्हणून राहिलो असतो का? मला फक्त एवढंच म्हणायचं आहे आपल्याला जो परिणाम हवा आहे तो तुझ्या सूचनेमुळं होणार नाही."

ॲनी आणि जॉर्जला फोनवरून पलीकडच्या बाजूनं रागानं कर्कश किंचाळण्याचा आवाज ऐकू आला.

"तू मला तुझ्या अवकाश मोहिमेच्या योजनेत थोडेसे बदल करू दिलेस... रिका?... रिका? तू ऐकते आहेस ना?..." एरिकनं वैतागून फोन ठेवून दिला, "माझा विश्वासच बसत नाही," ॲनी आणि जॉर्जला पाहून एरिक म्हणाले, "रिका माझ्यावर उखडलेली दिसते. खरं तर आमचं पूर्वी छान जमत असे. आता तिच्यात एवढा बदल कसा काय झाला ते कळत नाही."

एरिकनी चष्मा काढून काचा शर्टावर घासून साफ करायला सुरुवात केली. त्यामुळं एरिकच्या वागण्यात आणखीच नाटकीपणा येतो असं जॉर्ज आणि ॲनीला वाटत असे.

"माझ्या हाताखाली माझ्याशी जमवून घेणारी व्यक्ती असती तर किती बरं झालं असतं." एरिक कुरकुरत म्हणाले, "सगळ्याच गोष्टी उगीचंच गुंतागुंतीच्या होत चालल्या आहेत. मला सांगायला शरम वाटते;पण माझ्या हाताखालची ही व्यक्ती मी जणू धोकादायक वेडा आहे, अशा प्रकारे माझ्याशी वागते."

एरिकनी पुन्हा चष्मा डोळ्यांवर चढवला. त्यांनी जॉर्ज आणि ॲनीकडं पाहिलं. ते दोघंही अस्वस्थ झाले होते, "पण ते राहू दे. तुम्ही माझ्याकडं वेगळ्या कशासाठी तरी आला आहात ना? काय झालं आहे?"

"एरिक..." जॉर्ज म्हणाला, "ॲनीला कोणीतरी घाणेरडे संदेश पाठवत आहे. तुम्ही तिलाच दोष द्याल म्हणून ती तुम्हाला सांगत नाहीये."

ॲनी जॉर्जच्या बाजूलाच उभी होती. ती त्याच्या हातातून तिची टॅब्लेट काढून घेण्यासाठी कसरत करत होती; पण तिला ते जमत नव्हतं, कारण जॉर्जनं आता ती दोन्ही हातांनी डोक्यावर उंच धरली होती.

"ठीक आहे डॅड..." ॲनी धैर्याचा आव आणत म्हणाली, "त्यात एवढं काही विशेष नाही. जॉर्ज उगीचंच त्याचा जास्त बाऊ करतोय. तो प्रकार निव्वळ विनोदाचा भाग आहे. मूर्खांचे विनोद! यात माझाही दोष आहेच आणि आता सर्व काही माझ्या नियंत्रणात आहे."

"तसं आहे की नाही हे मी ठरवेन," एरिक म्हणाले, "जॉर्ज, ती टॅब्लेट इकडं दे." एरिकनी टॅब्लेट हातात घेतली आणि त्यावरचे मेसेज वाचले. त्यांचा तोपर्यंत आनंदी आणि उत्फुल्ल असणारा चेहरा बदलून तो वेडावाकडा झाला.

"नको... डॅड!" ॲनी किंचाळली. "तुम्ही ते मेसेज वाचू नका," ॲनी धक्का बसल्यानं जागीच खिळली होती. एरिक तिच्या टॅब्लेटवरचे मेसेज वाचत असताना ती हुंदके देत रडू लागली. इकडं मेसेज वाचत असताना अविश्वासानं एरिकचे डोळे विस्फारत होते.

"ही मस्करी नाही," एरिक रागानं धुमसत म्हणाले, "आणि यात गंमतही काही नाही. आणि ॲनी यात तुझा नक्कीच काही दोष नाही. तू तुझ्या ममला याबद्दल काही सांगितलं आहेस का?"

ॲनीनं फक्त नकारार्थी मान हलवली. ती काहीच बोलली नाही.

"माझ्या डोक्यात एक कल्पना आली आहे," एरिक असं म्हणत त्यांच्या अभ्यासाच्या खोलीकडं निघाले, "माझ्या मागोमाग या!"

जणू एखाद्या सेनापतीच्या मागं सैनिकांनी जावं त्याप्रमाणे जॉर्ज आणि ॲनी एरिकच्या मागोमाग चालू लागले. सगळे जण एरिकच्या अभ्यासाच्या खोलीत आले. तिथं टेबलावर जगातला सर्वांत शक्तिशाली महासंगणक कॉसमॉस स्वत:शीच काहीतरी गुणगुणत बसला होता.

"जागा हो... जागा हो..." एरिकनी कॉसमॉसला आज्ञा दिली.

"होय प्रोफेसर!" कॉसमॉस नम्र आवाजात म्हणाला. त्याचा पडदा चमचम करू लागला होता.

"कॉसमॉस... माझ्या जुन्या मित्रा..." एरिक टेबलावर झुकत म्हणाले, "ॲनी बेलीस ही मानव-हितचिंतक वैज्ञानिकांच्या संघातली सर्वांत तरुण मुलगी आहे. तिला मदतीची आवश्यकता आहे."

"आनंदानं," कॉसमॉस म्हणाला. त्याचा पडदा झगझगीत झाला. जगातल्या

या सर्वांत शक्तिशाली महासंगणकाला ॲनी विशेष प्रिय होती. "मी तुम्हाला कोणत्या प्रकारची मदत करू?"

"ॲनीला कोणीतरी दुष्टपणानं घाणेरडे संदेश पाठवतंय." एरिकचा आवाज गंभीर होता, "हे संदेश इंटरनेटवरून तिच्या टॅब्लेटमध्ये येत आहेत."

"ही बाब वैज्ञानिक संघाच्या दुसऱ्या कोणत्या सभासदानं तुमच्या कानावर घातली आहे काय?" कॉसमॉसनं विचारलं.

"धन्यवाद कॉसमॉस! होय. ती गोष्ट मला जॉर्ज ग्रीनबी यानं सांगितली. तोदेखील मानव-हितचिंतक वैज्ञानिकांच्या संघाचा सदस्य आहे. तसं असेल तर मानव-हितचिंतक वैज्ञानिक संघाच्या महासंगणक वापराच्या आंतरराष्ट्रीय कराराच्या भाग दोन, परिच्छेद तीन, कलम बी, दुरुस्ती पुरवणी के- २०१५ नुसार... मला असं दिसतंय की..."

कॉसमॉस थबकला. एरिक, जॉर्ज आणि ॲनी उत्सुकतेनं वाट पाहत थांबले होते. एरिक सतत कुरकुर करत होते. त्यावरून जॉर्जला हे कळलं की, त्यांना आणि कॉसमॉसला पूर्वीपेक्षा कितीतरी जास्त नियमांच्या चौकटीत राहून काम करावं लागत होतं, कारण महासंगणकाच्या वापरासाठीची अधिक कठोर अशी नवीन नियमावली लागू झाली होती.

पूर्वी एरिकना कॉसमॉस त्यांना हवा तसा आणि हवा त्या कारणासाठी वापरण्याचं पूर्ण स्वातंत्र्य होतं.

"मी तुमच्यासाठी काय करू शकतो," कॉसमॉस आनंदी स्वरात म्हणाला, "कृपया मला टॅब्लेट जोडा म्हणजे मग मला त्यावरची माहिती डाउनलोड करता येईल."

जॉर्जनं पुढं होत ताबडतोब ॲनीची टॅब्लेट कॉसमॉसला जोडली.

"कॉसमॉस आता काय करणार आहे?" ॲनीनं हलक्या आवाजात तिच्या डॅडना विचारलं.

"मला माहीत नाही!" एरिक जोरात हसत म्हणाले, "पण तो जे काही करेल ते विलक्षण असणार हे नक्की! मी पैज लावायला तयार आहे." मग त्यांनी घाईघाईनं पुस्ती जोडली, "अर्थातच ते वैज्ञानिकांच्या संघातील सदस्याबद्दल मानहानिकारक अशा विधानांना प्रतिसाद देण्याबद्दलच्या आंतरराष्ट्रीय करारानुसार योग्यच असेल. त्यासाठी – "

"होय, आम्हाला माहीत आहे... परिच्छेद एक्स, कलम वाय आणि उपकलम झेड..."

"हं... असंच काहीतरी." एरिक म्हणाले. "ॲनी, तू मोठी झालीस की वकील होऊ शकशील."

"धन्यवाद, पण नको डॅड. मी वैज्ञानिक होणार आहे! आणि मी तुम्हाला तसं याआधी सांगितलंही आहे."

"ठीक आहे... ठीक आहे..." एरिक डोकं हलवत म्हणाले, "मी आपलं असंच म्हणत होतो... शिवाय कदाचित भविष्यात वैज्ञानिकांपेक्षा वकिलांनाच जास्त मागणी असेल म्हणून..."

"नाही. मी वकील होणार नाही!" ॲनी ठामपणानं म्हणाली, "मी पैजेवर सांगते की, आजी आणि आजोबा तुम्हाला नक्कीच असं म्हणाले नसतील की बाळ एरिक तू विश्ववैज्ञानिक होऊ नकोस; कारण तुला कधीच त्यामुळं नोकरी मिळणार नाही..."

"खरं तर त्यांनी मला असं सांगितलेलं होतं, पण मीच लक्ष दिलं नाही." एरिक सौम्यपणानं म्हणाले.

"हं... आता असं म्हणल्यावर कसं वाटतं ते तुम्हाला कळलं असेल," ॲनी पुन्हा ठाम स्वरात म्हणाली. ती ज्या मजेशीरपणे तिच्या डॅडशी बोलत होती ते ऐकून जॉर्जला गंमत वाटली.

"तू माझ्याशी ज्या पद्धतीनं बोलते आहेस तसं मी कधीही माझ्या आईवडिलांशी बोलल्याचं मला आठवत नाही," एरिक तक्रारीच्या स्वरात म्हणाले.

"बहुधा त्यांच्याकडं बघून आदराची भावना निर्माण होत असावी," ॲनी भोळेपणाचा आव आणत म्हणाली.

एरिकनी ॲनीकडं खोट्या रागानं पाहिलं. ते ॲनीवर रागावलेले नाहीत हे जॉर्जला कळत होतं. ते आणि ॲनी बहुतेक वेळा असेच एकमेकांशी गमतीनं आणि खोट्याखोट्या रागानं एकमेकांशी बाचाबाची करत असत. जॉर्जला त्या सगळ्याची मजा वाटायची.

कॉसमॉसपाशी जवळ उभा असल्यानं कॉसमॉसनं पाठवलेला पहिला संदेश जॉर्जला दिसला. ॲनीला त्रास देणाऱ्या नंबरवर कॉसमॉसनं तो ॲनीच्या टॅब्लेटवरूनच पाठवला होता. पण हा एकमेव संदेश नव्हता. त्याच्या पाठोपाठ एकामागून एक असे संदेश कॉसमॉस पाठवू लागला.

"कॉसमॉस, तू काय करतो आहेस?" जॉर्जनं चकित होऊन विचारलं.

"मी एकशेसाठ अक्षरांच्या एका संचाच्या स्वरूपात सर आयझॅक न्यूटन यांचा महान ग्रंथ 'प्रिन्सिपिआ माथेमाटिका' पाठवतो आहे," कॉसमॉस आनंदी स्वरात म्हणाला, "एकदा का हा ग्रंथ पाठवून झाला की मग मी चार्ल्स डार्विन यांचा 'ऑन द ओरिजिन ऑफ स्पिसीज' पाठवणार आणि त्यानंतर आईनस्टाईन यांच्या एकत्रित लेखांचा संग्रह. हे सगळं जाण्यासाठी साधारण एकशे पंधरा तासांचा अवधी लागेल. आपण जितकं अत्यंत रंजक असं वाचनीय साहित्य

पुरवलं आहे ते बघता तुला या व्यक्तीकडून पुन्हा काही संदेश येईल, असं वाटत नाही.''

''छान!'' एरिक आनंदानं चित्कारले, ''करारामधल्या 'शिकवण्यानं प्रतिसाद द्या. धमकी नको', या कलमाचा तू अतिशय हुशारीनं वापर केला आहेस!''

''अगदी अक्षर न् अक्षर मी त्या कलमाचं पालन केलं आहे,'' कॉसमॉस म्हणाला.

''मूळ संदेश कुठून आला हे मी तुम्हाला दाखववं अशी तुमची इच्छा आहे का?''

''होय!'' ॲनी म्हणाली. ''म्हणजे ते संदेश कोण पाठवतंय हे तुला माहीत आहे तर? ओह! माझ्या प्रिय मित्रा कॉसमॉस... मी तुला तसं करायला सांगितलं असतं तर किती बरं झालं असतं, असं मला आता वाटू लागलंय.''

कॉसमॉसनं ॲनीच्या प्रश्नाचं उत्तर दिलं नाही. त्यानं फक्त पडद्यावर एक नकाशा रेखाटला. त्यावर एका विशिष्ट पत्त्याकडं नजर वेधणारा मोठा लाल रंगाचा बाण होता. ''ही जागा तुला माहीत आहे का?'' कॉसमॉसनं विचारलं.

ॲनीच्या चेहऱ्यावरचा रंग उडाला, ''ते बेलिंडाचं घर आहे! मला वाटत होतं की ती माझी मैत्रीण आहे.'' ॲनी म्हणाली. तिला बसलेला धक्का तिच्या आवाजात जाणवत होता. ''मला वाटत होतं की ती मला भयंकर त्रास देणाऱ्यांमध्ये सामील नव्हती. मला त्रास देणारे वाईट आहेत असं ती म्हणाली होती...''

''मला वाईट वाटतंय, माझ्या लाडक्या मुली...'' एरिकनी ॲनीला जवळ

घेतलं. "... आपण लोकांना ओळखतो असं आपल्याला वाटतं खरं, पण... " मग एकदम त्यांनी विषय बदलला. ते हलक्या फुलक्या स्वरात म्हणाले, "कॉसमॉस!... तू हे मघाशी सुरू केलेलं काम चालू असतानाच पोर्टलही उघडू शकतोस का ?"

कॉसमॉसनं नाक फुरफुरल्यासारखा आवाज केला, "अर्थातच, प्रोफेसर! ह्या कामासाठी माझ्या क्षमतेचा साधारण ०.००००००००००००१ टक्के एवढा भाग वापरला गेला आहे."

"उत्तम!" एरिक म्हणाले, "वैज्ञानिकांना काही अस्वस्थपणा असेल तर त्यांच्या मनोरंजनाच्या आणि कल्याणाच्या संदर्भातील कराराच्या कलमानुसार मला एक विनंती करायची आहे!"

एरिकनी असं म्हणताना ॲनी आणि जॉर्जकडं बघून डोळे मिचकावले होते. एरिक आपल्याला मोठ्या माणसांप्रमाणे वागवतात हे जॉर्ज आणि ॲनीला माहीत होतं. ते त्यांच्याशी मानव हितचिंतक वैज्ञानिक संघाच्या कोणत्याही पूर्ण सदस्याशी बोलावं तसं बोलून त्यांचा हुरूप वाढवण्याचा प्रयत्न करत होते. त्यांचा हा प्रयत्न यशस्वी होताना दिसत होता. जगाचं भवितव्य उत्तम रितीनं बदलू शकेल, अशा संकल्पनांच्या विकासात आणि प्रयोगांमध्ये आपण मोठ्या वयाच्या वैज्ञानिकांप्रमाणेच सहभागी आहोत, असा बहाणा करायला जॉर्ज आणि ॲनीला मनापासून आवडत असे. एरिक यांच्या बोलण्यावर त्या दोघांनी एकमेकांकडं पाहिलं. त्यांना अजून आपण कशाची आशा ठेवावी की नाही हे कळत नव्हतं.

"डॉ. बेलीस... मी असं समजू का की..." जॉर्ज पुटपुटला.

"प्राध्यापक ग्रीनबी..." ॲनी नम्रपणानं म्हणाली, "तुमचं काम कळलं हा माझा केवढा मोठा बहुमान आहे."

"तुमचे अंतराळ पोशाख चढवा," एरिक त्या दोघांना म्हणाले. मग त्यांनी कॉसमॉसला सांगितलं, "कॉसमॉस, पोर्टल उघड. मी तुला कुठं जायचं आहे ती जागा सांगतो. मानव हितचिंतक वैज्ञानिक संघाचे वैज्ञानिक आता क्षेत्रीय निरीक्षणासाठी जाणार आहेत."

२

"क्षेत्रीय निरीक्षण!" ॲनी आनंदानं नाचायची बाकी होती, "डॅड, तुम्ही आम्हाला अवकाश पोर्टल कधीच वापरायची नाही... असं सांगितलं होतं."

अवकाशात जाण्यासाठी कॉसमॉस जो दरवाजा तयार करायचा ती पोर्टल ॲनी आणि जॉर्जसाठी काही काळ बंद झाली होती. इतर मुलींचे बाप जसे त्यांच्या मुलींना बागेत फिरायला नेतात, तसे अनेकदा लहानग्या ॲनीला तिचे डॅड अंतराळात नेत असत. पण आता महासंगणक वापरण्यासाठीचे नवीन नियम तयार झाले होते. त्यानंतर कॉसमॉसचा वापर कंटाळवाण्या पावसाळी दिवसांत काहीतरी वेगळं करण्यासाठी करता येणार नाही, कारण कॉसमॉस हे फक्त व्यावसायिक संशोधनासाठी वापरण्याचं साधन आहे, असं एरिकनी ठामपणानं सांगितलं होतं.

एक दिवस एरिकनी त्यांच्या हाताखाली काम करणाऱ्या रिका डूर हिच्याबद्दल तक्रारी सांगणारं एक लांबलचक व्याख्यान झोडलं होतं. ॲनी आणि जॉर्ज, दोघांचंही त्यांच्याकडं फारसं लक्ष नव्हतं. मागच्या काळात ज्या गोष्टी सहज व्हायच्या त्या अगदी प्रत्येक बारीकसारीक गोष्टींबद्दल नियम बनवले पाहिजेत, असं रिका डूर सारखं म्हणते आणि आपल्याला तिचं हे वागणं आवडत नाही, असं एरिक तक्रारीच्या सुरात कंटाळवाण्या प्रकारे सांगत होते. जॉर्ज आणि ॲनीचं या सगळ्याकडं फारसं लक्ष नसलं तरी एका गोष्टीकडं त्यांना लक्ष द्यावंच लागलं होतं. ॲनी आणि जॉर्जला यापुढं कॉसमॉसची पोर्टल वापरून अवकाशात प्रवास करता येणार नाही असा या सगळ्या बोलण्याचा मुख्य विषय आहे, असं एरिकनी त्यांना बजावलं होतं.

पण आता स्वत: एरिकच सगळ्या नियमांना कंटाळले असावेत आणि त्यांना ॲनीला तिनं घेतलेला भयंकर अनुभव विसरावा असं वाटत असावं, म्हणून ते पुन्हा अवकाशात जाण्याबद्दल बोलत होते. हे बघून ॲनी आणि जॉर्ज आनंदून गेले होते.

एरिकना जरी असं वाटत असलं तरी कॉसमॉसला मात्र त्यांनी तसं करावं की करू नये, याबद्दल खात्री वाटत नव्हती. एखाद्या संगणकानं किंवा अगदी महासंगणकानंही खरं तर नाक वर करून बोलायची गरज नव्हती. पण कॉसमॉस त्या वेळी नेमकं तेच करत होता.

''प्रोफेसर...'' कॉसमॉस म्हणाला, ''तुमच्या विनंतीच्या बाबतीत नियमात न बसण्याची अडचण मला दिसते आहे.''

जॉर्जला एकदम निराश वाटलं. ते पुन्हा अंतराळ प्रवासाच्या अगदी जवळ आले असताना आता अचानक कॉसमॉस अडथळे आणत होता. हे सहन करण्याजोगं नव्हतं. जॉर्जला आत्ताच अंतराळातील गंमत खुणावू लागली होती. पोर्टलमधून आत प्रवेश केल्यानंतर पलीकडच्या अंतराळात आरामात तरंगण्याची मजा काही और होती. पण आता ती मजा करायला मिळणार नाही असं दिसू लागलं. त्याचे खांदे पडले.

पण एरिक मात्र तसे निराश झाले नव्हते. त्यांनी नेहमीच्या कपड्यांवरच अंतराळ पोशाख चढवत असताना फक्त एवढंच विचारलं,''का?''

''कारण करारातील तरतुदींमध्ये असणारे निकष पूर्ण होत नाहीत. केवळ लोकांना हुरूप यावा म्हणून त्यांना क्षेत्रीय निरीक्षणासाठी अंतराळात पाठवण्याची कोणतीही तरतूद मला दिसत नाही.''

''पण हे लोकांबद्दल नाही,'' ॲनी म्हणाली, ''हे मी आणि जॉर्जबद्दल आहे.''

''खेदाची गोष्ट आहे. पण ते आणखीनच वाईट ठरेल.''

एरिक थांबून विचार करू लागले. ते या समस्येवर उपाय काढायचा विचार करत आहेत हे स्पष्ट दिसत होतं. अवघी एक-दोन मिनिटं का होईना आपल्याला अंतराळात प्रवास करता यावा अशा प्रकारे एरिकनी काहीतरी तोडगा काढावा, असं जॉर्ज आणि ॲनीला मनापासून वाटत होतं. त्यामुळं ते आशेनं एरिककडं बघत होते. पण एरिकनी एक सुस्कारा टाकला आणि ते अंतराळ पोशाखातून बाहेर पडू लागले. आता काही आपल्याला अंतराळात प्रवास करता येणार नाही हे दोघांच्या लक्षात आलं.

''कॉसमॉसचं म्हणणं बरोबरच आहे,'' एरिक खिन्न होत म्हणाले, ''मी मुलांना अवकाशात नेण्यासाठी महासंगणक वापरला आहे, हे जर कोणाला कळलं तर आपण सगळे फार मोठ्या अडचणीत येऊ, आणि–''

''मुलं नाही!'' ॲनीनं त्यांचं वाक्य तोडलं, ''मुलं नाही, तर मानव हितचिंतक वैज्ञानिक संघाचे दोन सदस्य! हे जग अधिक चांगलं करण्यासाठी मुलांना विज्ञानाची नीट माहिती व्हावी, या उद्देशानं दोन वर्षांपूर्वी तुम्हीच आम्हाला संघात सदस्य

करून घेतलंत. शिवाय आम्ही तुम्हाला तुमच्या कामात मदत करू शकू हा तुमचा उद्देश होता- ''

''अंतराळात मदत करण्यासाठी,'' एरिकनी ॲनीचं वाक्य पुरं केलं.

''पण अडचणीत येऊ ते कोणामुळं?'' जॉर्जनं विचारलं. त्याच्या स्वरात आशा वाटत होती की एरिक आपलं ऐकतील. ''आम्ही कोणाशीही काही भांडण वगैरे करणार नाही. आम्ही तसं करू असं तुम्हाला वाटत नाही ना? मला त्यामधून आपण सगळे अडचणीत कसे येऊ ते कळत नाही.'' हे बोलताना मात्र जॉर्जला आपण जे बोलतोय त्याबद्दल खात्री वाटेनाशी झाली होती. त्यांनी या अगोदर अंतराळात जेव्हा प्रवास केला होता त्या वेळी काहीतरी फिसकटून त्यांना अनेक संकटांचा आणि नाना प्रकारच्या दुष्ट लोकांचा सामना करावा लागला होता. हे सगळं जॉर्जला त्या क्षणी आठवत होतं.

एरिकच्या चेहऱ्यावर त्रासिक भाव दिसू लागले. ''आपल्या संघाच्या काही लोकांचा आक्षेप नसेल, पण जर रिकानं...'' एरिकच्या तोंडून नाव जवळ जवळ बाहेर पडलंच. ''- तिला जर हे कळलं तर कॉस्मोड्रोम-२ वरून ती सरळ परतीचं तिकीट न देता अग्निबाणावर बसवून उडवून देईल.''

कॉस्मोड्रोम-२ हे एरिक सध्या ज्या ठिकाणी काम करत होते त्या नव्या ठिकाणाचं नाव होतं. रोबो असलेल्या आणि मानवासहित अवकाशयानांमधून अवकाशात मोहिमा काढण्यासाठी स्थापन झालेल्या आंतरराष्ट्रीय अवकाश केंद्राचं नाव कॉस्मोड्रोम-२ असं होतं. हा अनेक देश आणि खासगी कंपन्यांचा संयुक्त प्रकल्प होता. अलीकडंच एरिकनी त्याच्या प्रमुखपदाचा भार स्वीकारला होता. ॲनी आणि जॉर्जनं अनेकदा एरिककडं आपल्याला तुमच्या ऑफिसात न्या म्हणून भुणभुण केली असली तरी एरिकनी त्यांना खुबीनं टाळलं होतं. कॉस्मोड्रोम-२ हे केंद्र बंदिस्त स्वरूपाचं असून अगदी अपवादात्मक परिस्थितीत तिथं बाहेरच्या व्यक्तींना प्रवेश असतो, असं ते म्हणाले होते. ॲनी आणि जॉर्ज यांनी अनेक प्रकारच्या अपवादात्मक परिस्थितींची कल्पना करून पाहिली होती; पण त्या कशाचाही उपयोग झाला नव्हता.

''मी हे पद स्वीकारलं तेव्हा मी स्वत:वर खूश झालो होतो,'' एरिकनी त्यांचा पोशाख नीट गुंडाळला होता आणि आश्चर्य म्हणजे तो त्यांनी कपाटात हे बोलता बोलता व्यवस्थित ठेवला होता. ''जगभरात चाललेले अवकाश संशोधनाचे प्रयत्न मी नीटपणे सुसूत्र एक करून त्यांचा चांगला उपयोग व्हावा, या दिशेनं काम करू शकेन असं मला वाटलं होतं. पण मला मदत करण्यासाठी म्हणून असलेल्या व्यक्तीलाही मी नीटपणे हाताळू शकत नाही, असं दिसू लागलंय.''

ॲनीनं सहानुभूतीनं तिच्या वडिलांकडं पाहिलं, ''तुमच्यावरही कोणी दादागिरी

करतंय की काय डॅड?''

"तू नेमकं बोललीस बघ,'' एरिकनी कबूल केलं, "फरक फक्त एवढाच आहे की मला कामाच्या जागी दादागिरीचा सामना करावा लागतोय आणि ही दादागिरी इतकी बेमालूम हुशारीनं होते आहे की,समोर स्पष्ट काहीही कळून येत नाही. काही वेळा तर मला वाटतं की मलाच वेड लागलंय आणि म्हणून मीच भलत्यासलत्या कल्पना करून घेतोय. मी तिथं जे काही करतोय त्यात काही ना काही बिघाड होतोच. मला त्याचं कारण कळत नाही;पण एक मात्र नक्की आहे की रिका सुटीवरून परत आल्यापासून हे घडायला लागलंय. त्या अगोदर ती सरळ साधी,मदत करणारी आणि छान वागणारी होती-आणि आता मात्र ती... हे सगळं फारच चमत्कारिक आहे.''

"तिथंही लोक तुमच्याकडं बघून कुजबूज करतात का?'' ॲनीनं गंभीर होत विचारलं.

"होय, ते कुजबुजतात. मी कॉरिडॉरमधून जात असताना माझ्याकडं बघून लोक कुजबुजतात. पण मी त्यांच्या जवळून जाताना ते गप्प होतात, आणि मग माझ्यामागे पुन्हा कुजबूज करू लागतात!''

"हे भयंकर आहे!'' ॲनी म्हणाली, "ते तुमच्याबद्दल काहीबाही रचून पसरवतात का?''

"होय!'' एरिक उत्कट स्वरात म्हणाले, "काहीही कहाण्या रचतात. अगदी साफ मूर्खपणाच्याही! आमच्याकडं जगभरातून पाहुणे आलेले असताना मी स्वतःच त्या वेळी अंतराळात वापरायचा उद्वाहक बिघडावा असं काही कसं करेन? मी असं कधीच करू शकणार नाही!''

जॉर्ज चमकला. त्यानं अंतराळ उद्वाहकामधल्या बिघाडाच्या प्रसंगाबद्दल काहीही ऐकलं नव्हतं. आपण तसं काही ऐकलं असतं तर ते कधीच विसरलो नसतो याबद्दल त्याला खात्री होती. पण मुळात हा अंतराळ उद्वाहक म्हणजे नेमका काय प्रकार आहे, हे त्याला कळत नव्हतं. काहीतरी अतिशय महत्त्वाचं असणार, पण त्यानं ते ऐकलंच नव्हतं.

"अरेरे!... डॅड, तुम्हाला कसं वाटत असेल हे मी समजू शकते,'' ॲनी म्हणाली. "या डॅड इकडं...''

अ‍ॅनी आणि तिचे डॅड एकमेकांना काही क्षण बिलगल्यानं तिथं शांतता पसरली. जॉर्जला काय करावं ते कळेना. तो असा गप्प उभा असतानाच त्याच्या डोक्यात नवीन कल्पना आली.

"हां..." जॉर्ज उत्साहानं म्हणाला, "माझ्या डोक्यात एक कल्पना आली आहे. आम्ही पूर्वी जसं केलं होतं तसं करायचं. म्हणजे कॉसमॉसला पोर्टल उघडायला सांगितली, पण त्यात न शिरता पोर्टलमधून फक्त बाहेर पाहिलं होतं! हे यू-ट्यूबवर काही बघण्यापेक्षा ते कितीतरी छान होतं, कारण ते खरंखुरं होतं! आपण तसं करायचं का? आपण प्रवास करायचाच नाही. फक्त आपण कॉसमॉसला अंतराळातलं काहीतरी दाखव इतकंच सांगायचं."

"आहा!" एरिकचे डोळे लकाकले, "हे आता संभाव्यतेच्या कक्षेत आलं आहे!"

"वेगळ्या शब्दांत सांगायचं तर होय, असंच ना?" अ‍ॅनीनं विचारलं.

"कॉसमॉस...", एरिकनी विचारायला सुरुवात केली, "आम्ही जी जागा निवडू तिकडं तू आम्हाला प्रत्यक्ष घेऊन जाऊ शकत नसलास तरी आम्हाला तू ती जागा दाखवू शकशील का?"

काम करण्याच्या पद्धतीची नियमावली तपासत असताना कॉसमॉस जरा वेळ मागं पुढं झुलल्याप्रमाणे वागला. मग चित्कारला, "मला वाटतं हे करता येईल!" आपण आपल्या मित्रांना अडवलं म्हणून त्याला असमाधानी वाटत होतं, "बरं, तुम्हाला काय पाहायला आवडेल?"

जॉर्ज आणि अ‍ॅनी विचारविनिमय करण्यासाठी डोक्याला डोकी लावून बसले.

"तुला काय बघायला आवडेल?" जॉर्जनं गंभीर होत विचारलं.

"खरं सांगायचं तर मला नुसतं पोर्टलमधून बाहेर काय दिसतं ते बघायची इच्छा नाही. आपण मागचं सगळं सोडून अंतराळात गेलो आहोत ही पोर्टलच्या पलीकडच्या बाजूची मजा त्यात नाही."

"पण कदाचित अंतराळ आता अगदी जवळ पोर्टलच्या पलीकडं आहे आणि ते अगदी खरंखुरं त्रिमिती आहे, या कल्पनेनं तुला जास्त छान वाटू शकेल," जॉर्ज अ‍ॅनीचं मन वळवण्यासाठी उत्साही स्वरात म्हणाला.

"कदाचित," ॲनी म्हणाली. पण तिच्या स्वरात ठामपणा नव्हता.

"आपण, असं केलं तर... आपण आपल्याच सूर्यमालेतल्या एखाद्या जागेचं नाव सांगू. म्हणजे नंतर आपल्याला कधीतरी तिथं जाता येईल." जॉर्ज म्हणाला, "म्हणजे आपण नंतर तिथं गेलो की पोर्टल ओलांडून दुसऱ्या एखाद्या ग्रहावरच्या पृष्ठभागावर अगदी खरंखुरं उतरतानाची मजा तुला अनुभवायला मिळेल."

"ओह... चांगली कल्पना आहे," ॲनीचा चेहरा उजळला.

"गुरूचा एखादा उपग्रह? त्याचे अनेक उपग्रह अतिथंड, आणि बरेचसे फार विचित्र आहेत. कोण जाणे, आपल्याला तिथं काहीतरी चमत्कारिक बघायला मिळेल?"

"ठरलं!... ठरलं... आपला बेत ठरला." ॲनी आनंदानं जागच्या जागी उड्या मारत म्हणाली, "तो त्रिमिती आभासी सत्य दाखवणारा हेडसेट आपल्याला मिळाला तेव्हा मी सागरातील सजीवांबद्दल थोडंफार जास्त वाचलं होतं. तेव्हा मी वाचलं की युरोपावरच्या अतिथंड बर्फाच्या कवचाखाली असलेल्या महासागरात काही पृथ्वीबाह्य सजीव पोहत असावेत! चला आपण तिथं जाऊन स्वत:च पाहू या."

"होय... ते तर मस्तच होईल," जॉर्ज म्हणाला. त्यानं तो त्रिमिती आभासी सत्य दाखवणारा हेडसेट लावून ग्रेट बॅरिअर रीफची जी पाण्याखालची विलक्षण दृश्ये पाहिली होती त्याची त्याला आठवण आली. युरोपावरही तसंच काही दिसेल का?

"ये ऽऽ! अंतराळातले डॉल्फिन!" ॲनी आनंदानं चित्कारली. "डॅड... आपण ते करायचं का?"

"हं... म्हणजे मत्स्यालयात जाण्यापेक्षा ते स्वस्त पडेल हे खरं," एरिक आनंदानं म्हणाले, "पण हे लक्षात घे... तिथं प्रत्यक्षात डॉल्फिन दिसतील अशी अपेक्षा ठेवू नको. तिथं खरोखरच डॉल्फिन किंवा देवमासे वगैरे प्रकारचे सजीव आहेत की नाही, याची आपल्याला खरोखरच कल्पना नाही."

"तर मग आपण ते शोधू!"

"परवानगी देण्यात आली आहे," कॉसमॉस म्हणाला. "सुरक्षा तपासणी सुरू..." सुरक्षा तपासणी हा भाग एरिकनी नव्यानं कॉसमॉसच्या कार्यप्रणालीत समाविष्ट केला होता. अलिओथ मेरक नावाच्या एका दुष्ट माणसानं कॉसमॉसला हॅक करून ताबा मिळवला होता. त्यानंतर त्यांचा हा मित्र त्यांचा अत्यंत धोकादायक शत्रू बनला होता. त्यामुळं पोर्टल उघडताना दक्षता घेण्यासाठी एरिकनी स्वत: सुरक्षा तपासणीचा भाग तयार केला होता.

"सुरक्षा तपासणी पूर्ण!" कॉसमॉस गाणं म्हटल्याप्रमाणे म्हणाला. "पोर्टलची

तयारी सुरू.''

कॉसमॉसमधून आता नेहमीप्रमाणे दोन प्रकाशझोत बाहेर पडून हवेत दरवाजाचा आकार तयार होऊ लागला असताना एरिकनी कॉसमॉसला सूचना दिली, ''कॉसमॉस, आम्ही गुरू ग्रहाच्या अगदी जवळ जाणार आहोत, हे बघता आम्हाला किरणोत्सारापासून वाचण्यासाठी कवच द्यायला विसरू नकोस.''

''होकार,'' कॉसमॉसनं उत्तर दिलं. कॉसमॉस आता कामात गुंतला होता. अशा वेळी त्याच्या उत्तरांमधला वैयक्तिक आपलेपणाचा भाग कमी व्हायचा आणि त्याची उत्तरं ठरावीक साच्याची येत असत.

जॉर्जनं ॲनीच्या टॅब्लेटकडं सहज नजर टाकली. जगातल्या अनेक महान वैज्ञानिक ग्रंथांमधून घेतलेल्या उताऱ्यांचा मजकूर अजूनही अजिबात खंड न पडता पाठवला जात होता. ''तुझी मैत्रीण...'' मैत्रीण या शब्दांकडं लक्ष वेधण्यासाठी दोन बोटांनी खूण करत जॉर्ज म्हणाला, ''...आता वेडी व्हायला लागली असेल.''

''तसं असलं तर बरं!'' ॲनी राग दाखवत म्हणाली, ''आणि अगदी परवाच ती मला माझी सर्वांत जवळची मैत्रीण आहे, असं सांगत होती. माझ्या बाबतीत जो काही प्रकार चालू आहे त्यात आपला सहभाग नाही असंही म्हणत होती. पण आता दिसतंय की, ती तर शाळेतल्या इतर मुलींपेक्षाही भयंकर आहे! आपण मला त्रास देणाऱ्या मुलींसोबत आहोत, हे दाखवण्यासाठीच मला ती तसले संदेश पाठवत असणार. पण आपण आता मैत्रिणी नाहीत हे सांगण्याचं धैर्य तिच्याजवळ नसल्यामुळंच ती माझ्याशी वागताना मैत्री कायम असल्याचा देखावा करत राहिली आणि...''

''ते बघ!'' जॉर्जनं बोट दाखवलं. समोरचं दृश्य पाहून त्याच्या अंगावर रोमांच उभे राहिले होते, ''कॉसमॉस पोर्टल उघडतोय बघ.''

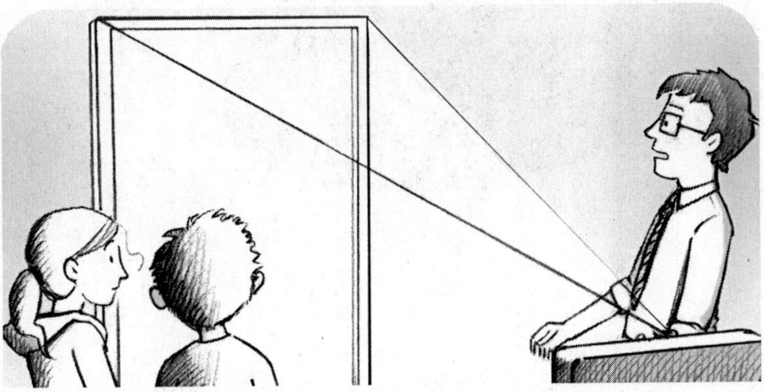

दोन प्रखर प्रकाशझोत वापरून कॉसमॉसनं तयार केलेला दरवाजाचा आकार आता घट्ट झाला होता आणि दरवाजा हळूहळू उघडायला सुरुवात झाली होती. अगदी एरिकसकट तिघंही जण ते विलक्षण दृश्य आ वासून पाहत होते. त्यांना दरवाजामधून पलीकडचा अनेक विवरांनी भरलेला आणि घळी असणारा बर्फाळ पृष्ठभाग दिसत होता. तो गुरू ग्रहाच्या एका उपग्रहाचा होता. पोर्टलमधून दिसणारं दृश्य अनेकदा बघूनही दर वेळी सगळेजण विस्मयानं थक्क होत असत.

"वॉव!" पोर्टलमधून दिसणाऱ्या बर्फाच्या पृष्ठभागाकडं बघत ॲनी म्हणाली, "आपण युरोपावर स्केटिंग करू शकतो का?" पोर्टलमधून दिसणारा बर्फ असणारा पृष्ठभाग अगदी क्षितिजापर्यंत अमर्याद पसरलेला होता. शांत, निवांत, आणि कोणीही नाही, असा विशाल बर्फाचा पृष्ठभाग. युरोपा या गुरूच्या चंद्रावरून त्यांना त्याच्या आकाशात एखाद्या विशाल चेंडूप्रमाणे तरंगणारा प्रचंड आकाराचा वायूंचा गोळा असणारा गुरू हा ग्रह दिसत होता.

सूर्यापासून पृथ्वीपेक्षाही कितीतरी दूर अंतरावर असल्यानं युरोपावर अगदी अंधूक प्रकाश होता. तरीही त्याच्यावरच्या बर्फानं बनलेल्या चमत्कारिक आकाराच्या वेड्यावाकड्या रेषा आणि घळी दिसत होत्या. युरोपाच्या अगदी विरळ हवेत त्याच्या पृष्ठभागातून अतिथंड पाण्याचे आणि वाफेचे फवारे उडत होते. त्यांचा अगदी हलका 'फूफ' असा आवाज येत असल्यानं जणू गुरूचा हा अतिथंड चंद्र श्वासोच्छ्वास करतोय की काय? असं भासत होतं. असंख्य चमचमत्या ताऱ्यांनी भरलेल्या गडद आकाशाच्या पार्श्वभूमीवर उडणारं हे कारंजं विलक्षण दिसत होतं. कारण आकाशात उडाल्यानंतर तुषार गोठून त्यामधून हिमकणांचा वर्षाव

युरोपा

गुरुचा 'निळा चंद्र' असं म्हटलं जाणाऱ्या युरोपावर सजीवसृष्टी खरोखरच आहे का? सध्या तरी आपल्याला ते माहित नाही! सन १९८९ मध्ये सुरू झालेल्या गॅलिलिओ मोहिमेमुळे गुरुच्या या चौथ्या क्रमांकाच्या मोठ्या चंद्राबद्दल खूपच नवी माहिती मिळाली. गॅलिलिओनं पाठवलेल्या माहितीवरून आता आपल्याला असं वाटतंय की पृष्ठभागावरील बर्फाच्या जाड थराच्या खाली समुद्र असावा आणि त्यात कोणत्यातरी प्रकारचे सजीव असावेत. पण आपण प्रत्यक्षात युरोपावर जाऊन कित्येक किलोमीटर जाडीच्या बर्फात भोक पाडून त्याच्या खालच्या समुद्रापर्यंत पोहोचू की नाही आणि तिथं आपल्याला खरोखरच पाण्यात पोहणारे डॉल्फिन आढळतील की नाही, हे कोणीच सांगू शकत नाही. खरं म्हणजे असा कोणता सजीवाचा प्रकार तिथं असलाच तर तो सूक्ष्मजीव असण्याची संभाव्यता सर्वात जास्त आहे. तसं काही तिथं आढळणं हे वैज्ञानिकांसाठी विलक्षण थरारक ठरेल.

बहुदा पुढील दशकात युरोपावरील सजीवसृष्टीबद्दल आपल्याला अधिक स्पष्ट उत्तरे मिळू शकतील. ज्यूस (JUICE) या अद्याक्षरांनी ओळखली जाणारी 'ज्युपिटर आइसी मून एक्सप्लोरर' ही मोहीम सन २०२२ मध्ये सुरू होणार आहे या मोहिमेचे उद्दिष्ट या गूढचंद्राच्या जवळ जाऊन त्याचे निरीक्षण करणे हे असेल. ज्यूस हे रोबोटिक अंतराळयान युरोपियन स्पेस एजन्सी या संस्थेने तयार केले आहे. हे यान सुमारे आठ वर्षांचा प्रवास करून २०३० मध्ये गुरुच्या जवळ जाईल. तेथे हे यान तीन वर्षे गुरु आणि त्याचे तीन मोठे चंद्र – कॅलिस्टो, गनीमीड आणि युरोपा यांचे निरीक्षण करेल. त्याचबरोबर नासाची 'युरोपा क्लिपर' ही मोहीम आहे. या दोन मोहिमांमुळे आपल्याला युरोपाची भरपूर माहिती मिळण्याची आशा आहे.

आत्ता आपल्याला युरोपाबद्दल काय माहिती आहे?

सध्या आपल्याला युरोपाबद्दल माहिती आहे ती अशी :

- आपल्या सुर्यमालेतील सर्वात मोठा ग्रह गुरु याच्याभोवती फिरणारा 'युरोपा' हा बर्फाळ चंद्र आहे.
- गुरुला एकूण ६७ चंद्र आहेत. त्याच्या सर्वात मोठ्या चंद्रांना (त्यात युरोपाचा समावेश आहे) गॅलिलियन चंद्र असे म्हणतात. कारण सन १६१० मध्ये खगोल वैज्ञानिक गॅलिलिओ गॅलिली याने त्यांचा शोध लावला. गॅलिलिओने प्रथम हे चंद्र पाहिले तेव्हा त्याच्या लक्षात आलं की पूर्वी समजत होते त्याप्रमाणे सूर्यमालेतील प्रत्येक वस्तू पृथ्वीभोवती फिरत नाही! यामुळे सूर्यमाला आणि पर्यायानं आपल्या पृथ्वीचे विश्वातील स्थान याबद्दलच्या आपल्या कल्पना पूर्णपणानं बदलल्या.
- युरोपाचा आकार आपल्या चंद्रापेक्षा थोडासा कमी आहे. आपल्या चंद्राच्या तुलनेत युरोपाचा पृष्ठभाग खूपच गुळगुळीत आहे. त्यावर कोणतेही पर्वत किंवा दऱ्या नाहीत त्यामुळे त्यावर उंचसखल भाग फारच कमी प्रमाणात आहेत. आपल्या सूर्यमालेतील ही सर्वात गुळगुळीत वस्तू आहे.
- युरोपाचा पृष्ठभाग बर्फाच्या कवचाने बनलेला आहे. वैज्ञानिकांचा असा अंदाज आहे की या कवचाखालील समुद्र सुमारे १०० किलोमीटर (६२ मैल) खोल असावा. याची तुलना आपल्या पृथ्वीवरील समुद्राच्या खोलीशी केली तर काय दिसतं? प्रशांत महासागरातील 'मरीयानास ट्रेन्च' हा भाग फक्त ६.८ मैल खोल आहे!
- युरोपाच्या कवचावर काही गडद रंगाचे पट्टे आहेत. युरोपावर पूर्वी उसळलेल्या तुलनेने गरम बर्फाच्या उद्रेकामुळे हे उंचवटे तयार झालेले असावेत.

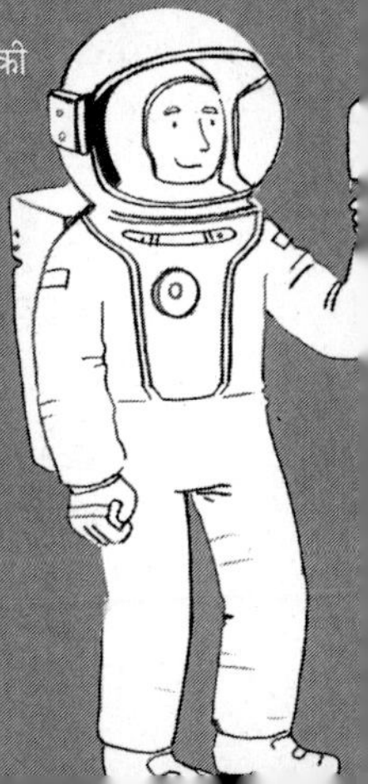

पुन्हा पृष्ठभागावर पडत होता.

"ओह! हे दृश्य तर आम्ही एन्सेलाडसवर असताना पाहिलं होतं तसंच आहे." ॲनी आनंदानं म्हणाली. तिचे वडील तिच्याकडं प्रश्नार्थक नजरेनं रोखून पाहू लागले असले तरी ॲनी बोलतच राहिली.

ॲनी जे काही बोलत होती ते नीटसं ऐकू येऊ नये, म्हणून जॉर्ज किंचित खोकू लागला. त्यांनी अलीकडेच शनीचा चंद्र असलेल्या एन्सेलाडस याच्यावर केलेल्या अनधिकृत मोहिमेची माहिती ॲनीच्या वडिलांना मिळण्याची ही योग्य वेळ नाही, असा विचार त्याच्या मनात आला. पण ॲनीनं उलट त्याचा खोकला कमी व्हावा म्हणून त्याच्या पाठीवर हलकेच थाप मारली आणि तिचं बोलणं तिनं तसंच चालू ठेवलं. "फरक एवढाच आहे की या वेळी आपण सगळे पायाखाली एखाद्या ज्वालामुखीचा उद्रेक होणार, अशा ठिकाणी नसून घरातच अडकलेलो आहोत आणि..." आता मात्र ॲनीला आपण काय बोलून गेलो हे समजलं आणि ती एकदम गप्प झाली.

जॉर्जनं खोकणं थांबवलं आणि ॲनीकडं रागावून नजर टाकली. तिनं एवढा मूर्खपणा करावा यावर त्याचा विश्वास बसत नव्हता. पण ॲनीनं त्याच्याकडं बघून फक्त खांदे उडवले.

"तू एन्सेलाडसवर कधी गेली होतीस?" ॲनीच्या वडिलांनी जरबेच्या स्वरात विचारलं. "कॉसमॉसमध्ये ज्यांचा हिशेब लागत नाही, अशा अंतराळ प्रवासाच्या काही नोंदी आहेत, आणि जर त्या तू केलेल्या आहेत असं समोर आलं तर..."

"आम्ही मनातल्या मनात एन्सेलाडसवर गेलो होतो," पाठीमागं हात बांधत ॲनीनं थाप मारली. विश्वाच्या रचनेचे घटक जाणून घेताना ॲनी आणि जॉर्जनं गुप्तपणानं एन्सेलाडसचा प्रवास केला होता. हा प्रवास खूपच धोक्याचा आणि कटू आठवणी असणारा ठरला होता, कारण त्यांच्या अगदी पायाखाली असणाऱ्या घळीमधून एका अतिशीत ज्वालामुखीच्या उद्रेकामधून ते जेमतेम वाचले होते.

"डॅड... तुम्ही नेहमी म्हणता ना की, 'मी कायमच मनातल्या मनात अंतराळात प्रवास करते!' आम्ही तेच करत होतो आणि ते फार मजेचंही होतं. तुमचं म्हणणं बरोबर आहे."

ॲनीच्या वडिलांनी तिच्याकडं नजर टाकली; पण त्यांचा तिच्या बोलण्यावर विश्वास बसला नव्हता. जॉर्ज पोर्टलमधून दिसणाऱ्या युरोपावरच्या दृश्याकडंच नजर लावून बसला होता. आपण जर एरिककडं पाहिलं तर आपल्या नजरेमधला चोरटा भाव त्यांच्या लक्षात येऊन सगळाच घोटाळा होईल हे त्याला कळत होतं. म्हणून तो युरोपाचा पृष्ठभाग निरखून बघत असल्याचा बहाणा करत तिकडंच नजर लावून बसला होता. हा अवघड क्षण टाळण्यासाठी जॉर्ज मनातल्या मनात

आपण आता कोणता चांगला वाटावा, असा प्रश्न विचारावा याचा विचार करत असताना अचानक त्याला युरोपाच्या पृष्ठभागावर खरोखरच काहीतरी वेगळं दिसलं.

"ते काय आहे?" जॉर्जनं बोट दाखवलं.

"काय आहे म्हणजे?" एरिकनी पोर्टलमधून आत डोकावत विचारलं, "काय दिसलं तुला?"

"तिथं .. तिथं बघा." जॉर्ज म्हणाला, "तिथं बर्फात एक भोक दिसतंय!"

"पण बर्फात जागोजागी भोकं असणं अपेक्षितच आहे." ॲनी म्हणाली. बर्फातलं एक भोक पाहून जॉर्ज एवढा उत्तेजित का झाला आहे हे तिला कळेना, "अशा भोकांमधूनच तर बर्फाखालचं पाणी कारंज्याप्रमाणे उडतं."

"होय... पण ते भोक तसं नाही!" जॉर्ज म्हणाला.

ॲनीनं जॉर्ज जिकडं बोट दाखवत होता तिकडं पाहिलं आणि मग जॉर्जला नेमकं काय म्हणायचं आहे ते तिच्या लक्षात आलं. "ओह माय गॉड!" जॉर्जनं तिचं लक्ष बर्फामधल्या एका भोकाकडं वेधलं होतं हे खरंच होतं. पण ते इतर भोकांसारखं मात्र नव्हतं. जणू कोणीतरी कुकी कापण्याचा कटर घेऊन कापल्याप्रमाणे त्याचा आकार अगदी रेखीव असा गोलाकार होता.

"हे असं नैसर्गिकरीत्या होऊ शकतं का?" ॲनीनं तिच्या वडिलांना विचारलं.

एरिक अद्याप जॉर्जनं दाखवलेल्या गोलाकार भोकाकडं एकटक बघत होते. ते पाहून त्यांना धक्का बसला होता. ते डोकं हलवत म्हणाले, "हे असं नैसर्गिकरीत्या होईल असं वाटत नाही. हे भोक एखाद्या आघातामुळं झालेलं नाही. ते यांत्रिक पद्धतीनं तयार केलेलं वाटतंय."

"यांत्रिक पद्धतीनं, म्हणजे? एखाद्या रोबोनं...?" ॲनी म्हणाली.

"पण इथं युरोपावर तर कोणतीही मोहीम निघालेली नाही," जॉर्ज म्हणाला. त्याला आता सूर्यमालेची चांगली माहिती झालेली होती. "एक शोधकुपी त्याच्या जवळून गेली हे वगळता आपण युरोपावर कोणतंही रोबो यान पाठवलेलं

पृथ्वी, आपली सूर्यमाला आणि इतर ठिकाणचे ज्वालामुखी

एखाद्या उद्रेक होणाऱ्या ज्वालामुखीला भेट दिली तर काय दिसेल याची कल्पना करा. बहुधा तुम्ही तशा प्रकारचा अनुभव घेतला असेलही. पृथ्वीच्या अंतरंगातील तप्त असा लाव्हारस आतून बाहेर पडण्याच्या वेळी ज्वालामुखीच्या आतील वायू बाहेर निघण्यासाठी धडपड करत असल्यानं हुंकार दिल्याप्रमाणे आवाज येतात. अशा वेळी स्फोटांच्या दणदणाटामुळं कान आणि सगळं शरीर थरथरू लागेल. तीव्र आम्लता असणाऱ्या वाफांमुळं नाक आणि डोळे जळजळू लागतील. इतकंच नाही तर कुजक्या अंड्यातून येणाऱ्या किंवा काडी जळत असताना येणाऱ्या वासासारखा सल्फर वायूचा दर्प आपल्या अंगाला आणि घामाला येऊ लागेल. पुढं बघितलं तर तापून लालभडक झालेले खडकांचे तुकडे आकाशात भिरकावले जाताना आणि थंड होऊन गडद काळे होत जात जमिनीवर पडताना दिसतील. त्यामधले काही वाढत जाणाऱ्या शंकूच्या आकाराच्या खडकांच्या ढिगावर पडत राहतील, तर काही तप्त लाव्हाच्या धगधगत्या आणि धुमसत जाणाऱ्या नागमोडी आकाराच्या उतारावरून खाली जाणाऱ्या प्रवाहात समाविष्ट होतील. मी २००६ या वर्षी सिसिलीमधल्या माउंट एटना या ज्वालामुखीला भेट दिली तेव्हा हे सगळं अनुभवलं होतं. हा उद्रेक तुलनेनं छोटा होता. अर्थातच तो तसा छोटा असल्यानंच त्याच्याजवळ सुरक्षितपणे जाणं शक्य झालं होतं! हा उद्रेक जरी छोटा असला तरी एखाद्या ज्वालामुखी शास्त्रज्ञालाही तो विलक्षण अनुभव श्वास रोखून धरायला लावणारा होता.

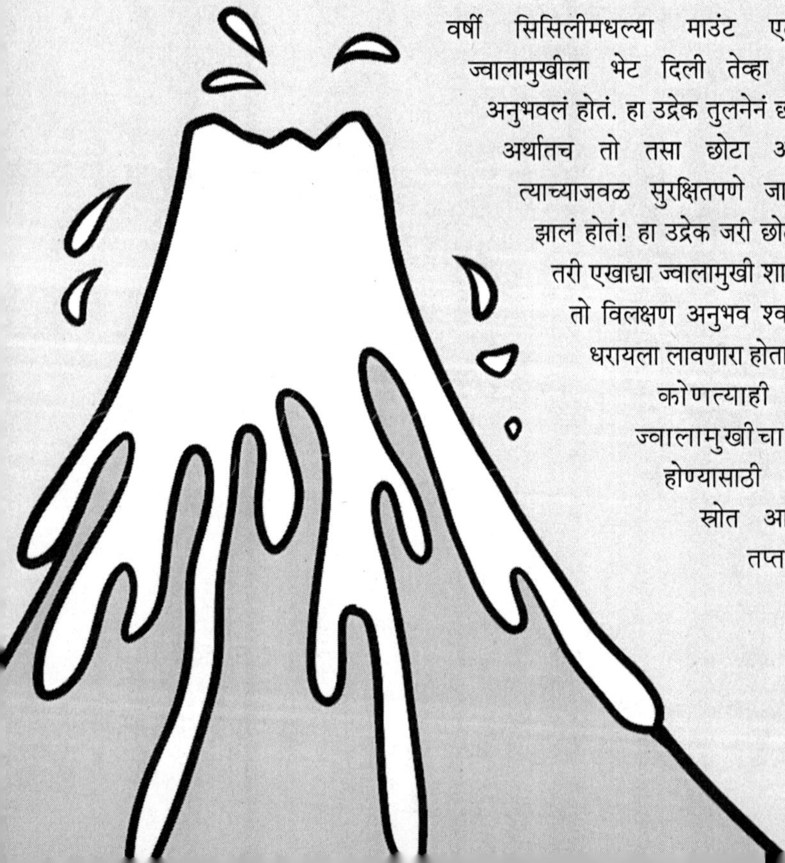

कोणत्याही ग्रहावर ज्वालामुखीचा उद्रेक होण्यासाठी उष्णतेचा स्रोत आणि खूप तप्त होऊन

वितळण्याजोगं काहीतरी आवश्यक आहे. पृथ्वीच्या बाबतीत तिच्या अंतरंगात उष्णतेचा मोठा स्त्रोत आहे. ही उष्णता प्रामुख्यानं तिच्या जन्माच्या वेळेपासून आत्तापर्यंत उरलेली आहे. याखेरीज पृथ्वीच्या पोटातील खडकांमध्ये होणाऱ्या किरणोत्सर्गामुळेही अंतरंगाचा भाग तप्त आहे. पृथ्वीच्या बाबतीत वितळण्याजोगी वस्तू म्हणजे आपण राहतो त्या बाह्य कवचाच्या आतील खडकांचा थर. या थराला प्रावरण असं म्हणतात. हा भाग मुख्यत: घट्ट असला तरी अत्यंत तप्त असल्यानं तो हळूहळू का होईना पण सरकल्याप्रमाणे प्रवाहित होण्याजोगा आहे. आपण पृथ्वीच्या पोटात जसजसं आत जाऊ तसतसं या भागाचं तापमान वाढत जातं. तापमानातील ही वाढकाही शेकडा अंश सेल्सिअस (आपल्या घरात आपण वापरतो त्या ओव्हनमधल्या तापमानाएवढं अथवा थोडं जास्त) ते ४००० अंश सेल्सिअस एवढं असतं. तुलनेसाठी पाहिलं तर सूर्याच्या पृष्ठभागाचं तापमान सुमारे ५००० अंश सेल्सिअस एवढं असतं. पृथ्वीच्या गाभ्यामध्ये असलेल्या वितळलेल्या अवस्थेतील भागापर्यंत आत जाताना असं हे तापमान सतत वाढत जातं. त्याचबरोबर पाण्यात सूर मारून खाली जाताना जसा दाब वाढल्याचं जाणवतं त्याप्रकारे आपण पृथ्वीच्या आत खोलवर जाताना दाबही सतत वाढत जातो.

म्हणजेच प्रावरण हे अतिशय तप्त असतं; पण तरीही ते घट्टच असतं. निसर्गात दोन प्रकारे प्रावरण वितळतं. भूविवर्तनी मंचांचं जिथं विभाजन होतं अशा आइसलंडसारख्या ठिकाणी अथवा हवाईसारख्या ठिकाणी जिथं अत्यंत तप्त अशा प्रावरणाचे गोळे हळूहळू वरच्या दिशेनं सरकतात त्या ठिकाणी प्रावरणावरचा दाब कमी होतो. त्यामुळं प्रावरणाचा वितळण्याचा बिंदू खाली घसरतो. पर्वतावर हवेचा दाब कमी असल्यानं कमी तापमानाला किटलीमधील पाणी कसं उकळतं हे तुम्ही पाहिलं असेल. प्रावरण वितळण्याचा हा पहिला प्रकार आहे. जपान किंवा इंडोनेशिया अशा ठिकाणी प्रावरण वितळण्याचं कारण वेगळं आहे. इथं प्रावरणात नवीन कशाची तरी भर पडून ते वितळतं. हिवाळ्यात रस्त्यावर साचलेलं बर्फ वितळावं म्हणून त्यावर मीठ फवारतात तसं हे आहे. दोन भूविवर्तनी मंच एकमेकांना ढकलत असतात. त्या नमवणी क्षेत्रात हे घडतं. एक मंच दुसऱ्या मंचाच्या खाली सरकून तो प्रावरणात घुसतो, आणि त्यामुळं पाणी व इतर गोष्टी प्रावरणात शिरतात.

प्रावरण वितळलं की त्यातून द्रवरूपातील खडक तयार होतात. या द्रवरूपी खडकाला मॅग्मा असं म्हणतात. हा शिलारस आजूबाजूच्या खडकांपेक्षा कमी घनतेचा असल्यानं तो पृष्ठभागाच्या दिशेनं वर सरकू लागतो. जिथं पृथ्वीचं कवच कमी जाडीचं आहे, अशा महासागरांखाली शिलारसाचा हा प्रवास तुलनेनं वेगात होतो. उलट

भूमिखंडांवर कवच जाड असल्यानं या प्रवासाला जास्त वेळ लागतो. जेवढा वेळ जास्त लागेल तेवढा हा शिलारस थंड होत जातो आणि जास्त चिकट होत जातो.

एखाद्या डोनटच्या आतून जॅम बाहेर झिरपावा असं न होता हा शिलारस जोराचा स्फोट होऊन बाहेर का पडावा? शिलारसात कार्बन डाय ऑक्साइडसारखे वायू विरघळलेले असतात आणि त्यात पाण्याची वाफदेखील असते. शिलारस वरवर चढत गेला की त्याच्यावरचा दाब कमी होत जातो. वायू आता विरघळलेल्या अवस्थेत राहू शकत नाही. त्यांचे बुडबुडे तयार होऊ लागतात. शिलारस आणखी वर जाऊ लागला की बुडबुडे आकाराने वाढत जातात आणि मग ते एवढे मोठे होतात की पृष्ठभागापाशी आल्यावर त्यांचा स्फोट होतो. जर कोका कोलाची बाटली कोणी हलवली असेल तर तिचं बूच उघडताना जसं फट् होतं त्याप्रमाणे इथं होतं. शिलारस चिकट असल्यास त्यात मोठ्या प्रमाणात बुडबुडे अडकून पडलेले असतात. काही ज्वालामुखींचा उद्रेक इतरांपेक्षा जास्त स्फोटक असल्याचं हेच कारण आहे.

पृथ्वीवरच्या बहुसंख्य ज्वालामुखींच्या उद्रेकासाठी हे स्पष्टीकरण आपण देऊ शकतो. पण आपल्या सूर्यमालेत ज्वालामुखी असणारी पृथ्वी ही एकमेव जागा नाही. एकदा आकाश निरभ्र असताना पौर्णिमेच्या चंद्राकडं बघा. त्यावर तुम्हाला मोठमोठे गडद रंगाचे चट्टे दिसतील. ते घट्ट झालेल्या लाव्हारसाचे आहेत. त्यांना 'मरे' असे म्हणतात. या लॅटिन शब्दाचा अर्थ समुद्र असा आहे. सुरुवातीच्या खगोल अभ्यासकांना ते समुद्र असावेत असं वाटलं होतं.

मंगळावर प्रचंड आकाराचे ज्वालामुखी आहेत. त्यातल्या एकाला ऑलिम्पस मॉन्स असं नाव आहे. हा मंगळावरचा आजवर माहीत असलेला सर्वांत मोठा ज्वालामुखी असून त्याची उंची वीस किलोमीटर आणि त्याचा विस्तार अमेरिकेतील ॲरिझोना राज्याएवढा प्रचंड आहे.

पृथ्वीपेक्षा आकारानं लहान असल्यानं पृथ्वीच्या तुलनेत चंद्र आणि मंगळ हे दोन्ही लवकर थंड झाले. त्यामुळं चंद्र आणि मंगळावरील ज्वालामुखी आता मृतावस्थेत आहेत. शुक्राचा आकार सर्वसाधारणपणे पृथ्वीएवढाच आहे. शुक्रावर अलीकडंच पाठवलेल्या यानानं मिळवलेली माहिती असं दर्शविते की कदाचित शुक्रावर जागृत अवस्थेतील लाव्हारसाचे प्रवाह असू शकतील.

सूर्यमालेत जे प्रचंड आकाराचे वायूने भरलेले प्रचंड ग्रह आहेत त्यांच्याभोवती फिरणाऱ्या उपग्रहांवर आपल्याला ज्वालामुखीचे अनेक वेगवेगळे प्रकार दिसतात.

गुरूच्या ज्ञात अशा साठ उपग्रहांपैकी अनेकांवर ज्वालामुखी आढळलेले आहेत. गुरूच्या मोठ्या उपग्रहांपैकी सर्वांत जवळून फिरणारा 'आयो' ही आपल्या सूर्यमालेतील ज्वालामुखीच्या बाबतीतली सर्वांत सक्रिय अशी जागा आहे. गुरूभोवती प्रदक्षिणा घालताना 'आयो'वर प्रचंड प्रमाणात बलांची क्रिया होऊन त्याचं तापमान वाढतं. त्याच्यावरचे ज्वालामुखी सक्रिय असल्यानं त्यामधून वायू आणि धुळीच्या मोठ्या ज्वाळा अवकाशात खूप उंचीपर्यंत फेकल्या जातात.

बर्फाच्या कवचात लपेटलेला युरोपा हा गुरूचा आणखी एक चंद्रदेखील महत्त्वाचा आहे. त्याचा पृष्ठभाग तुलनेनं अलीकडच्या काळातला असून त्यावर ज्वालामुखीची विवरे फारच कमी प्रमाणात आहेत.

सन २००५ मध्ये कॅसिनी या अवकाशयानानं शनीचा एक महत्त्वाचा चंद्र असलेल्या एन्सेलाडसच्या पृष्ठभागावरून वाफ आणि बर्फ यांची विशाल कारंजी उडत असल्याचा शोध लावला. इतकंच नाही तर सूर्यापासून खूप लांब अंतरावर असलेल्या नेपच्यून ग्रहाच्या ट्रायटन या चंद्राच्या पृष्ठभागावरून गडद रंगाचे पट्टे वर उसळत असल्याचं दृश्य व्हायोजर-२ या अवकाशयानानं टिपलं आहे. ट्रायटनवरचा नायट्रोजनचा बर्फ दूर अंतरावरील सूर्याच्या उष्णतेमुळं असा वर उडत असण्याची शक्यता आहे.

अलीकडच्या काळात आपल्या सूर्यमालेबाहेरही अनेक खडकाळ ग्रह असल्याचा शोध लागला आहे. कदाचित आज माहीत नसलेले ज्वालामुखीचे इतर काही विलक्षण प्रकार विश्वात अस्तित्वात असतील आणि तुमच्यासारखे भविष्यातील वैज्ञानिक त्यांचा शोध लावतील. या ग्रहावरून आपल्याकडं येणाऱ्या प्रकाशामधून त्यांच्यावरच्या वातावरणाची कल्पना येऊ शकते. ज्वालामुखीतून विशिष्ट वायू बाहेर पडत असल्यानं आपल्या सूर्यमालेबाहेरील ग्रहांवरील भूविज्ञानाची ही पहिली झलक आहे.

आपल्या ग्रहावरच्या ज्वालामुखींबाबत अजून जाणून घेण्याजोगं किती शिल्लक आहे हे बघून मी चकित होतो. यापलीकडंही विश्वात अजून कितीतरी शोधण्यासारखं आहे ही कल्पनाच विलक्षण आहे.

– टॅमसीन

नाही. तेव्हा एखाद्या यंत्रानं बर्फात असा आकार कापणं हे कसं काय शक्य आहे?''

''कॉसमॉस...'' एरिक म्हणाले, ''आम्ही आत्ता युरोपाचा जो भाग बघतो आहोत त्याचे नेमके संदर्भ बिंदू सांग.''

कॉसमॉसनं आज्ञा पाळून ताबडतोब ते काम केलं. पडद्यावर संख्यांच्या काही मालिका दिसल्या. ''होय... होय... अं..'' एरिकनं स्वत:शीच पुटपुटत पुन्हा त्या कापल्यासारख्या वाटणाऱ्या भोकाकडं नजर टाकली. ते पूर्णपणे गोंधळून गेलेले दिसले.

''काय झालं डॅडी?'' ॲनीनं विचारलं.

''हे संदर्भबिंदू तर अगदी बरोबर आहेत. ते या भागाशी जुळत आहेत हे खरं. पण हे असं घडायला अद्याप कितीतरी वर्षं जायला हवीत आणि...'' एरिक हे म्हणाले. पण जॉर्ज आणि ॲनी, दोघांनाही त्याचा अर्थ जरादेखील कळला नाही.

''*अर्टेमिस*...'' एरिक म्हणाले, ''ही जागा आणि तिथली योजना ही *अर्टेमिस*ची आहे. पण... *अर्टेमिस* अजून प्रत्यक्षात आलेली नाही. मला हे कळत नाही. हे अक्षरश: अशक्य आहे!''

''*अर्टेमिस*... म्हणजे ?'' ॲनीनं विचारलं.

एरिकनी ॲनीकडं लक्ष दिलं नाही. ते पोर्टल बंद करण्यासाठी भराभरा कॉसमॉसला आज्ञा देण्यात व्यग्र झालेले होते. ''मला जायला हवं... जायलाच हवं!'' असं म्हणत ते जवळजवळ दारापाशी पोहोचलेही होते.

''कुठं जायला हवं?'' ॲनीनं ओरडून विचारलं. ''डॅड... तुम्ही कुठं निघाला आहात?''

पण ॲनीच्या प्रश्नाला खूप उशीर झाला होता. तिचे डॅड केव्हाच दाराबाहेर पडून दिसेनासे झाले होते.

३

एरिक निघून गेल्यानंतर धाडकन आवाज होत दार आपटत असताना जॉर्जनं ॲनीनं विचारलेलाच प्रश्न पुन्हा विचारला, ''*अर्टेमिस* म्हणजे काय?''

ॲनीच्या डॅडच्या पावलांचा आवाज कमीकमी होत जात असताना त्यांना आणखी एक आवाज ऐकू आला. फोन खणखणत होता. मग तो ॲनीच्या ममनं उचलल्याचा आवाज आला.

''अं... म्हणजे *अर्टेमिस* म्हणजे कोण आहे किंवा काय आहे, हे मला माहीत आहे असं वाटतंय खरं. पण आपण कॉसमॉसला विचारलेलं बरं.''

''*अर्टेमिस*... शिकारीची ग्रीक देवता...'' कॉसमॉसनं तत्परतेनं माहिती पुरवली. ''तसेच एका लोकप्रिय वैज्ञानिक कादंबरीमधील एका अंतराळ मोहिमेचं नाव... बर्फाच्या आवरणाखाली एखाद्या हवेच्या बुडबुड्यात सजीव असतील का याचा शोध घेण्यासाठी काढलेली मोहीम... *अर्टेमिस*.''

''खरंच हे शक्य आहे?'' जॉर्जनं विचारलं. तो इतका उत्तेजित झाला होता की, तो बुटातल्या बुटात पायाची बोटं हलवत होता.

''फक्त एक सिद्धान्त एवढंच.'' कॉसमॉसनं उत्तर दिलं.

जॉर्जनं सुस्कारा टाकला. विज्ञानातल्या वर्महोल किंवा कालप्रवास यासारख्या मनाला भुरळ पाडणाऱ्या कल्पना केवळ 'एक सिद्धान्त' म्हणूनच अस्तित्वात असतात. आपण जर हे 'असं शक्य आहे का' असं विचारलं की वैज्ञानिक सर्वसाधारणपणे उत्तर 'नाही' असंच देतात.

''आणि प्रत्यक्षात काय?'' ॲनीनं विषय पुढं चालूच ठेवला. ''खरोखरच तिथं युरोपावरच्या महासागरांमध्ये काहीतरी पोहत तरंगत असू शकेल, आणि जर वरचं बर्फाचं आवरण आणि महासागरातलं पाणी यांच्यादरम्यान एखादा हवेचा बुडबुडा असेल तर त्यात सजीव असण्याची शक्यता आहे.''

''काहीतरी असेल म्हणजे काय?''

"अं... म्हणजे बघ. पृथ्वीवर सजीवसृष्टीच्या प्रारंभी महासागरांमध्ये ज्या प्रकारचे सजीव पोहत होते तसे." ॲनी एखाद्या माहीतगाराप्रमाणे म्हणाली,

"म्हणजे मागच्या टर्मच्या वेळी सजीवसृष्टीच्या रचनेचे घटक हा प्रकल्प केला होता ना तसं काहीतरी... तसं काहीतरी विकसित झालेलं असू शकतं. होय ना कॉसमॉस?"

"होकारात्मक," कॉसमॉस म्हणाला, "त्या कादंबरीत मानवांना अवकाशात नेण्याच्या प्रकल्पाला *'अर्टेमिस'* असं नाव होतं. त्याचप्रमाणे सूर्यमालेत कुठं सजीवसृष्टी आहे का याचा शोध घेण्याचंही उद्दिष्ट या प्रकल्पात आहे, असं दाखवलं होतं."

"म्हणजे माणसांनी युरोपावर जावं आणि तिथं काही सजीव अगोदरच आहेत का याचा शोध घ्यायचा. मग त्या सजीवांचा त्यांच्या नैसर्गिक पर्यावरणात अभ्यास करायचा. बरोबर?" ॲनीनं विचारलं.

"पण युरोपावर माणूस राहू शकणार नाही! तसा विचार करणं मूर्खपणाचं आहे." जॉर्ज म्हणाला, "आपण आत्ताच बघितलं की! तिथं सगळीकडं बर्फ सोडून इतर काहीही नाही."

"कदाचित, लोक तिथं दीर्घकाळ वास्तव्य करतच नाहीत," ॲनी विचार करत म्हणाली, "बर्फाखालच्या पाण्यात कोणी सजीव आहेत की नाही एवढं बघण्याइतकाच काळ माणसं तिथं राहतात अशी शक्यता आहे."

"त्या कादंबरीतले लोक युरोपावरचे सजीव आपल्याबरोबर पृथ्वीवर आणतात का?" जॉर्जनं विचारलं.

"माहीत नाही,' ॲनी म्हणाली, "म्हणजे मला वाटतं की त्यांची तशी इच्छा असणार... होय ना? तसं केलं की सजीव सृष्टीचा प्रारंभ कसा झाला हे आपल्याला कळू शकेल. होय ना?"

"पण ते धोक्याचं असणार नाही का?" जॉर्जनं साशंकपणे विचारलं.

"होय, परग्रहवासी सजीवांच्या बाबतीत ते खरं आहे," कॉसमॉस म्हणाला.

"नक्कीच. पण आपल्याला काय ज्ञान होऊ शकेल हे बघता ते विलक्षणच ठरेल. त्यामधून सजीव म्हणजे काय याचं रहस्य उलगडू शकेल."

"वॉव!... ही फक्त एक काल्पनिक कथा नसली तर किती बरं होईल." जॉर्ज म्हणाला, "जर *अर्टेमिस* मोहीम प्रत्यक्षात चालू असेल तर?"

"डॅडना माहीत असेल. बरोबर?... हे त्यांचं कामच आहे. म्हणजे अवकाश मोहिमांचं संचालन करणं. तेव्हा *अर्टेमिस* किंवा जी काही मोहीम आहे ती त्यांना माहीत असल्याशिवाय कशी काय चालू असेल?"

ॲनीची मम दरवाजातून डोकावली. तिच्या हातात फोन होता, "तुझी मैत्रीण

बेलिंडाच्या आईचा फोन आहे. तुझ्याकडून दर सेकंदापेक्षा कमी वेळात तिला सतत संदेश का येत आहेत असं ती विचारते आहे.''

ॲनी आणि जॉर्जनं एकमेकांकडं अर्थपूर्ण नजर टाकली. ॲनीनं चेहरा लांबोळका केला. पण ती आता पूर्वीएवढी अस्वस्थ नाही हे जॉर्जला तिच्या चेहऱ्याकडं बघून समजत होतं.

''सुझन...'' जॉर्जनं आपल्या मैत्रिणीच्या बाजूनं उभं राहण्याचं ठरवलं, ''ती बेलिंडा ॲनीवर सायबर दादागिरी करते आहे. तिनं ॲनीला खूप मोठ्या प्रमाणात अगदी खालच्या पातळीवरचे संदेश पाठवले आहेत.''

''आम्ही तुला ते संदेश दाखवू शकतो,'' ॲनीनं पुष्टी दिली.

''तसं करणंच योग्य होईल!'' ॲनीची आई करड्या आवाजात म्हणाली.

''म्हणून एरिकनी बेलिंडाचा उपद्रव थांबवण्यासाठी कॉसमॉसची मदत घेतली,'' जॉर्ज पुढं म्हणाला.

ॲनीच्या आईच्या भुवया उंचावल्या. ''थांबवण्यासाठी? पण ते कसं?'' तिनं बेलिंडाच्या आईला ऐकू जाऊ नये म्हणून फोनवर हात धरला होता.

''कॉसमॉस बेलिंडाला आयझॅक न्यूटन यांच्या पुस्तकांमधला मजकूर सतत पाठवतो आहे.'' ॲनी म्हणाली. तिचे डोळे आता चमकू लागले होते.

ॲनीची आई हसली. मग ती थेट कॉसमॉसकडं बघू लागली.

''कॉसमॉस... मी तुला कधी असं म्हणेन हे वाटलं नव्हतं. पण... कॉसमॉस, उत्तम काम केलंस!''

सुझन आणि कॉसमॉस हे जुने वैरी होते. दोघांचाही एकमेकांवर जरादेखील विश्वास नव्हता. दोघांनाही एकत्र राहण्याचा तिरस्कार होता. एखादं अतिशय महत्त्वाचं काम चालू असताना सुझन प्लग काढून टाकेल अशी भीती कॉसमॉसला वाटत असे, किंवा ती आपल्याला कचऱ्यात फेकून देईल की काय याची त्याला धास्ती होती. कारण सुझननं तसं अनेकदा बोलूनही दाखवलं होतं. कॉसमॉसला तिच्या घरात असलेलं महत्त्व तिला पसंत नव्हतं. त्याचप्रमाणे तंत्रज्ञानाचा हा जबरदस्त आविष्कार आपल्या घरात आपल्या बरोबरीनं राहतोय ही भावना तिला सतत अस्वस्थ करत असे.

''धन्यवाद, मिसेस बेलीस...'' कॉसमॉस नम्र स्वरात म्हणाला, ''तुमच्या सेवेत हजर राहण्याचा मला आनंद आहे.''

सायबर दादागिरी

आपण वापरतो ते इंटरनेट हे विस्मयकारक साधन आहे. आपण त्याचा वापर करून माहिती मिळवू शकतो, मित्रांशी संपर्क ठेवू शकतो, फोटो एकमेकांना पाठवू शकतो, खरेदी करू शकतो आणि खेळूही शकतो.

पण इंटरनेटची एक काळी बाजूदेखील आहे. इंटरनेट वापरतानाचा एक वाईट पैलू हानिकारक आणि भीतिदायक आहे. त्याला सायबर दादागिरी म्हणतात. ही एक प्रकारची दमदाटी किंवा दादागिरी आहे. फक्त ती इंटरनेट आणि फोनचा वापर करून केली जाते.

सायबर दादागिरीचा प्रकार एवढा पसरलेला आहे की ब्रिटिश चॅरिटी बुलिइंग, युके (www.bullying.co.uk) हे संकेतस्थळ असं सांगतं की, बहुतेक तरुण मुला-मुलींना कधी ना कधी याचा सामना करावा लागलेला असतो.

जी मुलं-मुली सायबर दादागिरीला बळी पडली आहेत त्यांना नानाप्रकारचे अत्यंत घाणेरडे संदेश येतात. समाज माध्यमांवर त्यांच्याविषयी खोटी माहिती देऊन घाणेरडी शेरेबाजी केली जाते. इतकंच नाही तर केवळ त्यांचा तिरस्कार करण्यासाठी म्हणून खास संकेतस्थळही तयार केलेलं असू शकतं. अशी दादागिरी करणाऱ्यांना इंटरनेट अतिशय प्रिय आहे. कारण त्यामुळंच त्यांना त्यांची विकृत शेरेबाजी जगात जास्तीतजास्त लोकांपर्यंत पोहचवता येते.

वर उल्लेख केलेल्या संकेतस्थळानुसार दादागिरी करणारे बहुसंख्य लोक त्यांनी लक्ष्य केलेल्या लोकांचे उत्तम मित्र असतात. त्यामुळं त्यांना त्यांच्याबद्दल भरपूर माहिती असते.

अनेकदा इंटरनेट वापरणाऱ्यांना हा अनुभव येतो की, इंटरनेटवरून झालेले त्यांचे 'नवीन' मित्र हे जसे भासतात तसे प्रत्यक्षात नसतात. काही जण जरी वाटले तरी वयानं लहान नसतात. हे वयानं मोठे असलेले लोक तुम्हाला भुलवण्यासाठी तसं सोंग घेतात. त्यांच्याकडं तुमचे खासगी फोटो पाठवण्यासाठी किंवा व्हिडिओ पाठवण्यासाठी विनंती किंवा कधीकधी धमक्या येऊ लागतात. हे असे 'नवीन' मित्र तुम्हाला सांगतात की, जर तुम्ही त्यांना हवं ते केलं नाहीत तर ते तुमच्या आईवडिलांना तुमच्याविषयी वाईटसाईट सांगतील. याला 'ग्रुमिंग'असं म्हणतात. म्हणजेच इंटरनेटचा वापर करून तुम्हाला अयोग्य पद्धतीनं वागायला प्रवृत्त करणं किंवा भाग पाडणं.

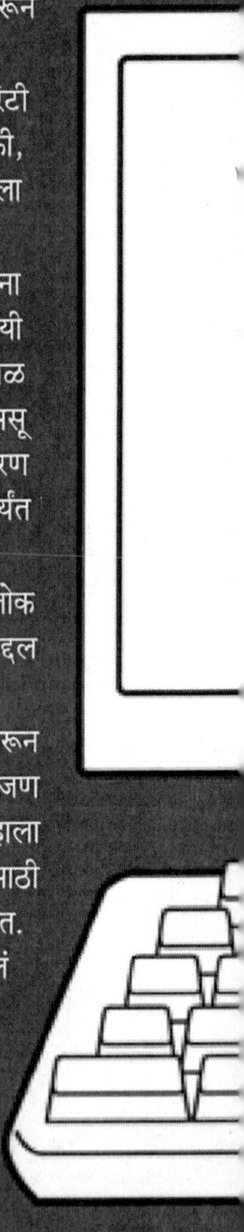

तुम्ही किंवा तुमच्या परिचयामधील कोणी अशा ग्रुमिंग किंवा सायबर

दादागिरीला बळी पडत असाल तर तुमचा ज्या मोठ्या माणसांवर विश्वास आहे, त्यांना हे सांगणं फार महत्त्वाचं आहे. तुमच्यावर दबाव आणणारे काहीही सांगत असतील तरी यात तुमचाच दोष आहे, असा विचार कधीही करू नका.

इंटरनेटचा वापर करताना अशा समस्यांपासून दूर राहण्यासाठी व सुरक्षित राहण्यासाठी खालील काही मुद्दे महत्त्वाचे आहेत –

* तुम्हाला ज्याबद्दल शरम वाटेल असे कोणतेही फोटो इंटरनेटवरून कोणालाही पाठवू नका. विशेषत: ज्यांच्याबद्दल तुम्हाला काहीही माहिती नाही, अशांना तर अजिबात नाही.
* ज्या गोष्टी तुम्ही खासगीतही बोलणार नाही, असं काहीही सांगू नका.
* हे लक्षात ठेवा की, इंटरनेटवरील वर्तनासंबंधी अतिशय कडक असे कायदे आहेत. अगदी निनावी वाटणारेही सर्व प्रकारचे संदेश, शेरे, पोस्ट या सगळ्याचा माग पोलीस काढू शकतात.
* कोणत्याही फसव्या पोस्टला किंवा चिडवणाऱ्या संदेशाला उत्तर देऊ नका. याला पेटवणं (फ्लेमिंग) असं म्हणतात. सायबर दादागिरी करणाऱ्यांना असं करणं प्रिय असतं.
* दादागिरीचा पुरावा सांभाळून ठेवा. सायबर दादागिरी रोखण्यासाठी अनेक कडक कायदे आहेत. पोलिसांना असे संदेश आणि पोस्ट बघण्यासाठी मिळणे आवश्यक आहे.

अॅनीची आई तिथून निघून गेली. पण तरीही फोनवरचं तिचं बोलणं ऐकू येतच होतं. ती करड्या आवाजात म्हणत होती, "बेलिंडा माझ्या मुलीला जे संदेश पाठवते आहे त्यावर एकदा नजर टाकावी असा माझा सल्ला आहे. तुम्ही ते केलं आणि आपण पुन्हा माझी मुलगी किंवा इतर कोणाच्याही बाबतीत असं काही करणार नाही याचं वचन बेलिंडानं दिलं की मगच आम्ही आमच्या संगणकाला संदेश पाठवणं थांबव असं सांगू!"

पलीकडच्या बाजूनं काहीतरी रागारागानं चिरक्या आवाजात बोलणं ऐकू आलं.

"होय. उत्तम. धन्यवाद," सुझन म्हणाली, "होय. तुमच्या मुलीला ते लिहायला सांगा. होय. कागदावर पेननं, आणि मग ते पत्र अॅनीला पाठवायला सांगा. मला तुमच्या मुलीनं यापुढं अॅनीला इलेक्ट्रॉनिक प्रकारे कसलाही संबंध ठेवलेला चालणार नाही. त्यानंतर मी आमच्या संगणकाला संदेश पाठवणं थांबवायला सांगेन. पण जर का अॅनी किंवा शाळेतल्या इतर कोणाच्याही बाबतीत हे पुन्हा सुरू झालं तर आम्ही हे सगळं पुढं नेऊ हे कृपया लक्षात ठेवा."

सुझननं फोन ठेवला. मग ती दरवाजातून आत डोकावली. तिनं अॅनी आणि जॉर्जकडं बघून अंगठा उंचावला, "कॉसमॉस आता तू थांबलास तरी चालेल, आणि पुन्हा एकदा धन्यवाद!" एवढं बोलून झाल्यावर ती पुन्हा आपला व्हायोलिनचा रियाज करायला निघून गेली.

कॉसमॉसनं संदेश पाठवणं थांबवलं.

"वॉव!... हे फारच छान झालं!" जॉर्ज म्हणाला.

"होय, आणि मम डॅडना मी हे सगळं सांगावं हे तुझं म्हणणं बरोबर होतं," अॅनीनं एक सुस्कारा टाकला, "मला सांगायचं होतं... पण मी सांगू शकत नव्हते. मला तसं करायची शरम वाटत होती... म्हणजे हे शाळेतलं सगळं काही माझं मीच बघायला हवं असं मला वाटत होतं. डॅड आणि ममला शाळेत यायला लावून मला त्यांचा अनावश्यक बाऊ करायचा नव्हता. तसं झालं तर ते फारच वाईट होईल, अशी माझी समजूत होती. पण अखेर त्यांना सांगितलं हे खरोखरच फार चांगलं झालं."

"होय..." जॉर्ज म्हणाला, "आणि तू कोणालाही सांगितलं नसतंस तर ते सगळं चालूच राहिलं असतं."

"बरोबर," अॅनी म्हणाली, "धन्यवाद जॉर्ज."

"माझ्याजवळ जगातल्या सर्व ग्रंथालयांमधला पुस्तकांचा साठा आहे," कॉसमॉस म्हणाला, "तेव्हा तुला जर मी ते परत सुरू करायला हवं असेल तर फक्त तशी आज्ञा दे."

"तसं करावं लागू नये अशी आशा आहे," ॲनी म्हणाली, "आपल्या माणूस आणि संगणकाच्या जोडीनं सध्याचा प्रश्न सोडवला आहे, आणि शाळेतल्या इतर त्रासदायक मुलींच्या बाबतीत बोलायचं तर मी मुळातच पुढची कित्येक युगं शाळेतच जाणार नाही. जेव्हा जाईन तेव्हा मी अंतराळवीर झालेली असेन आणि मंगळावर जाण्यासाठी प्रशिक्षण घेत असेन. तेव्हा त्यांचं त्यांच्यापाशी!"

"आयुष्य एकदाच मिळतं हे खरं," जॉर्ज म्हणाला. ॲनी पुन्हा चिवचिव करू लागली आहे हे बघून त्याला आनंद झाला होता. "याचा अर्थ आपण परत एकदा *अर्टेमिस...?*"

"होय! कॉसमॉस तू आम्हाला पुन्हा युरोपाचं ते दृश्य दाखवू शकशील का? म्हणजे मग आम्ही त्या वर्तुळाकडं पुन्हा नीट बघू शकू."

"अर्थातच..." कॉसमॉस म्हणाला. युरोपावरचं दृश्य क्षणभर दिसलं न दिसलं तोच तो अदृश्य झालं. त्या जागी हिरव्याकाळ्या रंगाचे असंख्य चौकोन दिसू लागले. कॉसमॉसनं पुन्हा प्रयत्न केला. पण पुन्हा तेच झालं.

"माहिती करप्ट झालेली आहे. मला ती प्रतिमा मिळू शकत नाही," कॉसमॉस म्हणाला.

"ओह!" ॲनी म्हणाली, "तू पूर्वी जशी पोर्टल उघडली होतीस तशी उघडून आम्हाला युरोपा दाखवू शकशील का?"

"नकार", कॉसमॉस म्हणाला, "संघामधल्या कनिष्ठ सभासदांनी पोर्टल उघडण्याची दिलेली आज्ञा मला स्वीकारता येत नाही."

"ओह...!" ॲनी रागावून म्हणाली, "तुला तसं करायला सांगण्यासाठी आम्हाला डॅडना इथं आणावं लागेल असं तुला म्हणायचं आहे का?"

"होकार"

"ते तसं फोनवर करू शकशील का? म्हणजे मी त्यांना फोन करते आणि तू ते सांगतील ते स्पीकरवर ऐकशील. चालेल?"

"सिद्धान्त म्हणून ठीक... पण युरोपाकडं जाणारी आणि येणारी सगळी माहिती आता ब्लॉक झालेली आहे. इतकंच काय पण योग्य ती परवानगी असूनही मला आता चंद्राबद्दलची कोणतीही माहिती मिळू शकत नाही."

"मग तू सूर्यमालेतील इतर ग्रह किंवा त्यांचे चंद्र यांच्याबद्दल माहिती मिळवू शकतोस का?" जॉर्जनं विचारलं.

"बुध... होय!... शुक्र... होय! मंगळ, लघुग्रहांचा पट्टा, गुरू, शनी, गोठलेल्या

वायूंचे ग्रह, खुजे ग्रह... सर्व काही ठीक आहे... सूर्यमाला जागच्या जागी आहे. एक तेवढा चंद्र सोडला तर... तो सापडत नाही.''

''युरोपा? त्याचं काय...'' ॲनीचा विश्वास बसत नव्हता, ''...तो गायब?''

''होय... आत्ता या वेळी होकार. तसं आहे खरं. युरोपा .. त्याच्या जागी नाही.''

''पण हे अशक्य आहे,'' जॉर्ज म्हणाला, ''युरोपा एवढा मोठा उपग्रह असाच गायब होऊ शकत नाही.''

''तसा तो होऊ शकत नाही, पण झालाय.'' कॉसमॉसनं उत्तर दिलं.

''अरेरे... कोणा परग्रहवासी लोकांनी युरोपा ताब्यात घेतला तर नसेल ना? पण त्यांना तो का हवा असेल?'' ॲनी म्हणाली.

''आपल्याला तिथं ज्या कारणासाठी जायचं होतं, कदाचित त्यासाठीच. म्हणजे मला तसं वाटतं,'' जॉर्ज म्हणाला, ''त्यांना तिथं एखादा नवीन सजीव निर्माण करायचा असेल तर?''

''म्हणजे डॉल्फिनची भयानक आवृत्ती?'' ॲनी म्हणाली, ''ते भीतिदायक ठरेल.''

''एखाद्या शार्कच्या आवृत्तीपेक्षा कितीतरी बरं.'' जॉर्ज म्हणाला, ''ते तर फारच भीतिदायक होईल.''

''अं...''

''कदाचित ते भोक मासेमारीसाठी केलं असेल. म्हणजे अलास्काच्या बर्फाळ प्रदेशातले इनुइट लोक जसे बर्फात भोक पाडून खालचे मासे पकडतात तसं.'' जॉर्ज म्हणाला. तो विचार करत नंतर म्हणाला, ''कदाचित *अर्टेमिस* ही एखादी मासेमारी करणारी नाव असावी. फक्त अटलांटिक ऐवजी ती युरोपावरच्या समुद्रात शिरली इतकंच.''

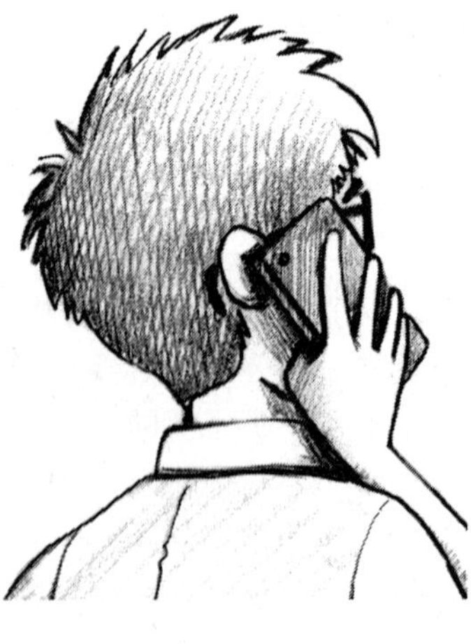

ॲनीनं झटक्यानं खिशातला फोन बाहेर उपसला आणि डॅडना फोन लावला. ॲनीच्या वडिलांनी तो तत्काळ उचलला, ''ॲनी?'' ते घाईघाईने म्हणाले, ''ॲनी कॉसमॉस बंद कर- ताबडतोब!''

''का?... आम्ही फक्त – ''

''ॲनी, फक्त मी सांगतो तसं कर. लगेच.'' ॲनीचे डॅड आता हलक्या आवाजात पण घाईघाईनं बोलत होते.

“त्याला ताबडतोब बंद कर. मी घरी येईपर्यंत तुम्ही कोणतीही माहिती मिळवण्याचा प्रयत्न करू नका.” त्यांनी फोन बंद केला. पण लगेच पुन्हा फोन लावला. “तू कधी युरोपाचं निरीक्षण केलेलं नाहीस. नाही ना?” ॲनीच्या डॅडचा स्वर गंभीर होता.

“ओह डॅड! मी फ्रान्स, जर्मनी, स्पेन, इटली अशी युरोपात अनेक ठिकाणी फिरली आहे की...” मग तिच्या लक्षात आलं, “ओह! तुम्ही त्या युरोपाबद्दल विचारता आहात होय. नाही. अर्थातच नाही. कधीही नाही.”

ॲनीच्या डॅडनी फोन बंद केला.

पूर्वी एखाद्या धाडसी सफरीवर जायच्या आधी वाटायची तशी हुरहुर जॉर्जला वाटू लागली होती.

“माफ कर,” ॲनी म्हणाली, “कॉसमॉस, मला हे करायचं नाही, पण मला ते करणं भाग आहे.” तिनं कॉसमॉस बंद करण्यासाठीचं बटण दाबलं. पाठोपाठ हळूहळू कॉसमॉसचा पडदा गडद होत काळा झाला.

“आता पुढं काय?” जॉर्जनं विचारलं. “आपण आता तुझे डॅड येऊन परवानगी देत नाहीत तोपर्यंत इंटरनेटवरही युरोपा किंवा *अर्टेमिस* याबद्दल काहीही शोधायला नको.”

“हं...” ॲनी म्हणाली, “इथं नक्कीच काहीतरी रहस्य आहे,” ती विचारात पडली होती. मग ती म्हणाली, “मला कळलं आता!” तिचा चेहरा उजळला.

“आपण परत एकदा ‘अंतराळवीर पाहिजेत’ या जाहिरातीकडं बघू या. आपण आता कॉसमॉसचा वापर करून अंतराळात जाऊ शकत नाही तर आपण आणखी एखादा मार्ग शोधू या, आणि ही आपल्यासाठी सर्वोत्तम संधी आहे.”

“ठीक आहे,” जॉर्ज म्हणाला, “पण त्याचा *अर्टेमिस*च्या बाबतीत आपल्याला काहीही उपयोग होणार नाही. युरोपापासून मंगळ खूप लांब आहे, आणि तिथं मंगळावरही आपण पुढची कित्येक युगं जाऊ शकणार नाही.”

“पण हे बघ. आपण जर प्रशिक्षणासाठी निवडलो गेलो तर कॉस्मोड्रोम-२ मध्ये जाऊ शकू.”

“म्हणजे अंतराळवीर हवेत ही जाहिरात कॉस्मोड्रोम-२ बद्दल होती की काय?” जॉर्जनं चकित होऊन विचारलं. एरिकचं कामाचं ठिकाण एवढं गुप्त होतं की ते कोणालाच माहीत नव्हतं आणि गुगलवरही ते सापडत नसे. जर ते ठिकाण सापडलंच तर त्या जागी एक जुना कारखाना आहे हे दिसत असे.

“होय.” ॲनीनं होकार दिला. “आणि मी पैजेवर सांगते की याच जागी कॉस्मोड्रोम-२ आहे. म्हणूनच डॅड इतक्या घाईघाईनं तिकडं गेले आहेत. युरोपावर काय चाललंय हे बघायलाच ते गेले असणार.”

"पण कॉस्मोड्रोम-२ असं नाव का आहे? कॉस्मोड्रोम-१ चं काय झालं?

"त्यांनी त्याची बांधणी वाळवंटात केली होती. ते फार तापलं म्हणून मग तिथून हलवलं ते."

"नेहमीचीच समस्या!" जॉर्ज म्हणाला, "या लोकांना मंगळावर वसाहत कशी निर्माण करायची हे समजतं असं तुला वाटतं का?"

"नाही ना." ॲनी म्हणाली, "या मोठ्या–वयानं वाढलेल्या लोकांना म्हणूनच तर चलाख लहान मुलांची मदत लागते. खरंच, या बाबतीत ज्ञान असणाऱ्या पोरांनी त्यांना काय करायचं ते सांगावं लागतं." ॲनी हसली. तिनं कॉसमॉसला जोडलेली तिची टॅब्लेट काढून घेतली. कॉसमॉसनं तिची मैत्रीण बेलिंडाला पाठवलेले हजारो संदेश बघून तिला हसू आलं होतं. उत्तरादाखल एकच संदेश होता. 'माफ कर.'

"अरेरे .. आपण पृथ्वीवासीय गोष्टी किती गुंतागुंतीच्या करून टाकतो." ॲनीनं एक उसासा टाकला.

"मंगळावरचं जीवन साधं सरळ असेल," जॉर्ज म्हणाला आणि त्यानं ॲनीच्या टॅब्लेटवरचा 'अंतराळवीर पाहिजेत' या जाहिरातीमधला फॉर्म उघडला. "फक्त तू आणि मी, आपण मंगळावरच्या वाळवंटात शोधकार्य करतोय याची कल्पना कर."

"चल तर मग!" ॲनी म्हणाली, "त्या मंगळावर चालणारे पहिले दोघं आपण का असायला हवं ते त्यांना सांगू या..."

४

दुसऱ्या दिवशी शाळेतून परत आल्यावर जॉर्ज घरात घुसला आणि तितक्याच वेगानं मागच्या दारातून बाहेर पडला. जाताना तो फक्त त्याच्या आईनं बनवलेले कोबी, घेवडा आणि गाजराचे मफीन तोंडात कोंबण्यापुरता थांबला होता. त्याच्या दोन लहान बहिणी जुनो आणि हेरा यांनी स्वयंपाकघरात पसरलेल्या खेळण्यांवरून उड्या मारत तो बागेत शिरला. तोंडात मफीन अर्धवट कोंबलेलं असतानाच तो घाईघाईनं झाडावरच्या खोपट्यात चढला. ॲनी तिथं अगोदरच असण्याची त्याला अपेक्षा होती. त्याची निराशा झाली नाहीच.

"मफीन खातेस का?" तोंडातलं मफीन काढत जॉर्ज म्हणाला.

"ऑ... नको. धन्यवाद!" ॲनी अंग चोरत म्हणाली, "ते उष्टं आहे तुझं!" ॲनीचं काहीतरी बिनसल्यासारखं वाटत होतं.

जॉर्जला जरासं खचल्यासारखं वाटलं. काल संध्याकाळी ॲनी जशी आनंदात होती, तशीच ती असावी अशी त्याची अपेक्षा होती. त्यानं तिला थोडं उत्साहित करायचा प्रयत्न केला. "ते छान लागतं... आणि तू नेहमीच माझ्या आईनं बनवलेले पदार्थ आवडतात असं म्हणतेस!"

"आवडतात नाही तर फारच आवडतात आता असं म्हण," ॲनी स्वत:शीच बोलत असल्याप्रमाणे म्हणाली, "तुझे आई-वडील सध्या एकदम छान वाटू लागले आहेत."

खरोखरच जगानं आता जॉर्जचे आई-वडील डेझी आणि टेरेन्स यांची दखल घ्यायला सुरुवात केली असावी असं दिसत होतं. त्यांचे पर्यावरणवादी दृष्टिकोन, घरातच बनवलेले कपडे, त्यांचं भाजीपाला लावणं, टेरेन्स यांची दाढी आणि बागेतलं मधमाशांचं पोळं या सगळ्याबद्दल लोक त्यांना हसायचे. पण ॲनी आणि जॉर्ज यांची ओळख झाल्यापासूनच्या अगदी छोट्या अवधीत सगळं वेगानं बदलून गेलं होतं. टेरेन्स आणि डेझी यांच्यासारखं असणं ही एक फॅशन बनली होती. त्यांची अन्नसहकारी संघाची कल्पना आणि रोज घरीच बनवला जाणारा ब्रेड यांच्यावर गुळगुळीत मासिकांमध्ये लेख छापून आले होते. टेरेन्सना त्यांच्या 'जगण्याच्या पद्धतीबद्दल' व्याख्यानं देण्यासाठी निमंत्रणं येऊ लागली होती. जंगलातून मिळवलेल्या वस्तूंचा वापर करून बनवलेल्या विविध पदार्थांसंबंधी डेझीनं एक पुस्तकही प्रसिद्ध केलं होतं.

"होय. कोणाला तरी याची कल्पना आली होती का!" जॉर्ज स्वत:शी म्हणाला. जॉर्ज लहान होता तेव्हा त्याला आपण आजूबाजूच्या इतर मुलांसारखं असावं असं सतत वाटत असे. पण त्या वेळी त्याला सातत्यानं आपल्या आई-वडिलांमुळं फजीत व्हावं लागायचं. आता तो मोठा झाला होता आणि सगळे जण त्याच्या आईवडिलांचं कौतुक करत असल्यानं त्याला आता त्यांचा अभिमान वाटू लागला होता. आपण लहान असताना आपल्या आईवडिलांनी आपल्याला लोहयुगातल्या एखाद्या तात्पुरत्या छावणीत राहत असल्याप्रमाणे ठेवलं हे आपण विसरू शकू की नाही, हे त्याला सांगता आलं नसतं. त्यांनी नंतर तसं राहणं सोडलं. त्यासाठी त्याच्या कडक स्वभावाच्या आजीला–मेबलला हस्तक्षेप करावा लागला होता. तिनं अक्षरश: जॉर्जच्या आईवडिलांना चिखलातून बाहेर काढलं होतं. पण आपल्याला इतर मुलांमध्ये मिसळता येत नाही, ही भावना तो विसरू शकत नव्हता. शाळेत कुठल्याही गोष्टीसाठी निवड होताना तो सगळ्यात शेवटी असायचा किंवा तो बोलायचा प्रयत्न करत असताना इतर मुलं तोंड फिरवून जायची हे अनुभव त्याच्या पक्के लक्षात होते. आता ॲनीला तिच्या शाळेतल्या मैत्रिणींच्या बाबतीत जे घडलं ते विसरण्यासाठी दुसऱ्या कशाकडं तरी आकर्षित करून घेणं हेच आपण करायला हवं,अशी त्याची खात्री झाली होती. अवकाशासंबंधी कशात तरी तिचं मन रमवलं तर बरं होईल. जर त्यात एखादं गूढ असेल तर आणखीनच चांगलं होणार होतं.

"युरोपाचं काय? अजूनही तो गायब आहे का की तुझ्या डॅडनी त्याला परत शोधून काढलं आहे?" जॉर्जनं मफीनचा उरलेला तुकडा पुन्हा तोंडात कोंबत विचारलं. तसं करताना त्याचे बारीक तुकडे इकडंतिकडं उडाले.

"माहीत नाही," ॲनी म्हणाली, "डॅडनी आपल्याला काहीही करायचं नाही

असं बजावलं आहे. लक्षात आहे ना?''

''म्हणजे आता महासागरात *'अर्टेमिस'* ची काहीही हालचाल नाही तर?'' जॉर्जनं विचारलं. त्याचा अपेक्षाभंग झाला होता. एरिकनी ॲनीला या विशिष्ट बाबतीत लक्ष घालू नको असं सांगणं आणि ॲनीनं ते ऐकणं यावरच त्याचा विश्वास बसत नव्हता. अवकाशाशी संबंधित कोणत्यातरी रहस्याबद्दल गुप्तहेराप्रमाणे काहीतरी करायच्या संधीकडं ॲनी दुर्लक्ष करू शकेल हे तिच्या स्वभावाला धरून नव्हतं. तिला त्याबद्दल अजून वाईट वाटत असणार असं त्याला मनोमन खात्रीनं वाटत होतं.

''काही कल्पना नाही,'' ॲनीनं उसासा टाकला, ''माझ्या पितापक्ष्याचं अजून दर्शन झालेलं नाही.''

''म्हणजे? एरिक अजून घरी आलेले नाहीत?''

''मी ममला त्याबद्दल विचारलं. तर आपलं घर कुठं आहे हे जर त्यांना आठवलं तरच मला आश्चर्य वाटेल, असं ती म्हणाली.'' ॲनी अगदी सपाट आवाजात बोलत होती.

''अॅ...''

''ती असंही म्हणाली की तिला नेहमीच असं वाटायचं की तिनं चुकून कॉसमॉसशी लग्न केलं की काय,'' ॲनी अस्वस्थ दिसत होती, ''आणि आता आपण इबॉटशी लग्न केलंय असं तिला वाटतंय, हे ती म्हणाली.''

'इबॉट' हा एरिकचा खास असा ॲन्ड्रॉइड रोबो होता. तो एरिकसारखा एवढा हुबेहूब दिसत असे की अंधूक प्रकाशात दोघांच्यामध्ये जरादेखील फरक करता येत नसे.

''हे फारच चमत्कारिक आहे,'' जॉर्ज म्हणाला, ''तुझी मम हे काय बोलते आहे? संगणकाशी कोणी लग्न करू शकतं का!''

''एकदा माझ्या घरात राहून बघ,'' ॲनी पोनिटेलच्या टोकाशी अस्वस्थपणे चाळा करत म्हणाली, ''हे मोठे लोक काय बोलतात त्याचा बहुतेक वेळा अर्थ लावता येत नाही.''

''आणि 'इबॉट' कुठं आहे?'' जॉर्जनं विचारलं. आपण एरिकची ही प्रतिकृती एवढ्यात पाहिलेली नाही हे त्याला जाणवलं.

''अं... मला माहीत नाही,'' ॲनी सहजरीत्या म्हणाली.

''तुला माहिती आहे,'' जॉर्ज तिच्या स्वराला फसणारा नव्हता, ''कुठं आहे तो?''

''अं... म्हणजे... मी त्याला...'' ॲनी खजील झाल्यासारखी भासली,''... मी त्याला दोन दिवसांपूर्वी कॅन्डी आणायला पाठवलं होतं तो अजून घरी परत

आलेला नाही.''

''पण 'इबॉट' खरेदी कशी काय करू शकेल?''

''मायक्रोचिप... त्यातून रक्कम पाठवण्यासारखं काहीतरी.''

''आणि त्यानं तेव्हापासून तुझ्याशी संपर्क साधलेला नाही?'' जॉर्जनं विचारलं. पण एखादा 'इबॉट' लांब अंतरावरून कसा संपर्क साधू शकेल, हे त्याला माहीत नव्हतं.

''अजिबात नाही. संपूर्ण शांतता!''

जॉर्जनं डोकं खाजवलं. आपल्या मैत्रिणीच्या मनावरचं मळभ कमी करण्यासाठी काय करता येईल, याचा तो विचार करत होता. ''ओहो!... अंतराळवीर हवे आहेत!... ॲनी तुला त्यांच्याकडून काही उत्तर आलं का?''

''मी आलेले संदेश वाचलेले नाहीत!'' ॲनी एकदम जणू स्वप्नातून जागी झाल्याप्रमाणे म्हणाली, ''मी या आधी असं कधीच केलेलं नाही. हे चमत्कारिकच आहे.''

जॉर्जनं खोपटाच्या जमिनीवर पडलेली ॲनीची टॅब्लेट तिच्याकडं सरकवली. तिनं भराभरा बोटं फिरवून बघितलं. तिला हवं होतं ते उत्तर सापडलं. ''ओह माय गॉड!'' ती एकदम सावरून बसत म्हणाली, ''आपण कदाचित ते करू शकणार आहोत. जॉर्ज आपण पहिल्या पातळीवरून पुढं सरकलो आहोत! आपण त्यांच्या पहिल्या यादीमध्ये आहोत. पुढच्या काही दिवसांमध्ये ते त्यावर निर्णय करणार आहेत. पण आपली निवड होणार असं मला नक्की वाटतंय.''

''वाहवा!'' जॉर्ज आनंदानं ओरडला, ''तेव्हा हे सगळं कधी सुरू होणार आहे?''

''पुढच्या आठवड्यात,'' ॲनी म्हणाली, ''त्यांच्याकडं शेवटच्या दोन जागा शिल्लक आहेत. पण ते दोघं आपणच असणार, हे मी पैजेवर सांगायला तयार आहे. वॉव! वॉव! जॉर्ज आपण अंतराळवीर बनणार आहोत. आपण मंगळावर जाणार!'' ॲनी आनंदानं उड्या मारू लागली.

त्याच क्षणी त्यांना ॲनीच्या घरासमोराच्या रस्त्यावरून करकचून ब्रेक लावल्याचा कर्कश आवाज ऐकू आला. पाठोपाठ गाडीचं दार जोरानं लावल्याचा आणि कोणीतरी घाईघाईनं येत असल्याचा आवाज ऐकू आला.

''हे ऽऽ,'' ॲनी आनंदानं चित्कारली. ''डॅड, त्यांच्या ड्रायव्हरविरहित गाडीतून घरी परत आलेत! चल आपण त्यांना सांगू या.''

ॲनी आणि जॉर्ज भराभरा झाडावरच्या खोपटातून खाली उतरले. शेवटच्या पायऱ्या न उतरता सरळ उड्या टाकून ते वेगानं मागच्या दाराकडं धावले. एरिक नेमके त्याच क्षणी स्वयंपाकघरात शिरत होते.

जॉर्ज आणि ॲनी एकदम जागच्याजागी थबकले. एरिकच्या हातात एक पुठ्ठ्याचं खोकं होतं आणि त्यात बऱ्याच जुन्यापान्या वस्तू होत्या. त्यातच अगदी मलूल पडलेलं एक रोप आणि काही फोटोफ्रेम होत्या. एरिकनी ते खोकं टेबलावर एवढ्या जोरात आदळलं, की त्या बिचाऱ्या रोपाची उरलीसुरली पानंही गळून पडली. एरिकचा चेहरा रागानं वेडावाकडा झालेला होता. असा चेहरा त्यांनी पूर्वी कधीही पाहिलेला नव्हता. त्यांच्या सर्वसाधारणपणे फिक्कट चेहऱ्यावर लालभडक ठिपके दिसत होते आणि डोळे रागानं धुमसत होते. त्यांनी खोक्यामधून एक मग बाहेर काढून ॲनीच्या हातात ठेवला, ‘‘भेटवस्तू.’’ त्यांच्या आवाजात कडवटपणा होता.

मगावर ‘जगामधले सर्वांत महान वैज्ञानिक’ असं लिहिलेलं होतं. ॲनीनं मग गोल फिरवून नावं वाचली-*बोर, डार्विन, आईन्स्टाईन, डिरॅक*. मग ती वाचायची थांबली, ‘‘तुमचं नाव त्याच्यावर नाही!’’

‘‘नाही, हा अखेरचा फटका आहे खरोखरच.’’

ॲनीनं मग घाईघाईनं टेबलावर ठेवला.

‘‘मी तुमच्यासाठी चहा बनवू का?’’ जॉर्जनं विचारलं.

‘‘का नाही?’’ एरिक काहीशा जोरात म्हणाले, ‘‘अखेर आता चहा पिण्याखेरीज मी करण्याजोगं काही राहिलेलंच नाही.’’

ॲनीची मम स्वयंपाकघराच्या दारात आली. ‘‘हे काय?’’ ती साशंकपणानं म्हणाली, ‘‘तुम्ही घरी कसे काय आला आहात?’’

‘‘कारण मी इथं राहतो,’’ एरिक वळून ॲनीच्या ममकडं बघत म्हणाले,

त्यांच्या आवाजात कंप जाणवत होता.

“तू इथून सटकलास तर बरं!” ॲनीनं हलक्या आवाजात जॉर्जला सूचना दिली.

जॉर्ज हलक्या पावलांनी मागच्या दरवाजाकडं निघाला. आपण कोणाच्याही लक्षात न येता बाहेर सटकू शकू असं त्याला वाटलं होतं खरं; पण तसं व्हायचं नव्हतं.

“जॉर्ज!” एरिकनी जोरात आणि काहीशा कृत्रिम मित्रत्वाच्या भाषेत हाक मारली.

“माझ्यामुळं इथून निघून जाऊ नकोस.”

“अं... म्हणजे मला खरोखरच आता घरी जायला हवं,” जॉर्ज चिरक्या स्वरात म्हणाला. तो हळूहळू दरवाजाकडं जात होता, “धन्यवाद, एरिक.”

“जाऊ नकोस,” एरिक विनवणीच्या सुरात म्हणाले, “तू जर आत्ता गेलास तर माझी बायको आणि मुलगी, मी तुला घाबरवून टाकलं असं म्हणतील,” त्यांचे डोळे आता विस्फारलेले दिसत होते.

जॉर्ज भयंकर संकटात सापडला होता. त्याला खरोखरच आपण ताबडतोब निघून जावं असं वाटत होतं; पण त्याच वेळी त्याच्या निघून जाण्यानं एरिक दुखावतील हे समजत होतं. तसंच ॲनी आणि सुझन यांनाही वाईट वाटण्याची शक्यता होती. तो एका पायावरचा भार दुसऱ्या पायावर टाकत उभा राहिला. आपण निघून जावं की नाही याचा तो विचार करत होता.

“एरिक...” ॲनीची मम सुस्कारा टाकत म्हणाली, “तुम्ही तुमच्या कामाच्या जागी आहात असं मला वाटत होतं. तुम्ही घरी कसे काय या वेळी?”

“कारण... कारण मी आता...”

“मी आता काय?” ॲनीनं थोडा वेळ जाऊ देत विचारलं.

“आता कामावर नाही.” एरिक एकदम स्फोट झाल्याप्रमाणे म्हणाले, “मी आता काम करणार नाही. माझी नोकरी गेली आहे!”

“तुम्हाला कामावरून काढून टाकलंय?” सुझननं घाबरलेल्या आवाजात विचारलं.

“त्यापेक्षाही वाईट...” एरिक जड आवाजात म्हणाले, “मला त्यांनी सेवानिवृत्त केलं आहे.”

“सेवानिवृत्त केलं आहे म्हणजे? तुम्ही वयानं मोठे आहात हे खरं, पण तुम्ही काही तितके प्राचीन नाही.” ॲनी म्हणाली.

“तो मग आहे ना...” एरिक टेबलावरच्या मगाकडं बोट दाखवत म्हणाले.

“ती मला मिळालेली सेवानिवृत्तीची भेट आहे... कॉस्मोड्रोम-२ कडून. जगातली

सर्वांत महागडी अशी अवकाश संशोधन सुविधा, आणि त्यांनी मला हा मग भेट म्हणून दिलाय. त्याच्यावर माझं नावही नसलेला!''

''निघ!'' ॲनीनं जॉर्जला पुन्हा सूचना केली.

जॉर्ज हलला आणि पुन्हा मागच्या दरवाजाकडं निघाला.

''तुम्ही सेवानिवृत्त झाला आहात?'' सुझननं चकित होऊन विचारलं, ''म्हणजे तुम्ही आता घरी असणार की काय?''

''तसं दिसतंय खरं,'' एरिक म्हणाले. त्यांनी याबाबतीत काही विचार केलेला नाही हे जाणवत होतं, ''पण तू हे का विचारते आहेस?''

''कारण...'' ॲनीची मम जराशी थबकली आणि मग भराभरा मनातलं सांगू लागली, ''मला आत्ताच एक फोन आला होता...'' ती हे बोलत असताना एरिकनी सांगितलेल्या बातमीमुळं बसलेला धक्का अद्याप कमी झालेला नाही हे जाणवत होतं. हा धक्का एवढा होता की, आपण हे काय बोलतोय ते तिला कळत नसावं. सुझननं केसांमधून बोटं फिरवली. काहीतरी सांगून टाकायचं असेल अशा वेळी ॲनीही अशाच प्रकारे केसांमधून बोटं फिरवत असे, ''एक ऑर्केस्ट्राचा दौरा आहे... जगभराचा दौरा. एक जण कमी पडतोय. त्यांनी मला येणार का असं विचारलं. हं, म्हणजे अर्थातच मी नाही असंच सांगितलं. सध्या ॲनी घरीच असल्यानं तिच्याकडं बघायला कोणी नाही म्हणून मी येऊ शकत नाही, असं म्हणाले.''

''माझ्याकडं बघायची आवश्यकता नाही. मम, मी आता मोठी झालेली आहे!''

''होय तर!'' ॲनीची मम म्हणाली, ''इथं कोणी माणूस नसताना मी तुला घरात एकटी ठेवून जाणार नाही. मी डेझी आणि टेरेन्सना विचारलं असतं, पण ते दोघं त्यांच्या लहान मुलींच्यात अडकून गेले आहेत. त्यांच्यावर आणखी जबाबदारी टाकणं योग्य नाही.''

''काय?'' एरिक म्हणाले, ''मी तुला मोठ्या माणसांमध्ये मोडतो असं वाटत नाही का?''

''माझ्या म्हणण्याचा अर्थ असा होता की तुम्ही नेहमीच कामात असता,'' सुझननं शांत आवाजात उत्तर दिलं.

''तू घरी नसताना मी माझ्या मुलीकडं नक्कीच लक्ष देऊ शकतो.'' एरिक किंचित कुर्ऱ्यात म्हणाले, ''तुला तसं वाटावं याचंच मला आश्चर्य वाटतंय.''

''पण मला हे कळत नाही...'' इतका वेळ दरवाजापाशी गप्प उभा राहिलेला जॉर्ज म्हणाला, ''तुम्हाला सेवानिवृत्त करण्याचं कारण काय?''

''का?'' एरिक स्वत:लाच विचारत असल्याप्रमाणे म्हणाले. जणू ते या

प्रश्नानं चकित झाले होते. ''मी माझं सगळं आयुष्य असं का, हाच प्रश्न विचारण्यात घालवलं. पण आता अचानक माझा या का प्रश्नामधला रस एकदमच कमी झाला आहे. पण आता मला माफ करा... मी जरा बागेत काम करायला जाणार आहे.'' असं म्हणून ते मागच्या दरवाजातून बाहेर पडले. ही बाग म्हणण्यापेक्षा तो भाग एखाद्या जंगलाचा तुकडा असावा, असं वाटण्याजोगा होता. एरिकची मान ताठ होती, पण त्यांनी सर्वांची नजर चुकवली होती.

''ऑ... म्हणजे हे सगळं भयंकर आहे.'' एरिक बाहेर पडल्यावर ॲनी म्हणाली.

''आहेच... खरंच तसं आहे,'' सुझन सहानुभूतीच्या स्वरात म्हणाली, ''तसं आहे खरं.'' मग ती खुर्चीत बसली. ''पण आता आपण काय करायचं ते कळत नाही.''

''मला समजतंय,'' ॲनी निर्णायक स्वरात म्हणाली, ''मम, तू दौऱ्यावर जा. तुला नेहमीच आपल्या ऑर्केस्ट्राबरोबर दौरा करायची इच्छा होती. हे आपलं सर्वांत मोठं स्वप्न आहे, असं तू मला सांगितलं होतंस.''

''ॲनी, काहीतरी मूर्खासारखं बोलू नकोस. मी जाऊ शकत नाही. ते अखेर एक स्वप्न होतं इतकंच.''

''नाही, तसं नाही,'' ॲनी म्हणाली, ''डॅडनी तुला आत्ताच होकार द्यायला सांगितलं आहे. तू घरी नसताना मी डॅडची काळजी घेईन.''

''मला वाटतं की, हे असं नसून त्याच्या उलट आहे,'' सुझन किंचित हसत म्हणाली.

''तू त्यांना फोन करून आपण दौऱ्यावर येणार हे सांगितलेलं बरं.''

''पण दौरा उद्याच सुरू होणार आहे.''

''मग काय झालं?'' ॲनी म्हणाली, ''मम, जा लगेच तयारीला लाग!''

ॲनीच्या स्वरात पूर्वीसारखी अधिकारवाणीनं बोलण्याची छटा होती. ती जाणवून जॉर्जला बरं वाटलं. त्याला माहीत असलेली ॲनी पुन्हा एकदा दिसू लागली होती.

ॲनीची मम घाईघाईनं वर तिच्या खोलीकडं गेली. पाठोपाठ कपाटं उघडल्याचा आवाज ऐकू आला.

''चल ॲनी,'' जॉर्ज म्हणाला. मग दोघं पुन्हा त्यांच्या झाडावरच्या खोपटात चढून बसले. ॲनी बिनबॅगेत धपकन बसली.

''पुढं काय?'' जॉर्जनं विचारलं, ''जर आता ते वैज्ञानिक म्हणून राहिले नसतील तर तुझे डॅड आता पुढं काय करणार?''

जॉर्जला जणू प्रश्नाचं उत्तर म्हणून एकदम मोठा आवाज ऐकू आला. तो

ॲनीच्या बागेतल्या मागच्या भागातून येत होता. दोघांनी डोकावून पाहिलं. बागेतल्या वाढलेल्या गवतात त्यांना एरिक दिसले. त्यांच्या डोळ्यांवर प्रयोगशाळेत वापरतात तसा गॉगल होता आणि हातात जाडजूड मोजे होते. खूप गरम किंवा खूप थंड वस्तू हाताळताना ते हे मोजे वापरत असत. त्यांच्याजवळ एक मोठी यांत्रिक करवत होती. त्यांनी बागेत वाढलेल्या झाडाझुडपांची खोडं कापायला सुरुवात केली होती. त्या करवतीचा मोठा आवाज ॲनी आणि जॉर्जला ऐकू आला होता.

''डॅडनी खरंच बागेत काम करायला सुरुवात केलेली दिसते आहे.'' ॲनी म्हणाली.

तिचा आवाज मोठा असला तरी करवतीच्या गोंगाटात आपल्याला काहीही ऐकू आलं नाही अशी खूण जॉर्जनं केली.

'आपण आत जाऊ या. बहिरे होण्याच्या आधी,' जॉर्जनं ॲनीच्या फोनवर लिहिलं. ॲनी आणि जॉर्ज घाईघाईनं खोपट्यामधून खाली उतरले आणि घराकडं धावले. त्यांना शक्य तितक्या लवकर त्या भयंकर आवाजापासून दूर जायचं होतं. ते मागच्या दरवाजातून आत शिरले खरे, पण आपण ॲनीच्या नाही तर जॉर्जच्या घरात शिरलोय हे त्यांच्या लक्षात आलं. टेरेन्स आणि डेझी स्वयंपाकघरातच होते.

''जॉर्ज!'' जॉर्जचे आई-वडील उत्साहानं चित्कारले, ''काय असेल याची कल्पना कर!''

५

टेरेन्स आणि डेझी आनंदानं झगझगीत हसत होते. जॉर्जला काय बोलावं ते सुचेना. पण ॲनी मात्र गप्प बसणारी नव्हती.

"काय झालं?" ॲनीनं उत्तेजित स्वरात विचारलं, "डेझीचं पाककलेवरचं पुस्तक पहिल्या क्रमांकावर आलं की काय?"

"त्यापेक्षाही जास्त चांगलं," टेरेन्स म्हणाले.

ॲनी गोंधळून गेली. तिच्या मते टेरेन्स आणि डेझी यांच्याबाबतीत यापेक्षाही जास्त चांगलं काय घडू शकतं हे तिच्या लक्षात येईना.

"तुम्ही... तुम्ही विजेचं संयत्र चालू केलंत की काय?" जॉर्जच्या प्रश्नात आशा होती. घरात विजेचा सतत पुरवठा होऊ लागला आहे, ही कल्पना कितीही छान वाटत असली तरी ते अशक्य आहे हे जॉर्जला कळत होतं. टेरेन्स त्यांच्या घरासाठीची वीज स्वतःच बनवण्याच्या खटाटोपात होते. त्यासाठी ते वापरलेले जुने पायमोजे आणि अन्न शिजवण्याचं तेल यांचा वापर करण्याच्या प्रयत्नात होते. पण अद्याप तरी त्यांच्या या प्रयोगाला यश आलेलं नव्हतं.

"नाही. तेवढी चांगली बातमी नाही," टेरेन्सनी कबूल केलं.

ॲनी तर फारच गोंधळून गेलेली दिसली. तिला जॉर्जचे आई-वडील आवडत असत. पण काही वेळा त्यांचं वागणं तिच्या स्वतःच्या आई-वडिलांपेक्षा चमत्कारिक भासत असे.

"आपल्याला वूफर्समध्ये जागा मिळाली आहे!" जॉर्जची मम डेझीनं सांगून टाकलं, "छानच आहे की नाही?"

ॲनीनं हळूच आपल्या मित्राकडं नजर टाकली. जॉर्ज तर हादरून गेलेला दिसला. "हे वूफर्स म्हणजे काय आहे?"

"ऑरगॅनिक शेतीत काम करणारा स्वयंसेवक याचं ते लघुरूप आहे." जॉर्ज हलक्या आवाजात सांगू लागला, "ही खरोखरच वाईट बातमी आहे." जॉर्जनं

साशंकपणे आईवडिलांकडं पाहिलं, ''कुठं?''

''एका बेटावर. फेरोसच्या उत्तरेला.'' जॉर्जच्या ममनं उत्तर दिलं.

''फेरोसच्या उत्तरेला कोणतंही बेट नाही,'' जॉर्ज म्हणाला, ''म्हणजे तुम्हाला थेट उत्तर ध्रुव म्हणायचं नसेल तर.'' जॉर्जचा चेहरा सपशेल पडला होता.

''जॉर्ज!'' जॉर्जचे वडील समजावणीच्या स्वरात त्याला म्हणाले, ''तू जरासा उत्साह दाखवावास अशी आमची अपेक्षा आहे. आपण तिथं सगळा उन्हाळा राहू. ऑरगॅनिक शेतीच्या छानशा प्रयोगांमध्ये भाग घेऊ शकू. तिथं मोबाइल फोन किंवा इंटरनेट या कशालाही परवानगी नाही. तेव्हा आपण निसर्गमातेच्या सान्निध्यात राहू. निसर्ग मातेची तीच तर इच्छा आहे! फारच छान होईल!''

जॉर्ज मनोमन रागावला होता. आत्ता कुठं त्याला आपले आई-वडील आवडू लागले होते आणि आता अचानक ते असं वागू लागले होते. पण या खेपेस तो त्यांचं ऐकणार नव्हता. काहीही झालं तरी त्याला अवकाश प्रशिक्षणाची संधी दवडायची नव्हती.

''मी तुमच्याबरोबर येणार नाही,'' जॉर्ज हट्टी स्वरात म्हणाला.

''होय, तू येणार आहेस!'' टेरेन्स म्हणाले, ''आपण सगळे जाणार आहोत. आपण सगळे कुटुंबीय एकत्र राहण्याची मौज अनुभवणार आहोत. निसर्गाच्या सान्निध्यात तुला तुझ्या धाकट्या बहिणींशी खेळायची संधी मिळेल. कसलीही यंत्रं नाहीत, काही नाही. फक्त स्वच्छ हवा आणि शेती. असा उन्हाळा घालवायला मिळतोय, यापेक्षा आणखी काय पाहिजे? मजा येईल.''

"नाही. मला मजा येणार नाही," जॉर्ज म्हणाला. खरं तर जॉर्ज नेहमी अतिशय नम्रपणानं आणि कायमच दुसऱ्यांना मदत करण्याच्या भावनेनं बोलत असे; पण आज नाही. आता हे खूप झालं होतं. तो अवकाश प्रशिक्षणासाठी जाणार होता, आणि हे नक्की होतं.

"जॉर्ज!" जॉर्जची आई म्हणाली. तिच्या स्वरात काळजी होती, "मला हे समजत नाही... मला वाटलं की तू हरखून जाशील."

"हं... तसा मी हरखून गेलेलो नाही. मला यायचं नाही. मुख्य म्हणजे मला पुन्हा..."

जॉर्जला त्याच्या आईवडिलांनी लोहयुगातल्या छावणीच्या प्रयोगात नेलं होतं, त्या आठवणी जाग्या झाल्या होत्या. तो आता त्यांना पुन्हा तसं करू देणार नव्हता. आता ॲनीनं यात पडायचं ठरवलं. "त्याचं असं आहे की मी आणि जॉर्जनं या उन्हाळ्यात एका अंतराळ प्रशिक्षणासाठी अर्ज केला होता."

"होय का? मला तू बोलला नाहीस," जॉर्जची आई म्हणाली.

"ते आत्ताच झालंय," ॲनी म्हणाली, "यात माझीच थोडी चूक आहे; पण आम्ही आता पहिल्या फेरीतून पुढं गेलो आहोत आणि कदाचित आमची निवड होईल."

"पण तुम्ही अंतराळात काय करणार?" जॉर्जच्या ममनं विचारलं. ती गोंधळात पडलेली दिसली, "अंतराळात प्रशिक्षण घेण्यासाठी शिबिर कसं असणार? तिथं तुमचे तंबू उडून जाणार नाहीत का?"

"नाही डेझी," ॲनी गोड शब्दांमध्ये म्हणाली, "आमचं शिबिर प्रत्यक्षात अंतराळात असेल असं मला वाटत नाही. म्हणजे सध्या तरी नाही. आम्ही जमिनीवरच वसतिगृहात राहू आणि रोज नवनवीन कौशल्यांचं प्रशिक्षण असेल. आम्ही मोठं झाल्यावर अंतराळ प्रवासाला जाऊ, तेव्हा जी काही विशेष कौशल्यं लागतील ती आम्हाला शिकवली जातील."

"म्हणजे कशी?"

"हं... म्हणजे मी जे वाचलं आहे त्यानुसार आम्हाला रोबो विज्ञान शिकवलं जाईल. रोव्हर्स कसे चालवायचे, अंतराळयानाच्या उड्डाणासंबंधीच्या यंत्रणांचं ज्ञान, दुसऱ्या ग्रहावर कसं जगायचं वगैरे. शिवाय तंदुरुस्ती राखण्यासाठी व्यायाम वगैरे असतीलच. खूप मजा असणार आणि आम्हाला बरंच काही शिकता येईल. हे शाळेसारखंच असेल. फक्त इथं अवकाशाची आवड असणारी अतिशय हुशार मुलं-मुली बरोबर असतील इतकंच."

"पुन्हा एकदा अवकाश... हं..." टेरेन्स म्हणाले. अवकाश संशोधन किंवा विश्वाचा शोध यात त्यांना रस नव्हता. "जॉर्ज, तू शेतकीविद्येत थोडा रस दाखवला असतास तर बरं झालं असतं."

"मला मंगळावर शेती करण्यात रस आहे," जॉर्ज म्हणाला. पण त्याच्या या बोलण्यानं त्याचे वडील आणखीनच त्रासले.

"आणि आणखी असं आहे की माझे डॅड सगळा उन्हाळा घरी असणार आहेत," ॲनी जास्तच आनंदानं पुढं सांगू लागली, "ते सध्या काम करत नाहीत."

"यावर माझा विश्वास बसत नाही," जॉर्जची मम म्हणाली, "तुझे वडील नेहमीच कामात असतात."

"ते बागकामाच्या सुट्टीवर आहेत."

"ओह! म्हणजे तो भयंकर आवाज त्याचा आहे तर," टेरेन्स म्हणाले.

"तेव्हा सांगायचं म्हणजे ते घरी असणार आहेत. ते माझी आणि जॉर्जची काळजी घेऊ शकतील. ते आम्हाला अवकाश प्रशिक्षण शिबिरासाठीही नेतील." ॲनी आता स्वत:वर खूश झाली होती. सगळ्यांनाच सोईस्कर ठरेल असं काहीतरी सुचल्याचा तिला फार आनंद झाला होता, "आणि तुम्ही इथं नसताना माझे डॅड तुमच्या बागेचीही काळजी घेतील!"

एरिकनी त्यांच्या बागेची काळजी घेण्याच्या कल्पनेनं टेरेन्सच्या चेहऱ्यावरचा रंग उडाला.

"आणि जॉर्ज त्यांना मदत करेल त्यासाठी." आपण काय गफलत केली हे लक्षात येताच ॲनी घाईघाईनं म्हणाली.

"मला तुझ्या ममशी बोलावं लागेल," डेझी टेरेन्सकडं बघत म्हणाली.

"तर मग घाईनं बोललेलं बरं," ॲनी म्हणाली, "ती ऑर्केस्ट्राच्या दौऱ्यावर निघाली आहे."

"जॉर्ज, तुला नक्की हेच हवं आहे ना?" जॉर्जच्या ममनं त्याच्या कपाळावर आलेली केसांची बट प्रेमानं मागं सारली.

इतर वेळी जॉर्ज तिनं असं केल्यावर तिला दूर सारत असे; पण त्या वेळी तिच्या नजरेत त्याला दिसलं की जॉर्ज त्यांच्याबरोबर का येत नाही, हे तिला कळलं आहे. त्याला आता आपल्या डोळ्यांमधून अश्रू बाहेर पडतील की काय असं वाटलं. त्यानं काहीही न बोलता नुसती मान डोलावली.

"या ठिकाणी मागच्यासारखं नसेल. या वेळी वेगळं असेल सगळं," डेझी मृदू स्वरात म्हणाली.

"नाही मम. मला यायचं नाही." जॉर्ज हलक्या आवाजात म्हणाला.

"मी समजू शकते." जॉर्जची मम म्हणाली. तीदेखील लोहयुगातल्या छावणीचा अनुभव विसरलेली नाही, हे जॉर्जच्या लक्षात आलं. त्यामुळं जॉर्जला बरं वाटलं. तिनं जॉर्जला मिठीत घेतलं. जॉर्जच्या नकळत त्याच्या डोळ्यांच्या कोपऱ्यातून अश्रूंचा एक थेंब हलकेच ओघळला. "जॉर्ज, तू आमचा फार लाडका आहेस."

"मी माझ्या ममला आता फोन लावते आहे." ॲनीनं असं म्हणत तिच्या आईला फोन लावला.

डेझीनं जॉर्जला बाजूला केलं आणि तिनं ॲनीच्या हातून फोन घेतला, "सुझन?... मी डेझी बोलतेय. ॲनीनं आत्ताच आम्हाला सांगितलं आहे की..." असं म्हणून ती दुसऱ्या खोलीत गेली आणि मग उन्हाळ्याच्या सुट्टीमधल्या नवीन बेतावर त्या दोघी आया चर्चा करू लागल्या. दरम्यान टेरेन्स भराभरा बागेत गेले होते. आपल्या शेजाऱ्यानं बागेचा पूर्ण विद्ध्वंस करून तिथं एकही पान न राहण्याच्या अगोदर काही करता येईल का ते पाहण्यासाठी ते तिकडं गेले.

ॲनीची मम आणि जॉर्जचे आई-वडील आपापल्या प्रवासासाठी निघून गेल्यावर जरा शांतता झाली होती. जाण्यापूर्वी जॉर्जच्या आईवडिलांनी घराला कुलूप लावलं. जॉर्जनं त्याचं सामान शेजारच्या घरी आणलं होतं. ॲनीच्या घरात एक जास्तीची बेडरूम होती. सुट्टी सुरू व्हायच्या आधीचे शाळेचे काहीच दिवस उरले होते. जॉर्ज दररोज शाळेला जाऊन दुपारी घरी परतत असे. अंतराळवीर हवे आहेत या जाहिरातीचा आणि आपली निवड होते का याचाच विचार सतत त्याच्या मनात घोळत असायचा.

ॲनी अजूनही पूर्वीसारखी झालेली नाही, असं जॉर्जला वाटत होतं. तिला पूर्वी जसं काही ना काही करायचं असे तसं ती आता करत नव्हती. आपल्याला विज्ञान संग्रहालय बघायला किंवा स्केटिंगसाठी न्या असा पूर्वीसारखा लकडा ती

एरिकच्या मागं लावत नव्हती. तिला झाडावरच्या खोपट्यात नुसतं बसून विचार करण्यात वेळ घालवणं पसंत होतं.

जॉर्जला फार आधीपासूनच या शेजारच्या घरात राहण्याची इच्छा होती. एरिक आणि त्यांच्या घरातल्या नाना प्रकारच्या वैज्ञानिक गोष्टींसह एकाच घरात राहणं हे त्याचं स्वप्नं होतं. पण अनपेक्षितपणे आता तसं करण्यातलं आव्हान समोर आलं होतं. त्याचं कारण स्वतः एरिकच होते.

त्या घरात अचानक समोर काय होईल, याची जॉर्जला काहीच कल्पना करता येत नव्हती. शाळेच्या शेवटच्या दिवशी जॉर्ज रमतगमत शाळेतून परतला तेव्हा त्याला दाराच्या आत पाय टाकल्याबरोबर समोर एक शिडी, रंगांचे ब्रश आणि एक डबा या वस्तू दिसल्या. समोरची अर्धी भिंत लिंबासारख्या हिरव्या रंगानं रंगवलेली होती तर उरलेला अर्धा भाग रासबेरीसारख्या गुलाबी रंगानं रंगवलेला होता. मध्यभागी जिथं दोन रंग एकमेकांजवळ होते तिथं ते एकमेकांमध्ये मिसळून तपकिरी रंग तयार झाला होता. जॉर्ज हलक्या पावलांनी सावधपणे इकडंतिकडं बघत स्वयंपाकघराकडं आला. तिथं जाताच त्याला फळांचा वाटावा असा चिकट वास आला.

एरिक स्टोव्हपाशी उभं राहून एका मोठ्या पातेल्यातलं काहीतरी जोरजोरानं ढवळत होते. आत काहीतरी जांभळ्या रंगाचं चिकट मिश्रण खदखदत होतं आणि त्यातून बुडबुडे येत होते. खिडकीच्या खाली असलेल्या रेडिओमधून मोठ्या आवाजात संगीत कानावर आदळत होतं. पाठमोरे असूनही जॉर्जला एरिकच्या हातांवर आणि कपड्यांवर उडालेले हिरव्या रंगाचे शिंतोडे स्पष्ट दिसत होते. अचानक संगीत बंद पडलं. तसं होताच एरिक गर्रकन मागं वळले. जॉर्ज बाहेरून स्वयंपाकघरात शिरत असतानाच ॲनी मागच्या दारातून आत येत होती. एरिक दोघांकडं बघून हसले. तेव्हा त्यांच्या चष्म्यावरही रंग उडाल्याचं दोघांना दिसलं.

"डॅड..." ॲनीनं पातेल्याकडं बोट दाखवलं. "ते काय आहे?" हा कसलातरी वैज्ञानिक प्रयोग आहे, असं डॅडनी म्हणावं अशी तिची अपेक्षा आहे हे जॉर्जच्या लक्षात आलं.

"जेवण आहे, रात्रीचं!" एरिक

उत्साहानं म्हणाले. त्यांनी असं करताना हातातला लाकडी चमचा एवढ्या जोरानं हलवला होता की पातेल्यामधल्या त्या पदार्थाचे मोठे थेंब भिंतीवर उडाले.

ॲनी आणि जॉर्ज स्टोव्हपाशी आले आणि चिंताक्रांत चेहऱ्यानं पातेल्यामधल्या मिश्रणाकडं बघू लागले.

"तुम्ही हे बनवलंय?" एका चमच्यानं त्या मिश्रणाला ढोसत ॲनीनं विचारलं, "जेवणासाठी?"

जॉर्जला किंचित धास्ती वाटली. त्याच्या घरी त्याची आई आगळेवेगळे पदार्थ बनवत असल्यानं त्याला वेगवेगळं खायची सवय होती; पण ती काहीही वस्तू वापरून पदार्थ बनवत असली तरी तिचा स्वयंपाक उत्तम असायचा आणि पदार्थ रुचकर व्हायचे.

"चेरी कॉनफिट," एरिकनी पदार्थाचं नाव सांगितलं, "अठ्ठावन्न मसाले, माशांची प्रथिने, कोबी, समुद्रगवताची पूड आणि जीवनसत्त्व हे सगळं वापरून बनवलंय. तुम्हाला आवडेल. मी सगळा दिवस बनवतो आहे ते. पूर्वी रसायनशास्त्रज्ञ असलेल्या एका माणसानं पाककलेवर लिहिलेल्या एका पुस्तकातून घेतलं आहे. तो आता स्वयंपाकी बनलेला आहे. त्याच्या पुस्तकातून मला खूप काही कल्पना मिळाल्या. मी त्या आता संपूर्ण उन्हाळा करून बघणार आहे. त्या चाखायला तुम्ही दोघं आहातच. कदाचित माझ्या नवीन कल्पनांनुसार मी ज्या पाककृती बनवीन त्याचं एक पुस्तकही नंतर तयार करीन."

जॉर्ज आणि ॲनीनं एकमेकांकडं घाबरून नजर टाकली.

"अजून काही आहे का?" ॲनीनं विचारलं, "... खायला."

"नाही," एरिक म्हणाले. तिच्या या प्रश्नानं ते थोडं दुखावल्यासारखे दिसले. "हे एक पूर्णान्न आहे. त्यात सगळं काही आहे. अगदी अणुयुद्धानंतरचा सगळा हिवाळा तुम्ही यावर जगू शकता."

"ऑ!" ॲनी जॉर्जकडं बघत म्हणाली. त्या दोघांनाही आता एरिकचा वेगळा अनुभव येत होता. घरात केव्हाही येणारे आणि कामासाठी वारंवार बाहेर जाणारे ते एक जगप्रसिद्ध वैज्ञानिक असताना ते नेहमीच उत्साही असत आणि त्या दोघांच्यात रस घेत असत. काही वेळा त्यांचं लक्ष नसायचं हे खरं, पण ते उत्फुल्लपणे वागत. आता सगळा वेळ घरातच असणारे एरिक वेगळे भासू लागले होते. त्यांचे मूड सतत बदलत होते. ते चिडचिड करायचे आणि त्यांची मर्जी सांभाळणं आता फार अवघड होऊन बसलं होतं.

जॉर्ज आणि ॲनीनं एरिकना कॉस्मोड्रोम-२ या विषयावर बोलतं करायचा बराच प्रयत्न केला होता. त्यांनी *'अर्टेमिस'* आणि हरवलेल्या युरोपाबद्दलही काही सांगावं म्हणून प्रश्न विचारले होते. पण एरिकना तो विषय नको होता. त्यांनी

प्रश्न विचारला की एरिक काहीच उत्तर देत नसत. काही वेळा नुसतं गप्प राहत तर काही वेळा विषय बदलून निराळंच काहीतरी बोलू लागत.

ॲनीनं फोन उचलला. "मी पिझ्झा मागवते आहे... जॉर्जसाठी व्हेजी, माझ्यासाठी पेपेरोनी... डॅड, तुमच्यासाठी काय मागवू?... डॅड... डॅड!"

"माझ्यासाठी गरज नाही." एरिक स्टोव्हकडं वळत म्हणाले, "मी जेवण म्हणून हा जॅम खाणार आहे."

जॉर्ज त्या वेळी आपण आईवडिलांबरोबर जायला हवं होतं की काय, याचा विचार करत होता आणि आपली आई जिथं कुठं असेल तिथून तिच्याबरोबर दौरा करावा की काय याबद्दल ॲनी विचार करत असताना दोन गोष्टी घडल्या...

पहिली गोष्ट म्हणजे 'इबॉट' घरी आला! त्याला पाहून ॲनी आणि जॉर्ज खूश झाले. पिझ्झा घेऊन येणाऱ्या माणसाच्या मागोमाग तो ढांगा टाकत घरात शिरला. त्याचे केस थोडे विस्कटले असले तरी 'इबॉट' जसा हवा तसा होता. अगदी तंतोतंत एरिक यांच्यासारखा.

"इबॉट," ॲनी आनंदानं ओरडत 'इबॉट'ला मिठी मारण्यासाठी पुढं धावली.

"अं..." 'इबॉट' काहीतरी उत्तर देत असतानाच अचानक थांबला. त्याचे हातपाय लुळे पडले आणि तो दरवाजासमोरच्या कॉरिडॉरमध्ये कोसळला.

"त्याची बॅटरी संपली," जॉर्ज 'इबॉट'जवळ गुडघ्यांवर बसत म्हणाला. हे करताना त्याच्या आणि 'इबॉट'च्या अंगावरही थोडा हिरवा रंग लागला. "त्याची केबल प्लगमध्ये लावायला हवी."

ॲनीनं पिझ्झा खाली ठेवला. मग दोघांनी मिळून ओढत 'इबॉट'ला एरिकच्या अभ्यासाच्या खोलीत नेलं. ही खोली आता जवळजवळ रिकामी होती. या आधी त्यात दुर्बीण, असंख्य पुस्तकं, फोटो, एरिकना मिळालेली बक्षिसं, प्रशस्तिपत्रकं इत्यादी होतं. शिवाय खडूंचे अनेक फराटे असणारा एक मोठा फळा होता. आता त्या खोलीत फक्त एक टेबल आणि एक खुर्ची इतकंच उरलं होतं. कॉस्मोड्रोम-२ मधून एक पथक आलं होतं. त्यांनी 'अधिकृत कामासाठी' असं असणारी प्रत्येक वस्तू उचलून नेली होती. त्यात त्यांचा अतिशक्तिशाली महासंगणक कॉसमॉसचाही समावेश होता.

ते पथक आलं त्या वेळी 'इबॉट' तिथं नव्हता. ॲनीनं त्याला खरेदीसाठी बाहेर पाठवलं होतं. त्यामुळं तो त्या लोकांच्या हातात पडण्यापासून वाचला होता. त्यांना ड्रायव्हरविरहित गाडीही मिळाली नव्हती. चार्ज संपल्यामुळे एरिकना ती सुपरमार्केटच्या पार्किंगमध्येच ठेवून यावं लागलं होतं.

पण या दोन गोष्टी सोडल्या तर त्यांनी इतर सर्व काही नेलं होतं.

जॉर्ज आणि ॲनीनं मिळून 'इबॉट'ला टेबलावर झोपवलं. जॉर्ज ड्रॉवरमध्ये

भराभरा शोधू लागला. त्या लोकांनी 'इबॉट'ची पॉवर केबल नेली नसावी, अशी आशा त्याला वाटत होती. ॲनीला ती सापडली. तिनं ती प्लगमध्ये लावताच चार्जिंग सुरू झालं. पूर्वी जिथं काहीच दिसत नव्हतं तिथं आता 'इबॉट'च्या डोक्यात हलकासा दिव्याचा प्रकाश चमकला.

अचानक ॲनी आनंदानं ओरडली. ते दोघं 'इबॉट'ला चार्ज करण्याचा खटाटोप करत असताना ॲनीनं तिचा फोन उघडून आलेले संदेश वाचायला सुरुवात केली होती.

"काय झालं?" जॉर्जनं विचारलं.

"आपण जिंकलो जॉर्ज! आपली निवड झालीय! आपण मंगळावरच्या मोहिमेच्या प्रशिक्षणासाठी जाणार आहोत."

"वॉ... वॉ... वॉव!" जॉर्जनं आनंदानं उडीच मारली. यापेक्षा जास्त चांगली बातमी असूच शकत नाही,असं त्याला वाटलं. "मी आता अंतराळवीर बनणार."

"मी ममला संदेश पाठवते..." ॲनी पुटपुटत म्हणाली.

ॲनी संदेश पाठवत असताना जॉर्जच्या लक्षात आलं की, ही बातमी तो त्याचे डॅड आणि मम यांना कळवू शकत नव्हता. कारण ते ज्या बेटावर गेले होते तिथं संपर्काचं कोणतंच साधन उपलब्ध नव्हतं. आपण त्यांना कागदावर लिहिलेलं पत्र पाठवावं की जुन्या पद्धतीनं कबुतराचा वापर करून चिठ्ठी पाठवावी, याचा विचार तो करू लागला. आपल्याला वाटत होतं त्यापेक्षा आपल्याला त्यांची फार आठवण येते आहे हे त्याच्या लक्षात आलं.

ॲनीनं ममला संदेश पाठवला. पण ती नंतर सतत फोनकडं बघत होती. तिच्या ममनं लगेच उत्तर द्यावं अशी तिची मनोमन इच्छा होती. पण उत्तर आलं नाही. काही क्षण दोघंही उदास झाले. ही इतकी चांगली बातमी सांगायला त्यांच्याजवळ कोणीच नव्हतं. पण लगेच हा उदासपणा दूर झाला. ते आता अंतराळवीर बनणार होते. कदाचित त्या लाल ग्रहावर, मंगळावर पाऊल ठेवणारे ते पहिले मानव ठरणार होते.

"आपण काय काय करायला हवं?" जॉर्जनं उत्साहानं विचारलं, "आपण बरोबर काय घ्यायचं? आपण नुसतेच बसून राहिलो आहोत. आपण तयारीला लागलं पाहिजे!"

"नाही. त्याची जरुरी नाही," ॲनी म्हणाली, "बरोबर काहीही आणायचं नाही असं त्यांनी लिहिलंय."

"उत्तम," जॉर्ज म्हणाला, "नाहीतरी आपल्याजवळ तो पूर्णान्न जॅम आणि एक काम न करणारा रोबो आहे एवढंच. प्रशिक्षण कधी सुरू होणार आहे?"

"उद्या!... वॉव! आपल्याला आता कॉस्मोड्रोम-२ वर जायचं आहे

आणि...ओह!'' ॲनीचा चेहरा पडला.

''काय?''

''आपल्याबरोबर कोणीतरी मोठं माणूस असणं गरजेचं आहे. आपल्या आई-वडिलांच्या परवानगीशिवाय आपल्याला प्रशिक्षणात भाग घेता येणार नाही.''

''तुझे डॅड येऊ शकतील,'' जॉर्जनं सुचवलं, ''माझ्या मम आणि डॅडनी त्यांच्याजवळ माझ्याबद्दलचं पत्र देऊन ठेवलं आहे. तेव्हा ते इथं नसताना तुझे डॅड माझ्यासाठीही सही करू शकतील.''

''होय. खरंच की!'' ॲनीचा चेहरा उजळला.

त्यांना स्वयंपाकघरातून काहीतरी ठोकरलं जाण्याचा आवाज आला. पिझ्झांच्या खोक्यांना ठोकरत एरिक दरवाजाकडं जाताना त्यांना दिसले, ''डॅड!'' ॲनीनं हाक मारल्यावर एरिक त्यांच्या अभ्यासाच्या खोलीत डोकावले.

''आम्हाला अवकाश शिबिरात प्रवेश मिळालाय!''

''ओह, छान,'' एरिक म्हणाले. त्यांच्या सॅन्डलला आणि पायमोजांना पिझ्झ्याचे तुकडे चिकटले होते. पण त्यांच्या ते लक्षातच आलेलं नव्हतं.

''तुम्ही उद्या आम्हाला घेऊन जाऊ शकाल का ?... कॉस्मोड्रोम-२ मध्ये?''

''कॉस्मोड्रोम-२?'' एरिकनी प्रश्न केला. त्यांचा चेहरा काळवंडला. ''नाही. मी नेऊ शकणार नाही आणि तुम्ही दोघंही तिथं जाणार नाही. मी जाणार नाही तिथं, आणि तुम्हालाही तिथं जाऊ देणार नाही. बस्स.'' असं म्हणून एरिक वळले आणि तिथून निघून गेले. जाताना सॅन्डलला लागलेलं चीझ मागच्या बाजूला फिसकटत गेलं.

''अं... बातमी चांगली नाही,'' ॲनी म्हणाली. ती विचारात पडलेली दिसली. जॉर्जला वाटलं की ती कोलमडून पडेल. पण तसं झालेलं नव्हतं.

''आपण असं करायचं का?...'' ॲनीनं विचार करत विचारलं, ''आपण पहिल्या दिवशी तिथं जायचं आणि संध्याकाळी घरी यायचं... म्हणजे डॅडना कळणार नाही.''

''त्याचा उपयोग नाही.'' जॉर्ज मान हलवत म्हणाला. निराशा आता त्याच्या मनात दाटून आली होती, ''आपल्याला आत प्रवेशच मिळणार नाही. बरोबर मोठी व्यक्ती नसली तर काहीच होऊ शकणार नाही.''

''जर आपले आई-वडील जवळ असते किंवा जे आहेत ते उपयोगी पडले असते तर...''

ॲनी हे बोलत असतानाच बहुधा 'इबॉट'चं चार्जिंग पूर्ण झालं असावं. तो टेबलावर थडग्यातून एखादी ममी जशी उठून बसते तसा, उठून बसला. ''हॅलो मित्रांनो! मी परत आलोय.''

मंगळावरील परिस्थिती

मंगळ हा एखाद्या शीत वाळवंटासारखा असून त्यावर जीवसृष्टीचं काहीही चिन्ह नाही, हे आपल्याला माहीत आहे. त्याच्या पृष्ठभागावर साधे किंवा गुंतागुंतीची रचना असणारे असे कोणतेही सजीव नाहीत. पण एके काळी जीवसृष्टी बहरलेली असणारी आर्द्र परिस्थिती तिथं होती का? मंगळावर शोध घेण्यासाठी जे रोव्हर पाठवले होते, त्यात त्यांनी मिळवलेल्या माहितीवरून असं दिसतं की, एके काळी मंगळावरची परिस्थिती फार वेगळी होती.

पण पुन्हा एकदा मंगळावर ऑक्सिजन भरपूर असलेलं वातावरण निर्माण होईल का? तिथल्या सुपीक मातीत आपण पिकं काढू शकू का? आपण तिथल्या उबदार हवेचा आनंद घेऊ शकू का? आपल्याला परिचित असलेल्या सजीवसृष्टीला पोषक असा मंगळाचा पृष्ठभाग बनवता येईल का आणि ज्यात ही सजीवसृष्टी टिकून राहील, असं वातावरण निर्माण करता येईल का? या परिवर्तनाला 'टेराफॉर्मिंग' म्हणतात.

टेराफॉर्मिंग याचा अर्थ संपूर्ण ग्रहावरची परिस्थिती प्राणी, वनस्पती आणि मानवांना जगायला अनुकूल अशी बनवणे. मंगळावरची शीत परिस्थिती बदलून त्याला उबदार करण्यासाठी आपल्याला मंगळावर हरितगृह वायू सोडावे लागतील. त्यामुळं सूर्याकडून येणारी ऊर्जा मंगळावरच अडकवून ठेवता येईल. ही पृथ्वीवरच्या समस्येच्या अगदी उलट बाजू आहे. आपल्या पृथ्वीवर खूपच प्रमाणात हरितगृह वायू असल्याने तापमान वाढू नये म्हणून आपल्याला हे वायू कमी करायचे आहेत.

पण आपल्याला जेवढं दाट वातावरण लागतं ते तिथं टिकून राहण्याएवढी गुरुत्वाकर्षण शक्ती मंगळावर आहे का? एके काळी मंगळावर चुंबकीय क्षेत्र होतं. पण ते चार अब्ज वर्षांपूर्वी नष्ट होऊन गेलं. म्हणजेच त्यावरचं जवळपास सगळं वातावरण निघून गेलं आणि आता पृथ्वीच्या अवघं १ टक्का इतकाच दाब असणारं वातावरण उरलं आहे. कारण पृथ्वीपेक्षा खूप कमी गुरुत्वाकर्षण मंगळावर आहे.

वातावरणाचा दाब म्हणजे आपल्या डोक्यावर असणाऱ्या हवेचा दाब. एके काळी मंगळावर हा दाब जास्त असणार, कारण आपण सध्या मंगळावर सुकलेले जलाशय आणि नाले पाहू शकतो. सध्या मंगळावर द्रवरूपातील पाणी राहूच शकत नाही. ते असलंच तर तत्काळ ते उडून जाईल. आपल्याला मंगळावर जगण्यासाठी द्रवरूपातील पाण्याची आवश्यकता आहे. मंगळावर दोन्ही ध्रुवांच्या जवळ बर्फरूपात पाणी आहे. जर आपण तिथं राहण्याचं ठरवलं तर आपण ते वापरू शकू. त्याचप्रमाणे मंगळावरच्या ज्वालामुखीमधून बाहेर पडलेले धातू आणि क्षार यांचाही वापर करता येईल.

याचा अर्थ असा की मंगळाच्या बाबतीत बऱ्याच काही गोष्टी करता येणं शक्य आहे. पण तिथं जाणाऱ्या पहिल्या अंतराळवीरांचं काम आव्हानात्मक असेल. मंगळाच्या परिस्थितीत बदल

करायचा विचार करण्याअगोदर (म्हणजे ते शक्य असेल तर) त्यांना गुलाबी धुळीनं भरलेल्या जगात कसं जगायचं यासाठी फार परिश्रम घ्यावे लागतील. ज्यात वातावरण नियंत्रित केलेलं आहे, अशा एखाद्या घुमटात त्यांना राहणं भाग आहे आणि गरज पडेल तेव्हा बाहेर जाण्यासाठी श्वसनयंत्राचा उपयोग करावा लागेल.

मंगळावरच्या मानवी वस्तीच्या पायाभरणीसाठी असे अंतराळवीर चलाख, हुशारीनं काम करू शकणारे, धाडसी आणि चिकाटीनं परिश्रम करणारे असे असावे लागतील. आपण तसे आहोत असं तुम्हाला वाटतंय का?

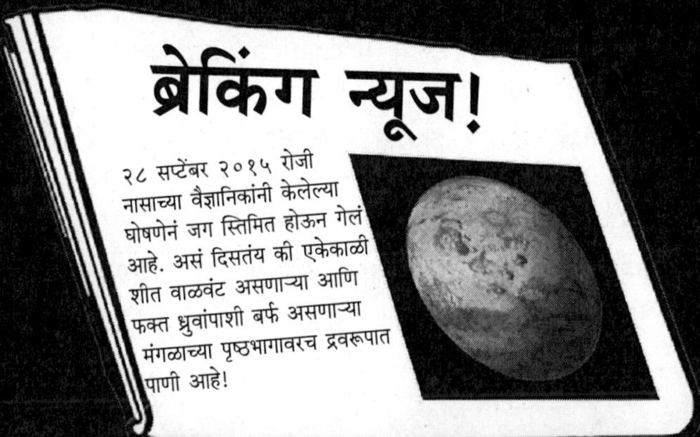
ब्रेकिंग न्यूज!

२८ सप्टेंबर २०१५ रोजी नासाच्या वैज्ञानिकांनी केलेल्या घोषणेनं जग स्तिमित होऊन गेलं आहे. असं दिसतंय की एकेकाळी शीत वाळवंट असणाऱ्या आणि फक्त ध्रुवांपाशी बर्फ असणाऱ्या मंगळाच्या पृष्ठभागावरच द्रवरूपात पाणी आहे!

मंगळवासीयांच्या दृष्टीनं याचा अर्थ काय?

उन्हाळ्यात नासाच्या वैज्ञानिकांनी हे शोधून काढलं की, विवरांच्या आत आणि दऱ्यांमध्ये पाणी वाहतं;पण हिवाळ्याच्या प्रारंभी ते सुकून जातं. हे पाणी पृष्ठभागाच्या खालून वर येतं की ते वातावरणातील दव आहे हे माहीत नाही. पण या शोधानं सूर्यमालेत सजीवसृष्टीच्या शोधात एक पाऊल पुढं टाकलं गेलं आहे, हे नक्की.

> जिथं द्रवरूपात पाणी आहे तिथं सजीवसृष्टी सापडेल, असं वैज्ञानिकांना वाटतं.

भविष्यातील आपल्या वसाहती :

या शोधाचा असा अर्थ आहे की, मंगळावर मानवी वसाहत स्थापन करणं सहज शक्य आहे! जर हे पाणी मंगळावरच्या स्थानिक स्रोतामधून मिळवता आलं तर मंगळावरच्या आपल्या पुढील मोहिमांना जाणवणारी महत्त्वाची समस्या दूर होईल.

> मंगळावर राहण्याची गोष्ट आता आणखी एक पाऊल पुढं सरकली आहे.

त्यानंतर संध्याकाळी बऱ्याच वेळानं जॉर्ज आणि ॲनी स्वयंपाकघरात बेत ठरवण्यासाठी एकत्र बसले होते. बऱ्याच दिवसांनी संपूर्ण चार्ज असण्याचा आनंद 'इबॉट' लुटत होता. जॅम बनवण्याच्या खटाटोपामुळे दमलेल्या एरिकप्रमाणेच 'इबॉट'ही तिथून निघून गेला होता. याचा अर्थ आता तिथं दोघांशिवाय कोणीच नव्हतं.

''नीट बघून बस,'' जॉर्ज टेबलाजवळ बसण्यासाठी जात असताना ॲनीनं त्याला सूचना केली, ''इथं सगळीकडं चिकट झालेलं आहे. सगळीकडं जॅम आहे.''

त्या दुपारी हळूहळू जॅमच्या रंगात बदल होत गेला होता. स्वयंपाकघरातल्या ओट्यावर उडालेले जॅमचे शिंतोडे गडद निळ्या रंगाचे तर स्वयंपाकघरातल्या फरशीवर पडलेले जॅमचे छोटे छोटे गोळे आता नारिंगी रंगाचे झाले होते. छतावर उडालेले छोटे शिंतोडे ॲव्हकॅडोच्या रंगाचे झालेले दिसले.

''तुझे डॅड पुन्हा वैज्ञानिक म्हणून रुजू झाले तर बरं,'' जॉर्ज ॲनीला म्हणाला. ''या रस्त्यावर फक्त एकाच चक्रम स्वयंपाक्याला जागा आहे आणि माझ्या मममुळे ती भरलेली आहे.''

''होय. ते काहीतरी नक्कीच करू शकतील. म्हणजे त्यांच्याजोगं एखादं काम. मला नाही वाटत की त्यांच्यासारखा एखादा भौतिकशास्त्रज्ञ पूर्णपणे निरूपयोगी होऊन जाईल.''

''ते नेहमी म्हणतात की या विश्वाला फक्त प्लंबिंगची गरज आहे.'' जॉर्ज म्हणाला. ''एरिक प्लंबर होऊ शकतील का?''

''अं... ते डिस्को जॉकी किंवा एखादा लोकप्रिय सिनेमा नट चांगले होतील,'' ॲनीच्या या बोलण्यावर दोघं खदखदून हसले.

''मी सतत कशाला तरी चिकटतोय. ॲनी, आपण झाडावरच्या खोपटात जायचं का?'' जॉर्ज असं म्हणाला खरा, पण ब्रिटनमधल्या उन्हाळ्याला साजेसा पाऊस पडू लागला होता आणि बाहेर थंडीही होती.

''हे बघ...'' जॉर्जनं भिंतीवरच्या खिळ्याला अडकवलेली किल्ली दाखवली, ''आपण माझ्या घरी जायचं का? कदाचित तिथं खायला काहीतरी असेल.''

''चल, मला भूक लागलीय!''

ॲनी आणि जॉर्ज दोघं मुसळधार पावसातून जॉर्जच्या घराकडं धावत गेले. दोघांच्या घरांमधल्या कुंपणाच्या भोकातून उडी मारून दोघं जॉर्जच्या मागच्या दरवाजात पोहोचले. जॉर्जनं किल्ल्यांचा जुडगा खळखळवत दरवाजा उघडला. मग दोघं स्वयंपाकघरात शिरून निथळत उभं राहिले. जॉर्जच्या घरचं स्वयंपाकघर शेजारच्या घराच्याच आकाराचं होतं, पण ते पूर्णपणे निराळं होतं. जॉर्जला त्याच्या घरातला सुकलेल्या भाज्या आणि निरनिराळ्या औषधी वनस्पतींचा परिचित वास आला. त्यातच गाजराचा कीस, लिंबाची सालं आणि माती यांचाही हलका वास

मिसळलेला होता.

जॉर्जनं बटण दाबताच तिथं मंद असा प्रकाश पडला. एरिक घरात वापरत होते तसे हे प्रखर एलईडी दिवे नसून ते पर्यावरणाचा विचार करून मुद्दाम लावलेले मंद दिवे होते.

''हूं...'' ॲनी धपकन एका खुर्चीत बसली. ''नॉर्मल घर.''

आपल्या मैत्रिणीनं आपल्या घराला नॉर्मल म्हणावं हे जॉर्जला चमत्कारिक वाटलं. याचा अर्थ ॲनीचं घर खरोखरच चक्रमपणानं भरलेलं आहे, हे त्याच्या लक्षात आलं.

''आपण काहीतरी बेत ठरवायला हवा.'' जॉर्ज खाण्यासाठी काही मिळतंय का हे बघण्यासाठी कपाटं धुंडाळत होता. त्याला फक्त एका डब्यात काहीशी शिळी झालेली बिस्किटं सापडली. त्यानं त्यातलं एक काढून ॲनीकडं फेकलं. ॲनीनं ते सफाईनं झेललं.

''उ म!'' ॲनी म्हणाली, ''डेझीची बक्षिसं मिळवणारी बिस्किटं!''

''तुझ्या डॅडच्या त्या अणुयुद्धानंतरचा हिवाळा काढण्याजोग्या जॅमपेक्षा चांगली.''

''उद्या आपण अवकाश शिबिरात असू. तिथलं अवकाशातलं रेशन खात,'' ॲनी हसत म्हणाली.

''होय का?'' जॉर्जनं विचारलं. ''तसं त्यांनी नमूद केलंय का?... म्हणजे पृथ्वीवरच्या शिबिरात आपल्याला अवकाशातल्या अन्नावर जगावं लागेल असं?''

''अर्थातच. आपल्याला अवकाशात मिळतं तसं कोरडं अन्न खायची सवय करायला हवी.''

''या शिबिरात असं काही असेल याची मला कल्पना नव्हती.'' जॉर्ज म्हणाला. त्याला खाणं मनापासून आवडत असे. ''तिथं धूळ खावी लागणार असं दिसतंय. किती काळ ?.. आपलं हे शिबिर कधीपर्यंत चालणार आहे?''

''ऊं... हे तसं चमत्कारिकच आहे म्हणा. शिबिर उन्हाळ्याच्या अखेरपर्यंत असेल एवढंच लिहिलंय. पण नेमकी तारीख दिलेली नाही.''

''आणि आपल्याबरोबर खरोखरच काहीही न्यायचं नाही?''

''नाही. ते सगळ्या वस्तू देणार आहेत.''

''आणि हे शिबिर कॉस्मोड्रोम-२ मध्येच आहे? आपण अगदी तुझ्या डॅडबरोबर देखील जाऊ शकत नाही तिथं?''

''तुझा माझ्यावर विश्वास नसेल तर तू स्वतःच वाच,'' ॲनी म्हणाली, ''तू हे एवढे प्रश्न का विचारतो आहेस?''

जॉर्जनं एक सुस्कारा टाकला, ''मला त्या शिबिरात जायचंय. मला खरोखरच मंगळावरही जायचंय. इतर काहीही नसलं तरीही चालेल; पण मला हे करायचंच

आहे. पण मला काहीतरी गडबड आहे असं वाटतंय.''

''होय, मला कल्पना आहे,'' ॲनी म्हणाली, ''आपल्याला जरी काही गोष्टी दिसत नसल्या तरी त्या खऱ्या आहेत हे जाणवत असतं.''

''म्हणजे विजेसारखं,'' जॉर्ज दिव्याकडं बोट दाखवत म्हणाला.

''आणि मनातल्या वाईट शंकादेखील,'' ॲनी म्हणाली. ''काहीही असलं तरी आपण त्या शिबिरात जायलाच हवं. कदाचित तिथला अनुभव आत्तापर्यंत न घेतलेला विलक्षण आनंदाचा असेल. आणि – ''

''आणि *'अर्टेमिस'*चं गूढ आणि युरोपाचं काय झालं हे समजण्यासाठी आपल्याला त्या कॉस्मोड्रोम-२ मध्ये जायलाच हवं.''

''माझ्या माहितीनुसार माझ्या डॅडनी युरोपाबद्दल आणि त्याच्यावरच्या त्या भोकाबद्दल चौकशी करताच त्यांना कॉस्मोड्रोम-२ मधून हाकलण्यात आलं. तेव्हा आपल्या मनात नसलं तरी आपण तिथं जायलाच हवं.''

''म्हणजे आपल्याला जायचंच आहे तिथं?''

''नक्कीच!''

जॉर्जला आता तिथं जायच्या कल्पनेनं हुरूप आला. ॲनीनं या बाबतीत नक्कीच काहीतरी विचार केला असणार हे त्याला समजत होतं. तिच्याही मनात काही शंका आहेत हे त्याला जाणवलं. ''आणि तिथं जाऊन आपण जी काही माहिती काढता येईल ती काढायची.''

''शिवाय माझ्या डॅडनी पुन्हा एखादा जॅम बनवण्याचा विचार करायच्या आत आपण त्यांना त्यांचं काम परत मिळवून द्यायचं आहे.''

''किंवा आणखी भिंती रंगवण्याचा विचार त्यांच्या मनात यायच्या आत,'' जॉर्ज म्हणाला.

आपल्या हाताला हिरवा रंग लागलाय हे तेव्हा त्याच्या लक्षात आलं.

''आपल्याला खूप काही करावं लागेल. अर्थात मंगळावर तर जायचं आहेच.''

''ते जमेल आपल्याला,'' जॉर्ज म्हणाला, ''पण आपल्याला तुझ्या डॅडची मदतनीस रिका डूर हिच्यावर लक्ष ठेवायला हवं. तिचा यात हात असावा, असं मला खात्रीनं वाटतंय.''

''मला वाटतं की नियमांना धरून चालणारी असावी,'' ॲनी साशंक होत म्हणाली, ''मला असंही वाटतंय, की ती डॅडमुळं वैतागली असावी. कधीकधी ते कसं वागतात ते तुला माहीतच आहे. पण मुळात ती खरोखर दुष्ट नसावी. नसेल ना तशी?''

''माहीत नाही,'' जॉर्ज म्हणाला, ''पण आपण आता ते शोधणारच आहोत.''

६

''जॉर्ज!'' जॉर्जच्या मिटलेल्या डोळ्यांवर प्रकाशाचा प्रखर झोत पडला. आपण महासागराच्या तळाशी असून वरच्या दिशेनं जाण्यासाठी झगडत आहोत, असा भास त्याला होत होता, ''जॉर्ज... '' पुन्हा त्या आवाजानं हलक्या स्वरात हाक मारली. या खेपेस कोणाच्यातरी हातानं त्याला हलवलं होतं.

जॉर्जनं कुशीवर वळण्याचा प्रयत्न केला.

''नाही, झोपू नकोस.'' तो आवाज या खेपेस रागानं म्हणाला, ''ऊठ! जायची वेळ झाली आहे. तुझे कपडे खालच्या मजल्यावर आहेत. चल!''

पांघरूण स्वत:भोवती गुंडाळून अर्धवट झोपेतच जॉर्ज लडखडत खोलीच्या बाहेर पडला आणि खाली उतरला. तो अडखळत्या पावलांनी एरिकच्या अभ्यासिकेत शिरला. त्याचे कपडे तिथल्या एकुलत्या एका खुर्चीवर पडले होते. खोली तशी बरीचशी रिकामी होती. अर्धवट झोपेतच असलेल्या जॉर्जनं तशाही स्थितीत हे पाहिलं होतं की, एरिकची खोली रिकामी असल्यानं कशी तरीच दिसत होती.

जॉर्जनं अंगावर कपडे चढवले आणि तो स्वयंपाकघरात शिरला. तिथं त्याला ॲनी दिसली. ती अगोदरच तयार होऊन बसली होती. सैनिक घालतात तशी विजार, टी-शर्ट आणि चमकणारे बूट! तिनं तिच्या लांब सोनेरी केसांचं पोनिटेल बांधलं होतं. जॉर्जला ती त्या वेळी जेवढी प्रसन्न दिसली तेवढी त्याआधी कधी दिसली नव्हती.

"हं... तर मग. आता निघायची वेळ झाली," ॲनी म्हणाली.

जॉर्जनं मान डोलावली. आदल्या रात्री जॉर्जनं ॲनीनं आखलेल्या बेताला संमती दिली होती. आपला हा बेत पार पडेल, याची दोघांनाही पूर्ण खात्री नव्हती.

"इबॉट कुठं आहे," जॉर्ज पुटपुटला.

"तो गाडी आणायला गेला आहे." ॲनी म्हणाली, "तो आता एवढ्यात यायलाच हवा होता. चल पळ! पळ!" असं म्हणत ॲनीनं जॉर्जला जवळजवळ ढकलत दरवाजाकडं धाव घेतली. मग दोघांनी दरवाजाबाहेरच्या फुटपाथवर उड्या मारल्या.

खरोखरच एरिकची फिक्कट निळ्या रंगाची ड्रायव्हरविरहित गाडी त्यांच्या घरासमोर उभी होती. 'इबॉट'नं ती चार्ज करून आणली होती. 'इबॉट' ड्रायव्हरच्या जागी बसून त्यांच्याकडं खेळकरपणे पाहत होता. 'इबॉट' ड्रायव्हरच्या जागी बसेल हे त्यांनी अगोदरच ठरवून टाकलेलं होतं. त्यामुळं गाडीकडं कोणी पाहिलं तर त्यांना गाडी किंवा आतल्या लोकांबद्दल संशयास्पद असं काहीही वाटणार नव्हतं. एक मोठी व्यक्ती दोन लहान मुलांना घेऊन चालली आहे, या दृश्यात काहीही वेगळं वाटण्याजोगं नव्हतं.

अर्थात हे सगळंच आगळंवेगळं होतं. एक ॲन्ड्रॉइड मोठ्या व्यक्तीच्या जागी बसून गाडी चालवतोय असं, भासलं तरी प्रत्यक्षात गाडी स्वत:च चालत होती. पण हे कोणालाही कळण्याची गरज नव्हती.

"आपण कॉस्मोड्रोम-२ ची जागा कशी शोधणार आहोत?" जॉर्जनं विचारलं.

हा विचार आपण आदल्या रात्री का केला नाही, असा विचार त्याच्या मनात डोकावला. ते इतक्या भल्या पहाटे निघाले होते की, अजून आकाशात ध्रुवाची चांदणी चमकत होती. "आपल्याला कॉस्मोड्रोम-२ कुठं आहे हे माहितीच नाही."

"नाही; पण गाडीला माहिती आहे! बघ." ॲनी हसत म्हणाली.

गाडी चालू करण्यासाठी एवढंच करायचं होतं की 'इबॉट'नं मधलं बोट (एरिकच्या बोटाचेच ठसे 'इबॉट'चे असल्यानं) फक्त स्टिअरिंग व्हीलच्या पॅडला लावायचं होतं. ते लावताच ॲनीनं 'इबॉट'च्या बोटानं गाडीतल्या संगणकाला कुठं जायचंय हे सांगितलं. तिनं त्यासाठी कॉस्मोड्रोम-२ ची निवड केली.

"मी माझं बोट वापरलं तर चालेल का?" जॉर्जनं विचारलं. तो आता पूर्ण जागा झाला होता आणि आपण खरोखरच कुठंतरी जाणार आहोत, हे त्याच्या लक्षात आलं होतं.

"नाही. ती स्पर्शावर चालते; पण फक्त डॅडच्या बोटाच्या, म्हणजे आत्ता 'इबॉट'च्या बोटाच्या स्पर्शानं चालणार," ॲनीनं पाठीमागच्या सीटवर बसलेल्या जॉर्जकडं हसत हसत एक कटाक्ष टाकला.

ड्रायव्हरविरहित गाड्या

ड्रायव्हरविरहित गाड्या—नक्की फक्त वैज्ञानिक काल्पनिकांमध्येच का?

आश्चर्य वाटेल, पण ड्रायव्हरशिवाय चालणाऱ्या गाड्या या अगोदरच अस्तित्वात आल्या आहेत. त्यांना रोबोटिक किंवा स्वयंचलित गाड्या असंही म्हणतात. कोणीही माणूस नसताना ही वाहनं सर्वसामान्य गाड्यांप्रमाणेच काम करू शकतात. रडार, संगणक प्रणाली आणि वैश्विक स्थाननिश्चिती यंत्रणा वापरून या गाड्यांना अवतीभवतीची जाणीव करून घेता येते. त्यामुळं त्या रस्त्यामधील अडथळे टाळून रस्त्यावर बदलणाऱ्या परिस्थितीनुसार मार्गक्रमण करू शकतात.

'गुगल शोफर' या नावाचं सॉफ्टवेअर वापरणारी गुगल स्वयंचलित गाडी हे अशा वाहनाचं एक उदाहरण आहे. ही गाडी गेली कित्येक वर्षे व्यवस्थित चालते आहे. गुगलनं बनवलेल्या अशा अद्ययावत गाडीत स्टिअरिंग व्हील किंवा पॅडल असं काहीही नाही. ड्रायव्हरविरहित गाड्या खरोखरच खूपच उपयुक्त ठरतील. त्या न थकता कितीही लांबचा प्रवास करू शकतील. तसेच ज्या अपंग अथवा दृष्टिहीन व्यक्ती नेहमीच्या गाड्या चालवू शकत नाहीत, त्यांच्यासाठी या गाड्या उपयोगी पडू शकतील. जर अशा रोबोंनी चालवलेल्या गाड्यांचं कार्य व्यवस्थित चालत असेल तर माणसांनी चालवलेल्या गाड्यांपेक्षा त्या अधिक सुरक्षित ठरतील. कारण रोबो हे खिडकीतून बाहेर बघणार नाहीत. रेडिओ लावण्यासाठी बटणांशी खेळणार नाहीत, मोबाइल फोनवर बोलणार नाहीत किंवा गाडीतल्या प्रवाशांशी वाद घालत बसणार नाहीत.

परंतु काही लोकांना मात्र या गाड्या धोकादायक आहेत, असं वाटतं. जर अशी एखादी ड्रायव्हरविरहित गाडी चालता-चालता बिघडली तर गाडीत बसलेल्या माणसांना तिच्यावर नियंत्रण मिळवता येणार नाही. शिवाय या गाड्या आल्यानंतर काही काळांत गाडी कशी चालवायची, हेच आपण विसरून गेलो तर? त्याचप्रमाणे मग बसचे ड्रायव्हर, टॅक्सी चालवणारे वगैरे लोकांनी काय करायचं? रोबोनींच जर सगळं काही चालवलं तर मग त्यांचं काय होईल?

युरोपामधल्या काही देशांनी अगोदरच ड्रायव्हरविरहित गाड्यांच्या मार्गांचं जाळं निर्माण करण्याचा बेत आखला आहे. तेव्हा तयारीत रहा. कदाचित लवकरच तुम्हाला तुमच्या आजूबाजूला एखादी ड्रायव्हरविरहित गाडी दिसेल.

ॲनीनं 'इबॉट'चं बोट पुन्हा लावताच गाडीचे दिवे लागले. "बेल्ट लाव!" ॲनीनं स्वत:चा बेल्ट लावत जॉर्जला सूचना केली. जॉर्जनं चाचपडत बेल्ट लावला. ॲनीनं 'इबॉट'चे हात स्टिअरिंगवर ठेवले. पण प्रत्यक्षात तो काहीच करणार नाही, याची काळजी ॲनीनं घेतली होती. तिनं पुन्हा एकदा सर्वकाही ठीक असल्याची खात्री करून घेतली. "हं... चला, निघालोच आपण!" तिनं असं म्हणताच गाडी रस्त्यावर आली आणि त्यांच्या कॉस्मोड्रोम-२ च्या प्रवासाला सुरुवात झाली.

मात्र हा प्रवास जॉर्जला फार गमतीचा वाटत नव्हता. त्या चालत्या गाडीचं नियंत्रण सांभाळणाऱ्या ॲनीवर किंवा 'इबॉट'वर त्याचा पूर्ण भरवसा नव्हता. शिवाय गाडी फार वेगानं जात होती. आदल्या दिवशी कॉस्मोड्रोम-२ मधून परत येताना रागात असलेल्या एरिकनी जे काही सेटिंग केलं होतं त्याप्रमाणेच गाडी चालत होती. सकाळच्या कमी रहदारीतून गाडी वेगानं पुढं निघाली. फॉक्सब्रिज गावाच्या बाहेर जाणाऱ्या रस्त्याला लागेपर्यंत गाडी रहदारीतून वाट काढत जात होती. एका वळणावर गाडीनं असं वळण घेतलं की दोन चाकं वळताना काही क्षण हवेत होती!

पुढच्या सीटवर बसलेली ॲनी किंचाळली; पण हे किंचाळणं घाबरून नाही तर अत्यानंदाचं होतं.

"घट्ट बस!" मागच्या सीटवरचा जॉर्ज पुटपुटला. तो सतत डावीकडून उजवीकडं आणि उलट्या दिशेनं फेकला जात होता. आपल्याला त्यामुळं उलटी तर येणार नाही ना, असं त्याला वाटू लागलं होतं. त्याच्या आईवडिलांकडं साधी नेहमीची गाडीही नव्हती. त्यामुळं त्याला असल्याच काय तर गाडीच्या प्रवासाचीच सवय अजिबात नव्हती. आता तर ॲनीनंही घाबरून डोळे घट्ट मिटून घेतले होते आणि तिनं पट्टाही घट्ट धरून ठेवला होता.

"तुला वेग कमी करता येईल का?" जॉर्जनं ओरडून विचारलं.

"नाही!" ॲनी म्हणाली, "मी कशालाही हात न लावलेला बरा. नाही तर गाडी थांबेल किंवा उलटी घराकडंच जायची, किंवा मी काही बदललं तर ती आपल्याला चुकीच्या ठिकाणी घेऊन जाऊ शकते. कदाचित आणखी वेगातही!"

गाडीचा वेग एवढा वाढला होता की आजूबाजूची शेतं, मळे वगैरे त्यांच्या डोळ्यासमोर फक्त धूसर असे हिरवे, पिवळे, तपकिरी आकाराच्या स्वरूपात वेगानं मागे जात होते. आता तर वेग एवढा वाढला होता की गाडी हवेत उडते की काय, याची जॉर्जला धास्ती वाटू लागली. जॉर्जला हवेत उडायचं होतं खरं, पण ते व्यवस्थित त्यासाठी बनलेल्या विमानातून. त्याला एरिकच्या या विचित्र

गाडीतून उडत जायची जरा देखील इच्छा नव्हती.

गाडीच्या प्रवासाची मजा घेणारी एकच व्यक्ती होती, ती म्हणजे 'इबॉट'! तो यंत्र असल्यानं खड्डा पडण्यासाठी त्याला पोटच नव्हतं. खिडकी उघडी असल्यानं वाऱ्यावर त्याचे केस संपूर्ण उलटे होऊन जोरजोरात हलत होते. तो निवांत आणि बिनधास्त, इतकंच नाही तर स्टिअरिंग धरलेला तो एकदम झकास दिसत होता.

गाडी एका ठिकाणी काहीही चिन्ह नसलेल्या छोट्या रस्त्यावर वळली, तेव्हा तिचा वेग थोडा कमी झाला होता. या रस्त्याच्या दोन्ही बाजूंना उंच झाडांची गच्च राई असल्यानं आत काय आहे, हे कळत नव्हतं. कॉस्मोड्रोम-२ कडं जाणारा तो छोटा रस्ता एखाद्या मळ्याकडं जाणारा वाटत होता. एक गोष्ट चांगली होती की गाडीला आपण कुठं चाललोय ते माहीत होतं, कारण गाडीतल्या प्रवाशांना ते जरा देखील कळत नव्हतं.

अखेर त्यांना समोर एक आडवा दांडा खाली पडलेला दिसला. त्यावर लाल-पांढरे पट्टे होते. त्याच्या दोन्ही बाजूंना छोट्या काळ्या पेट्या होत्या. त्यावर ठिपक्या ठिपक्यांनी लिहिलेली अक्षरं होती. *प्रतिबंधित क्षेत्र. अनधिकृत प्रवेश नाही!* दोन्ही बाजूंना एवढं उंच तारेचं कुंपण होतं की, जॉर्ज आणि ॲनीनं तसं कधीच पाहिलं नव्हतं.

"आता काय?" जॉर्जनं विचारलं, "आपण आत कसं जायचं?"

ॲनीनं तिच्या बाजूची खिडकी खाली केली आणि तिच्या बाजूच्या काळ्या पेटीकडं नजर टाकली. त्यावर एक अगदी छोटा पडदा होता. "कळलं!" असं म्हणत ॲनीनं तिचा फोन बाहेर काढला. त्यावर बोटं फिरवली आणि मग हवं ते सापडल्यावर तो तिनं त्या छोट्या पडद्यासमोर धरला. पडद्याचा रंग हिरवा झाला आणि ॲनीनं फोन मागं घेतल्यावर जॉर्जला त्यावरच्या ओळी दिसल्या.

स्वागत अंतराळवीरांनो! स्वागत! जॉर्ज ग्रीनबी स्वागत! ॲनी बेलीस स्वागत! कृपया मुख्य इमारतीकडं जा.

लाल-पांढरे पट्टे असणारा दांडा उचलला गेला आणि मग त्याच्या खालून गाडी वेगानं पुढं निघाली.

"हे कसं काय झालं?" जॉर्जनं विचारलं.

"आपली निवड झाल्यानंतर त्यांनी बारकोड पाठवले होते. फक्त हे बारकोड बरोबर आणा एवढंच त्यांनी सांगितलं होतं."

"हे उत्तम झालं," जॉर्ज म्हणाला, "फारशी सुरक्षा दिसत नाही. इथं कोणीही नाही."

जॉर्ज असं म्हणाला खरा, पण ते शेतासारख्या मोकळ्या जागेत दूर अंतरावर दिसणाऱ्या आकाराकडं जाऊ लागताच त्याला गाडीच्या भोवती उडणारे काळे

पक्षी दिसले. अगोदर त्याला ते पक्षी वाटले खरे;पण समोरच्या बाजूला आणि सर्व खिडक्यांसमोर उडणारे ते आकार पक्षी नव्हते. ते छोटे उडणारे कॅमेरे असून प्रत्येकावर एक उघडझाप करणारा लाल रंगाचा डोळा आहे, हे त्यांच्या लक्षात आलं.

"ड्रोन!" ॲनी म्हणाली. तिनं आपलं पोनिटेल उडेल असा झटका दिला आणि ती हसली. जर कोणी त्या वेळी बघत असेल तर त्यासाठी.

"आणि त्यांना हवे असणारे लोक आपण नसलो तर?" जॉर्ज किंचित थट्टेनं म्हणाला, "तसं झालं तर ते आपल्यावर रोबो सुरक्षा रक्षक सोडतील."

पुढच्या सीटवर बसलेल्या ॲनीच्या अंगावर शहारा आला. ते त्या मुख्य इमारतीकडं जात असताना सूर्याच्या प्रकाशात झगमग करणारी ती इमारत दिसली. ते दृश्य विलक्षण होतं. एका मध्यवर्ती घुमटाच्या आजूबाजूला लक्षावधी सळयांनी एक प्रचंड भौमितिक आकार निर्माण केला होता. त्याच्या दोन्ही बाजूंना काँक्रीटच्या दोन इमारती होत्या. त्यांना खिडक्या नव्हत्या. तिथं एकही माणूस दिसत नव्हता. एरिक पूर्वी जिथं काम करायचे त्या जागा माणसांनी गजबजलेल्या आणि भरपूर वर्दळ असणाऱ्या होत्या. बागांमध्ये बसून सॅन्डवीच खाणारे विद्यार्थी आणि एकमेकांमध्ये गहन चर्चा करणारे प्राध्यापक यांचा एकच गजबजाट तिथं असायचा. ही जागा मात्र पूर्णपणे रिकामी आणि संपूर्ण शांतता असणारी होती.

गाडी पार्किंगमध्ये शिरली. पार्किंग गच्च भरलेलं होतं पण गाडी नेमकी एका रिकाम्या जागी जाऊन उभी राहिली. तिथं लावलेल्या पट्टीवरची 'प्राध्यापक बेलीस' ही अक्षरं कोणीतरी घिसडघाईनं खोडलेली होती.

"हं... आलो एकदाचं आपण." असं म्हणत ॲनीनं गाडीबाहेर उडी मारली. ती मग 'इबॉट'च्या बाजूला आली आणि ते दार उघडून त्याला बाहेर काढलं. जॉर्जही पाठोपाठ उतरला. मग तिघं जण त्या मुख्य इमारतीच्या भव्य अशा प्रवेशद्वाराकडं निघाले.

"हे सगळं काहीसं भीती वाटणारं आहे," मुख्य इमारतीच्या स्वच्छ निळ्या

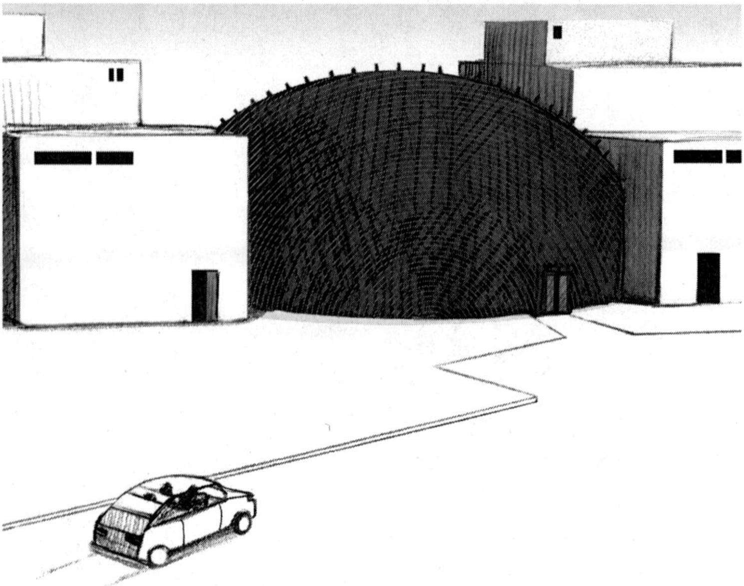

आकाशाच्या पार्श्वभूमीवर दिसणारा प्रचंड आकार बघत जॉर्ज म्हणाला. ते आता त्या इमारतीच्या सावलीत उभे होते.

"हे सगळं छान आहे," ॲनी म्हणाली, "पण तुला वाटतंय तसं नाही."

"आपण लिहून ठेवलेली चिठ्ठी वाचल्यावर एरिक रागावू नयेत एवढीच आशा आहे," जॉर्ज म्हणाला. त्यानं एक सुस्कारा सोडला. त्यानं आणि ॲनीनं मिळून एक चिठ्ठी स्वयंपाकघरातल्या टेबलावर ठेवली होती. ते अवकाश प्रशिक्षण शिबिरासाठी गेले आहेत आणि कॉस्मोड्रोम-२ मधून ते एरिकना फोन करायचा प्रयत्न करतील, असं त्या चिठ्ठीत लिहिलं होतं.

"ओह... तर मग आपण शोधू या का की अर्टेमि-"

ॲनीनं जॉर्जचं वाक्य तोडलं, "शू ऽऽऽ" ती अवतीभवती फिरणाऱ्या ड्रोनकडं बोट दाखवत म्हणाली, "तो शब्द उच्चारू नकोस."

मग ते आत शिरले आणि पायऱ्यांवरून वर जाऊ लागले. आपण अंतराळातल्या धाडसाची सुरुवात करतोय असं त्यांना वाटत होतं.

७

ॲनी आणि जॉर्जनं मोठी भक्कम दारं ढकलून इमारतीत प्रवेश केला. त्यांना आत जवळपास रिकामा भाग दिसला. वरच्या बाजूला मोठी कमान होती. त्यावरचा घुमट स्वच्छ काचेचा होता आणि त्यातून पडणाऱ्या सूर्यप्रकाशात खालची पॉलिश केलेली फरशी चमकत होती. इतर कोणती वेळ असती तर ते त्या भव्य इमारतीचं सौंदर्य बघायला क्षणभर थांबले असते; पण आज नाही. आज ते कामात होते.

त्यांना एक मोठा फलक दिसला. त्यावर 'अंतराळवीरांनो स्वागत! तुमचा प्रवास इथून सुरू होत आहे.' असं लिहिलं होतं. त्या फलकाच्या खाली एक टेबल होतं. त्या टेबलापाशी निळ्या रंगाचा अंतराळपोशाख घातलेला एक पुरुष आणि एक स्त्री सामान आवरताना दिसत होते.

ॲनी आणि जॉर्ज त्या टेबलाच्या दिशेनं निघाले. 'इबॉट' त्यांच्या पाठोपाठ होता.

"हॅलो... आम्ही अंतराळवीर आहोत..." ॲनी म्हणाली.

"तुम्ही जरासा उशीर केला आहात," ती तरुण स्त्री म्हणाली. पण ती दोघांकडं बघून स्मितहास्य करत होती. तिला 'इबॉट' दिसला नव्हता. "इतर सर्व जण आलेले आहेत आणि आता कार्यक्रमाची सुरुवात होते आहे."

त्या तरुण स्त्रीच्या शेजारी असलेल्या माणसानं तिला किंचित ढोसलं आणि तिचं लक्ष वेधलं. 'इबॉट'कडं लक्ष जाताच तिचे आणि त्या माणसाचे डोळे भीतीनं विस्फारले. त्यांची ती प्रतिक्रिया बघून ॲनी आणि जॉर्जनं मागं वळून पाहिलं. त्यांनी 'इबॉट'कडं पाहिल्यावर त्यांना काहीतरी वेगळं असल्याची जाणीव झाली. त्याच्या चष्म्याच्या काचांवर हिरव्या रंगाचे शिंतोडे उडालेले दिसत होते.

"हा माणूस म्हणजे..." ती तरुण स्त्री कुजबुजत म्हणाली.

"माहीत नाही!" तो माणूस तिला हलक्या आवाजात म्हणाला, "मी त्यांना

कधीच भेटलो नव्हतो!''

''मी त्यांना फक्त एकदाच बघितलं होतं,'' ती तरुण स्त्री म्हणाली, ''तेव्हा मलाही नीट माहीत नाही. पण त्यांच्यात आणि याच्यात साम्य आहे हे नक्की.''

''तुमची नावं?'' जॉर्ज आणि ॲनीकडं बघत त्या तरुण स्त्रीनं विचारलं.

''जॉर्ज ग्रीनबी''

''ॲनी बेलीस''

ॲनीनं बेलीस असं उच्चारताच त्या दोघांनी घेतलेले श्वास एकदम ऐकू आले.

त्या माणसानं त्याच्या टॅब्लेटकडं नजर टाकली, ''असं दिसतंय की सगळ्या जागा भरून गेलेल्या आहेत. तुमची नावं काय म्हणालात?'' त्यानं पुन्हा एकदा संशयानं 'इबॉट'कडं नजर टाकली.

''आम्ही सांगितली तीच. आम्हाला खात्री आहे. हे बघा,'' असं म्हणत तिनं तिचा फोन त्या माणसासमोर धरला. ''आमच्याकडं बारकोडदेखील आहेत.''

जॉर्ज आणि ॲनीनं एकमेकांकडं नजर टाकली. काहीतरी गडबड आहे, हे दोघांनाही जाणवत होतं. कॉस्मोड्रोम-२ मध्ये असं काय घडलं असावं की ॲनीनं

नुसतं 'बेलीस' असं उच्चारताच या लोकांनी अशी प्रतिक्रिया द्यावी? हे छान दिसणारे लोक एरिक यांच्या विरोधात का? अर्थात युरोपाच्या बाबतीत काहीतरी चालू आहे, हे जसं त्यांना माहीत होतं तसंच एरिकना कामाच्या ठिकाणी कशामुळं तरी त्रास होत होता, याची जॉर्ज आणि ॲनीला कल्पना होती. आता या सगळ्याच्या मुळाशी काहीतरी भयंकर आहे, याची जाणीव त्यांना त्या वेळी झाली.

जॉर्जनं आवंढा गिळला. आता उशीर झाला होता. परत जाणं शक्य नव्हतं. तसंच त्याची परत जाण्याची इच्छाही नव्हती. त्याला अंतराळवीर होण्यासाठी प्रशिक्षण घ्यायचं होतं. त्याचप्रमाणे तो आणि ॲनी मिळून *'अर्टेमिस'*चं गूढ उकलणार होते; शिवाय इथं कॉस्मोड्रोम-२ मध्ये एरिकच्या बाबतीत काय घडलं त्याचाही शोध घेऊन त्याला ॲनीला खूश करायचं होतं. पण अचानक एखादा छोटा मुलगा आणि त्याची छोटी मैत्रीण यांच्या हे सगळं आवाक्याबाहेर जाऊ लागलं होतं.

त्या बाईनं ॲनीच्या हातातल्या फोनमधले बारकोड तपासले, "ओह!... खरंच की! तुमची निवड सर्वांत शेवटी झाली असल्यानं तुमचं नाव मुख्य यादीत नाही."

"हे विचित्र नाही का?" तो माणूस म्हणाला, "ती बेलीस आहे आणि एवढं सगळं घडल्यावर त्यांनी एका बेलीसला इथं येऊ देणं हे मला – "

"शू ऽऽऽ" त्या बाईनं त्या माणसाला गप्प केलं. "तिचं नाव प्रवेश दिलेल्यांच्या यादीत आहे, तेव्हा तिला घ्यायलाच हवं!"

"पण त्यासाठी आईवडिलांपैकी कोणीतरी सही करायला हवी," तो माणूस चुळबुळत म्हणाला. तो चांगलाच अस्वस्थ झालेला दिसला.

"हे तुम्ही अगदी बरोबर म्हणालात," ॲनी ठामपणानं म्हणाली. तिचा आत्मविश्वास थोडा कमी होऊ लागला असला तरी ती तसं दाखवणार नव्हती. "ते आमच्या दोघांसाठी सही करतील."

"ते सध्या माझे तात्पुरते पालक आहेत. माझी आई आणि वडील दोघंही सुट्टीसाठी एका बेटावर शेती करायला गेले आहेत. बरोबर माझ्या दोन्ही बहिणी हेरा आणि जुनो यादेखील आहेत. म्हणून आत्ता ते इथं येऊ शकलेले नाहीत. पण त्यांनी पूर्ण परवानगी -"

ॲनीनं जॉर्जच्या पायावर पाय दाबला, "पुरे!" ती हलक्या आवाजात म्हणाली. "अं – इब- डॅड!" तिनं 'इबॉट'ला हाक मारली, "कृपया आमच्यासाठी सही करा," तिनं आज्ञा फार कठोर वाटणार नाही, याची काळजी घेतली. "माझे छान डॅड..." आपण किती कृत्रिम बोलतोय हे तिला जाणवत असलं तरी तिला काहीतरी करणं भाग होतं, कारण रोबोला आज्ञा देणं आणि आपल्या डॅडशी

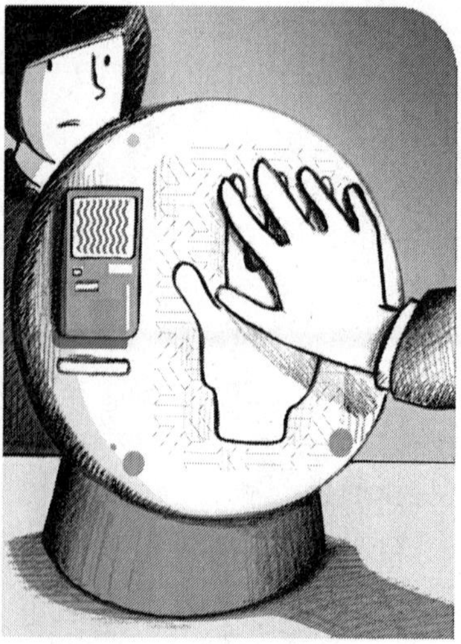

बोलणं यांत निश्चित फरक होता.

'इबॉट' पुढं आला. त्यानं नम्रपणानं स्मितहास्य केलं आणि समोरच्या पडद्यावर हात ठेवून एरिकची इलेक्ट्रॉनिक सही हस्तांतरित केली.

'एरिक डब्ल्यू. बेलीस.' पडद्यावर ही अक्षरं झळकली.

''ओह माय गॉड!'' ती बाई अर्धवट भीतीनं आणि अर्धवट आश्चर्यानं म्हणाली, ''खरंच की!''

''सर...'' त्या बाईबरोबरचा माणूस सावधपणानं म्हणाला, ''सर, या दोन अंतराळवीर प्रशिक्षण कार्यक्रमात या दोघांसाठी परवानगी दिल्याबद्दल धन्यवाद! आता मी तुम्हाला परिसराच्या बाहेर सुरक्षित घेऊन जाण्यासाठी रक्षकांना बोलवतो.''

''त्याची गरज नाही.'' ॲनी घाईघाईनं म्हणाली, ''त्यांना गाडी पार्क केली आहे ती जागा माहीत आहे.''

कॉस्मोड्रोम-२ चे ते दोन्ही कर्मचारी ॲनीच्या बोलण्याकडं चमत्कारिकपणे बघत राहिले. दरम्यान 'इबॉट' अगोदरच वळून बाहेर जाण्यासाठी दरवाजाकडं निघाला होता.

''डॅड!'' ॲनीनं प्रेमानं हाक मारली. आपण खराखुरा डॅडचा निरोप घेतोय, हे तिला भासवायचं होतं. पण 'इबॉट' मागं वळून न बघता निघून गेला होता. तो तिथून निघून गेल्याच्या पाठोपाठ दोन धातूचे पूर्णाकृती रोबो एका बाजूनं आत शिरले होते.

''हं, आणि तुम्ही दोघं!'' ती बाई जरुरीपेक्षा जास्त प्रसन्नता दाखवत म्हणाली, ''हे तुमचे पेजर घ्या. कपडे बदलण्याची जागा कुठं आहे हे त्यावर कळेल. तिथं तुम्हाला अंतराळपोशाख घालायचे आहेत. तुमचे फोन, आयपॅड यांच्यासकट सर्व वस्तू तिथं लॉकरमध्ये ठेवायच्या आहेत. तिथं त्या सुरक्षित राहतील. तुम्ही इथं कॉस्मोड्रोम-२ मध्ये असताना सर्व काळ पेजर तुमच्याजवळ असायलाच हवा. तुम्हाला कुठं जायचं आहे आणि पुढं काय करायचं आहे हे सगळं त्यावरच कळेल. शुभेच्छा!''

पेजरवर लाल अक्षरांमध्ये असलेल्या सूचना बघून ॲनी आणि जॉर्ज, काहीही न बोलता तिथून निघाले. ते जात असताना कॉस्मोड्रोम-२ चे दोन्ही कर्मचारी

आपापसात हलक्या आवाजात काय बोलले ते त्यांच्या कानावर पडलं. "तू पाहिलंस ना? त्यांनी मुलांचा नीट निरोपही घेतला नाही. त्यांनी मागंदेखील वळून पाहिलं नाही! ते लोक म्हणतात ते बरोबरच आहे- प्राध्यापक बेलीस हे माणूस नाहीच आहेत!"

जॉर्जनं ॲनीचं कोपर धरून तिला पुढं ओढलं. मागं जाऊन त्या दोघांना काहीतरी सणसणीत सुनवायची तिची इच्छा त्याला कळली. "तसं करायचं नाही! त्यांना एक अक्षरही सांगायचं नाही!"

ॲनीनं रागानं पाठीमागं फक्त एक कटाक्ष टाकला. ती वळली तेव्हा तिच्या चेहऱ्यावर बंडखोरीचे भाव स्पष्ट दिसत होते, "होय... मला कल्पना आहे त्याची, पण त्यांनी डॅडना असं म्हणावं -" अचानक तिला जवळ एक ड्रोन आहे हे जाणवलं, "हं .. छान!" ती कृत्रिमपणे हसत म्हणाली, "अवकाश शिबिरा... आम्ही आलोच!"

त्याच क्षणी दोघांचेही पेजर बीप बीप आवाज करू लागले. त्यावर त्यांच्यासाठी सूचना आली होती. *'मिशन कंट्रोलमध्ये प्रशिक्षणाला सुरुवात होत आहे.'*

"भेटूच!" असं म्हणून ॲनी मुलींसाठी कपडे बदलण्यासाठीच्या खोलीत धावली.

"अंतराळात भेटू!" जॉर्ज तिला हात हलवून निरोप देत म्हणाला आणि मग पाठीमागं एक कटाक्ष टाकून तो कपडे बदलण्यासाठी खोलीत शिरला.

८

मिशन कंट्रोल या मुख्य नियंत्रण कक्षात पहिल्यांदा प्रवेश करताना आपल्यासमोर केवढं अवघड काम आहे, याची जाणीव जॉर्ज आणि ॲनीला झाली. ते मंगळावर जाणाऱ्या अंतराळवीरांच्या प्रशिक्षणासाठी आले होते. याचा अर्थ कदाचित ते खरोखरच एक दिवस अंतराळयानात बसून त्या लाल ग्रहाकडं रवाना होणार होते. ते नुसते मंगळावर उतरून पुन्हा तिथून माघारी येणार नव्हते. तर तिथं एक संपूर्ण मानवी वसाहत उभी करण्याची जबाबदारी त्यांच्यावर असणार होती. आजवर मानव जातीनं जे काही केलं त्या सर्व कक्षांच्या कितीतरी पलीकडचं काम ते करणार होते.

दोघांनी श्वास रोखून धरला होता. त्या वेळी त्यांच्या लक्षात आलं की *अर्टेमिस*चं रहस्य, ॲनीच्या डॅडची वैज्ञानिक पदावरून अचानक झालेली हकालपट्टी आणि युरोपावरच्या बर्फातलं ते रहस्यमय भोक, या सगळ्यात ते इतके गुरफटून गेले होते की, मानवानं चंद्रावर पाऊल ठेवल्यानंतरच्या पहिल्या अवकाश सफरीवर जाण्याच्या ते अगदी जवळ येऊन पोहोचले होते.

मिशन कंट्रोल कक्षात ॲनी आणि जॉर्जला मागच्या बाजूला कसंबसं दाटीनं उभं रहावं लागलं. त्या कक्षात जागोजागी संगणकांच्या मोठ्या रांगा होत्या. पृथ्वीच्या भोवती किंवा सूर्यमालेतल्या इतर ग्रहांकडं पाठवलेल्या अनेक अवकाशयानांवर नियंत्रण ठेवण्याचं काम हे संगणक करत होते.

अगोदरच्या काळात अवकाश मोहिमांचं संचालन जगभरातल्या अनेक ठिकाणांवरून केलं जात असे. पण जशीजशी मानवरहित किंवा रोबोनी चालवलेल्या अवकाश मोहिमांची संख्या वाढत गेली तसतशी त्यांच्या नियंत्रणाची कामं अधिकाधिक गुंतागुंतीची होत गेली. कॉस्मोड्रोम-२ याचा उद्देश, आणि एकमेव उद्देश, अवकाशात उडत असणाऱ्या प्रत्येक वस्तूवर नियंत्रण ठेवणं हा होता. कृत्रिम उपग्रह, अवकाशयानं आणि सूर्यमालेच्या बाहेरच्या विश्वाचा शोध घेणाऱ्या सर्व प्रकारच्या अवकाश

मंगळावर जाणाऱ्या यानांची बांधणी

मी मोठी होत असताना मला गणित आणि विज्ञानात रस असला तरी खरं तर बॅले हे माझं स्वप्नं होतं. मी शाळेत असताना गणित आणि विज्ञानाचा एक अत्यंत जड असा अभ्यासक्रम निवडला होता. त्यासाठी एवढा अभ्यास करायला लागायचा की, मला बॅलेसाठी वेळच मिळत नसे. तरीही मला दोन्ही गोष्टी हव्या होत्या. एका वर्षानं मी मला बॅलेसाठीही वेळ देता येईल, असा अभ्यासक्रम निवडला. हा निर्णय फारच छान ठरला. कारण आता विद्यापीठात अभियांत्रिकीचं शिक्षण घेत असतानाही मी नृत्य चालू ठेवू शकले होते.

मी सध्या नासामध्ये काम करते; पण तरीही आठवड्याच्या अखेरीस आणि रात्री मी अजूनही नृत्याचा आनंद घेते. अशा प्रकारे मी दोन्ही जगांची मजा अनुभवू शकते.

नासामधली अभियंता या नात्याने मी अवकाश प्रक्षेपण प्रणालीच्या विकासात सहभागी आहे. मंगळावर जाण्यासाठीच्या यानाची बांधणी केली जाण्याचा हा प्रकल्प फारच छान आणि जबरदस्त आहे.

नासा सध्या शोध मोहिम-१(इ एम-१) याची तयारी करत आहे. यात अवकाश प्रक्षेपण प्रणालीची चाचणी घेतली जात आहे. प्रत्यक्षात मानवांना या यानामधून अवकाशात पाठवण्याआधीची ही उड्डाणचाचणी असणार आहे. यानामधील सर्व परिस्थिती आणि उड्डाणादरम्यानची परिस्थिती यांच्याबरोबर यान योग्य वजन सहन करू शकेल ना, याची विशेषत: 'व्हॉल्यूम आयसोलेटर' नावाचा भाग नीट काम करतो ना याची चाचणी घेण्याची जबाबदारी माझ्यावर आहे.

उड्डाणादरम्यान यानात तयार होणारे उत्सर्जनक्षम वायू विशिष्ट भागातच राहतील याची खबरदारी घेणं हे व्हॉल्यूम आयसोलेटर या यंत्रणेचं काम आहे. ह्या वायूंमुळं यानाच्या विविध भागांचं तापमान व तेथील आर्द्रता योग्य प्रमाणात राखली जाते. संवेदनशील उपकरणांसाठी असं होणं अत्यावश्यक असतं. यानात अतिशीत अवस्थेत इंधन असल्यानं यानाचे काही भाग फार थंड होतात. परंतु उपकरणाचं कार्य व्यवस्थित चालण्यासाठी ते तापमान पुरेसं वाढवावं लागतं.

मी ज्या व्हॉल्यूम आयसोलेटरची जबाबदारी घेतली आहे त्याला एमएसए डायफ्रॅम असं म्हणतात. हा भाग यानाच्या वरच्या भागात जिथं यानातील कर्मचारी बसतात त्याच्या अगदी खाली असतो. यानाच्या या भागाला 'मल्टीपर्पज क्रू व्हेईकल स्टेज अडॅप्टर' असं नाव आहे. एमएसए हे त्याचंच लघुरूप आहे. या आयसोलेटरच्या खालच्या भागात वायूंनी तापमान योग्य

राखावं यासाठी हा आयसोलेटर तिथं असतो.

यानाचं उड्डाण होताना बसणारा धक्का सहन करता यावा एवढा हा डायफ्रॅम बळकट असणं गरजेचं असतं. पण त्याचबरोबर यानामधील कर्मचाऱ्यांसाठी असलेले वाहन अवकाशात प्रक्षेपित करताना त्याचं वजन फार वाढू नये, म्हणून हा भाग पुरेसा कमी वजनाचा असावा लागतो. हे एक आव्हान आहे. बरोबर ना?

हे आव्हान आम्ही अशा प्रकारे पेलतो : एमएसए डायफ्रॅम एखाद्या घुमटाच्या आकाराचा असून त्याचा व्यास ५ मीटर आहे. तो पुरेसा बळकट आणि तरीही कमी वजनाचा होण्यासाठी तो कार्बन कास्पोझिट या पदार्थाचा बनलेला आहे.

कार्बनी धाग्यांचे अनेक थर एकमेकांवर चिकटवून कार्बन काम्पोझिट हा पदार्थ बनतो. एमएसए डायफ्रॅम बनवताना कार्बनी धाग्यांचे थर निरनिराळ्या कोनात एका साच्यात आतल्या बाजूनं बसवले जातात. ही रचना अशी असते की घुमटाच्या कोणत्याही भागाची ताकद समान असते. ही रचना अशी केली नाही तर, म्हणजे सर्व थर एकाच कोनात असले, तर घुमटाचा काही भाग तुलनेनं कमकुवत राहण्याची शक्यता आहे.

कार्बनी धाग्याचे सर्व थर साच्यात लावून झाले की मग संपूर्ण एमएसए डायफ्रॅम एका प्रचंड अशा भट्टीत ठेवून तो कणखर होईल, याची काळजी घेतली जाते. डायफ्रॅम कणखर झाला की तो साच्यामधून बाहेर काढून मग त्याला आवश्यक तिथे बोल्ट बसवले जातात किंवा भोकं पाडली जातात.

कणखर तरीही कमी वजनाचा डायफ्रॅम बनवणं आणि मी बॅलेनृत्य करताना वापरते ते बूट यांच्यात साम्य आहे. हे बूट असे बनवले जातात की, त्यांच्यात एक मजबूत पण वजनाला हलकी अशी पेटीसारखी रचना असते. उडी मारणं, गिरक्या घेणं आणि नृत्याच्या हालचाली करताना या पेटीमुळं टाचेला आधार मिळतो. ही पेटीदेखील डायफ्रॅमप्रमाणेच धाग्यांच्या थरांना एकमेकांना चिकटवून बनवली जाते.

यानाचे भाग बघणाऱ्या प्रत्येकालाच ते बघून त्यांचं बुटांशी असलेलं साम्य लक्षात येत नाही. पण मला माझ्या आयुष्यात आलेल्या अनुभवांमुळं जगाकडं बघण्याचा एक आगळा दृष्टिकोन प्राप्त झाला आहे.

नासामध्ये आम्ही निरनिराळे दृष्टिकोन असणाऱ्या लोकांचे चमू बनवतो. त्यामुळं एकाच समस्येकडं अनेक प्रकारांनी बघणारे लोक उपलब्ध असतात. या विविधतेमुळंच मंगळापर्यंत जाऊ शकणारं यान बनवण्यात येत असलेल्या अनेक समस्यांचं निराकरण व्हायला मदत होते.

-ॲलिसन

मोहिमांचा त्यात समावेश होता. अशा प्रकारे अवकाश संशोधन हे केंद्रित होऊन त्याचं एका अतिविशाल अवकाश उद्योगात रूपांतर झालं होतं.

मिशन कंट्रोल कक्षाच्या भिंतींवर असंख्य मोठमोठे पडदे होते. सूर्यमालेत त्या वेळी चालू असणाऱ्या मोहिमांची सद्यःस्थिती निरनिराळ्या पडद्यांवर दाखवली जात होती. काही पडद्यांवर विविध ग्रह, चंद्र आणि धूमकेतू यांच्यावर फिरणाऱ्या रोव्हर्सनी घेतलेल्या प्रतिमा होत्या. काही पडद्यांवर अद्याप संस्करण न केलेली माहिती दाखवली जात होती.

काही पडद्यांवर सूर्यमालेतल्या विविध ग्रहांकडं पाठवलेली रोबोटिक यानं ज्या प्रतिमा पाठवत होती त्या दिसत होत्या. तर काही इतर पडद्यांवर पृथ्वीवर रात्र पडत असतानाची दृश्यं दिसत होती. एका पडद्यावर आंतरराष्ट्रीय अवकाश स्थानकाची दृश्यं येत होती. ही सगळी दृश्यं विलक्षणच होती. जणू या एकाच कक्षातून सगळ्या विश्वात फिरून आल्यासारखं होतं! फक्त उजवीकडचा तळाचा एक पडदा रिकामा होता. इतर पडद्यांवर भरभरून माहिती येत असताना हा एकच पडदा मात्र पूर्णपणानं कोरा होता.

"हे सगळं अविश्वसनीय आहे!" जॉर्जचा चेहरा उजळला. कॉस्मोड्रोम-२ मध्ये आल्यापासून पहिल्यांदाच तो खूश झाला होता. त्यानं आजूबाजूला पाहिलं. पण तिथं त्याला काहीही वाईट किंवा भीषण दिसलं नाही. तिथं कुठंही सुरक्षा बॉट नव्हते की ड्रोन नव्हते. आजूबाजूला फक्त माणसं होती आणि ती आनंदानं गप्पाटप्पांमध्ये रमलेली होती.

मागच्या बाजूच्या आणि बाजूंच्या बाल्कन्यांमध्ये कॉस्मोड्रोम-२ चे कर्मचारी निळ्या रंगाच्या गणवेशात उभे होते. कुठंही जरादेखील जागा नव्हती. हे कर्मचारी तिथं प्रशिक्षणासाठी आलेल्या नवागतांचं हात हलवून स्वागत करत होते. जॉर्ज आणि ॲनीच्या आजूबाजूला सामान्य लोक होते. त्यांच्या नेहमीच्या कपड्यांमुळं ते सहज ओळखू येत होते. त्यांच्यातच निळे अंतराळपोशाख घातलेली तरुण मुलं-मुली होती. हे सगळे अस्वस्थ दिसत होते.

ॲनी आणि जॉर्ज मुळातच मैत्री करायला उत्सुक असल्यानं ते दोघं प्रशिक्षण घेण्यासाठी आलेल्यांकडं बघून स्मितहास्य करत होते.

"हॅलो!" आपल्या बाजूनं जाणाऱ्या आपल्याच वयाच्या एका मुलाला त्यानं साद घातली. तो मुलगा चकित झाल्यासारखा भासला. तो घाईघाईनं निघून गेला. ॲनीनं आपल्यापेक्षा थोड्या वयानं मोठ्या मुलीशी बोलण्याचा प्रयत्न केला; पण तिनं ॲनीकडं सरळसरळ दुर्लक्ष केलं आणि ॲनीकडं न बघता निघून गेली.

"हे लोक मित्रत्वाच्या भावनेचे दिसत नाहीत." ॲनी हलक्या आवाजात जॉर्जला म्हणाली, "आपण या लोकांच्या घोळक्यात अडकून पडणार की काय!

आणि हे बघ. इतर सगळ्या मुलामुलींचे आई-वडील मिशन कंट्रोल कक्षात आलेले आहेत. आपल्याप्रमाणे त्यांना निघून जायला सांगितलं गेलं नाही.''

हे सगळं असं असलं तरी आपले आई-वडील तिथं आलेले नाहीत, याचं जॉर्जला मनोमन समाधान वाटत होतं. त्या ठिकाणी त्याच्या दोन्ही लहान बहिणींनी प्रचंड गोंधळ माजवला असता. त्याचे वडील कॉस्मोड्रोम-२ च्या कर्मचाऱ्यांना अवकाशात प्रवास करणं हे कसं पर्यावरणविरोधी आहे, हे सांगून त्यांना वैताग देत बसले असते.

तिथल्या गर्दीच्या दुसऱ्या बाजूला दोन पालक मोठ्या आवाजात काही कॉस्मोड्रोम-२ कर्मचाऱ्यांवर प्रश्नांचा भडिमार करत होते.

''या कार्यक्रमात सामील झाल्याबद्दल तिला अधिक क्रेडीट मिळतील का?'' एक करडा चेहरा आणि मोठे ओठ असलेल्या आईनं तडातडा बोलत विचारलं. त्या मुलीचे वडील पूर्णपणे शून्यात बघत बसले होते. जवळ फोन नसल्यानं त्यांना काय करावं ते कळत नव्हतं, ''तसं होणं तिच्या रिझुमेच्या दृष्टीनं महत्त्वाचं ठरेल.''

जॉर्जनं त्या बाईकडं बघितलं. त्या बाईचा चेहरा सोडला तरी ती त्याच्या गोल चेहऱ्याच्या आणि सौम्य भासणाऱ्या आईपेक्षा संपूर्ण उलट होती.

''रिझुमे... म्हणजे?'' जॉर्जनं हलक्या आवाजात विचारलं.

“ते एक तसंच प्रकरण असतं,” ॲनीनं माहिती पुरवली, “त्यात आपल्या स्वत:बद्दल किंवा आपण काय काय केलं हे लिहिलेलं असतं.”

“तिच्या संगीताच्या प्रशिक्षणाच्या माहितीत यामुळं आणखी चांगली भर पडेल. तिनं केलेला बॅलेचा कार्यक्रम, तिनं आठवड्यांच्या अखेरीस केलेलं समाजकार्य, तिनं उच्च गणितात घेतलेलं प्रशिक्षण आणि रोईंगच्या स्पर्धेतील तिची कामगिरी” त्या मुलीची आई पुढं बोलतच होती.

जॉर्ज आ वासून बघत राहिला, “वॉव!... ॲनी, मला वाटत होतं की तू फार काही मिळवलं आहेस.” जॉर्ज म्हणाला. हे सगळं त्या मुलीनं आनंदानं केलं नसणार तर आपल्या वैयक्तिक माहितीत भर पडावी म्हणून जीव खाऊन दातओठ खात केलं असणार.

हे सगळं जरी तिची आई सांगत असली तरी त्या मुलीला तिथल्या वातावरणात जराही रस नाही हे स्पष्ट दिसत होतं. ती स्तब्ध आणि शांतपणानं उभी होती. पण ती जवळजवळ उदासीन दिसत होती. ती तिथं फक्त शरीरानं हजर आहे, हे तिच्याकडं बघणाऱ्या कोणालाही जाणवण्याएवढं स्पष्ट होतं.

अचानक कक्षामधले सगळे पडदे काळे झाले आणि सिनेमा सुरू होण्याआधी होतो तसा तिथं अंधार झाला. जोरजोरात बोलणारे लोकही गप्प झाले. मग पुन्हा पडदे जिवंत झाले आणि त्यांच्यावर अवकाशातली दृश्यं पुन्हा दिसू लागली. आता सर्व पडद्यांवर जिथं ताऱ्यांचा जन्म होतो त्या अवकाशाच्या भागाची फार विलोभनीय प्रतिमा दिसू लागली होती.

“तुला आठवतंय का?” ॲनी हलक्या आवाजात म्हणाली, “डॅडनी तुला ताऱ्यांचा जन्म कसा होतो, हे दाखवण्यासाठी कॉसमॉसचा वापर केला होता.”

“ही बहुधा अवकाशातल्या दुर्बिणीतून घेतलेली प्रतिमा आहे.”

“पण ही प्रतिमा हलते आहे!”

ॲनीचं म्हणणं बरोबर होतं. वायू आणि अवकाशातल्या धुळीचे ढग स्थिर नव्हते. ते गुरुत्वाकर्षणाच्या जोरानं आतल्या आत कोलमडून पडत जात होते आणि मग त्यांचा एक गोळा झाला. हा गोळा एवढा तप्त झाला की त्याच्या गाभ्यामध्ये हायड्रोजनचं संमीलन होऊन हेलियम तयार होत जाऊ लागला. यातून नवीन तारा जन्माला येत होता. कक्षामधले सगळे स्तिमित होऊन हे बघत असताना तो तारा अकल्पित अशा तेजानं झगमगू लागला. हे होत असताना त्याच्या पोटात मूलद्रव्ये तयार होत होती.

आता ताऱ्याचं जळणं संपलं आणि त्याचा स्फोट झाला. हा एका अतिप्रचंड सुपरनोव्हाचा स्फोट होता. या स्फोटामध्ये पुन्हा एकदा त्या ताऱ्याच्या आतील तप्त वायू आणि धुळीचे प्रचंड ढग अवकाशात फेकले गेले. या ढगांच्या आत

ताऱ्यांच्या पोटात तयार झालेली मूलद्रव्ये होती. या ताऱ्याच्या गाभ्यातला भाग शिल्लक राहिला आणि तो पुन्हा आतल्या आत कोलमडून जात अवकाशात एखाद्या बिंदूसारखा झाला. या बिंदूत गुरुत्वाकर्षणाचं बल एवढं प्रचंड होतं, की त्या बिंदूमधून काहीही, अगदी प्रकाशदेखील बाहेर निसटू शकत नव्हता. या अतिविशाल ताऱ्याच्या मृत्यूमधून एक कृष्णविवर तयार झालं होतं.

हे कृष्णविवर असलं तरी त्यातून काहीतरी बाहेर येत होतं... कक्षात जमलेले सर्व जण थक्क होऊन बघत असताना त्या कृष्णविवरामधून काही कण बाहेर पडले आणि ते एकत्र येऊन एक मानवी आकार तयार झाला. बघता बघता त्या आकारानं सगळा पडदा व्यापला.

'स्वागत... सहप्रवाशांनो!' असा काहीसा गुरगुरल्यासारखा आवाज आला. पण त्याच वेळी तिथं उपस्थित असणाऱ्या सर्वांना ह्या आवाजात काहीतरी नादमय आहे हे जाणवलं. तो आवाज एवढा आकर्षक वाटला की हा आवाज जे काही करायला सांगेल ते आपण तत्परतेनं करायला तयार आहोत, असं जॉर्जला वाटलं.

"स्वागत..."

आता त्यांना पडद्यावरचा चेहरा अधिक स्पष्ट दिसू लागला होता. ही रिका डूर होती हे जॉर्ज आणि ॲनीच्या लक्षात आलं. त्यांनी तिला ओळखलं कारण त्यांनी इंटरनेटवर तिचा फोटो बघितला होता. पण रिकाचा चेहरा किती संमोहन करणारा आहे, हे त्या इंटरनेटच्या फोटोमधून कळलं नव्हतं. आपण त्या चेहऱ्याला तत्काळ भुललो आहोत हे ॲनी आणि जॉर्जच्या लक्षातदेखील आलं नाही.

"अवकाश प्रेमींनो... कॉस्मोड्रोम-२ मध्ये तुमचं स्वागत! माझं नाव रिका डूर आणि मी कॉस्मोड्रोम-२ ची प्रमुख आहे."

जिनं ॲनीच्या डॅडची हकालपट्टी झाल्यावर त्यांची जागा घेतली होती तीच ही रिका डूर आहे, हे माहीत असूनही ॲनीनं तिच्या म्हणण्यावर मान डोलावली. "कॉस्मोड्रोम-२ ची जगात महान ठरणारी दोन मुख्य उद्दिष्टे आहेत." पडद्यावरची रिका पुढं सांगत राहिली. "पहिलं उद्दिष्ट सूर्यमालेत सर्वत्र आणि पलीकडं मानवांना पाठवून सजीवसृष्टीचा प्रसार करणं हे आहे. दुसरं उद्दिष्ट, पृथ्वीबाहेरच्या सजीवांचा शोध

रासायनिक मूलद्रव्ये म्हणजे काय आणि त्यांचा उगम कोठे झाला?

साध्या शब्दांत सांगायचं तर रासायनिक मूलद्रव्य म्हणजे एकाच प्रकारचा अणू असणारा शुद्ध असा पदार्थ. या माहितीत रस का असावा? तसं बघितलं तर जगात फक्त ११८ रासायनिक मूलद्रव्ये ज्ञात असून सर्व विश्‍व यांच्या विविध प्रकारे एकत्र येणाऱ्या पदार्थांपासून बनलेले आहे. ही मूलद्रव्ये विविध संयुगे कशी तयार करतात आणि त्यांचे गुणधर्म यांचा अभ्यास रसायनविज्ञानात केला जातो.

जर सगळं विश्‍वच या मूलद्रव्यांपासून बनलेलं आहे तर मग त्यांचा उगम कसा झाला? विश्‍वाच्या सुरुवातीला जो महास्फोट झाला त्या वेळी सुरुवातीला हायड्रोजन आणि हेलियम ही दोन सर्वांत साधी मूलद्रव्ये निर्माण झाली. नंतर काही काळानं ही मूलद्रव्ये एकत्र येऊन त्यातून ताऱ्यांची निर्मिती झाली. आपल्या सूर्यासारख्या ताऱ्यांमध्ये हायड्रोजन जळून त्यातून हेलियम हे मूलद्रव्य तयार होतं. याला संमीलन असं म्हणतात. ताऱ्याचं वय वाढलं की हायड्रोजन मूलद्रव्य संपुष्टात येतं आणि हेलियमचं प्रमाण वाढत जातं. अशा वेळी मग ताऱ्यामध्ये हेलियमचा इंधन म्हणून वापर सुरू होतो. हे होताना कार्बन, नायट्रोजन व ऑक्सिजनसारखी मोठ्या आकाराची मूलद्रव्यं तयार होऊ लागतात.

ही मूलद्रव्यं मानवी शरीरातील आधारभूत घटक असल्याने एक प्रकारे आपण ताऱ्यांचे बनलेले आहोत असं म्हणता येईल.

तारा किती मोठा आहे आणि किती उष्ण आहे, यानुसार संमीलनाची क्रिया चालत राहून लोह हे मूलद्रव्य तयार होतं. यानंतरची मूलद्रव्ये तयार होण्याचा एक मुख्य मार्ग म्हणजे ताऱ्याचा स्फोट होणं. अशा स्फोटाला सुपरनोव्हा असं म्हणतात. या स्फोटामध्ये सुपरनोव्हा स्वरूपातील ताऱ्यातून जी प्रचंड ऊर्जा बाहेर पडते त्यामुळं आणखी वजनदार मूलद्रव्यं तयार होऊ शकतात.

या प्रक्रियेमुळं ९४ मूलद्रव्यांची निर्मिती होते. ही सगळी नैसर्गिकरीत्या पृथ्वीवर आढळतात. पुढच्या २४ मूलद्रव्यांना ती युरेनियमपेक्षा जड असल्यानं 'ट्रान्सयुरेनिक' असे म्हणतात. ही सगळी मानवनिर्मित आहेत. ती अणूभट्ट्या किंवा कण वेगवर्धक अशा विशिष्ट उपकरणांमध्ये बनतात. ही मूलद्रव्ये अस्थिर असून त्यांचं विभाजन होतं. अस्थिर स्थितीमधून स्थिर स्थितीतील मूलद्रव्ये तयार होण्याच्या क्रियेला विखंडन असं नाव आहे. अशा प्रकारे जी मूलद्रव्ये तुकडे पडून होतात त्यांना 'किरणोत्सारी' असं म्हटलं जातं. किरणोत्सारी संयुगांचे तुकडे पडतात तेव्हाही ऊर्जा मुक्त होते. ही ऊर्जा वीज निर्मितीसाठी वापरता येते. अणुऊर्जा प्रकल्पात हेच केलं जातं.

आवर्त सारणी

आवर्त सारणीवर नजर टाकली तर प्रथमदर्शनी ती सर्व ज्ञात मूलद्रव्यांची जंत्री आहे असं वाटतं; पण त्यात मात्र एवढंच नाही. या सारणीत मूलद्रव्यांचं वस्तुमान किती आहे, त्यांच्यात प्रोटॉन आणि इलेक्ट्रॉनची संख्या किती आहे आणि त्यांची रचना कशी आहे, हे समजू शकतं. एखाद्या मूलद्रव्याची क्रियाशीलता त्याच्यामधील इलेक्ट्रॉनच्या रचनेवर अवलंबून असते.

या सारणीला आवर्त सारणी असं म्हणतात, कारण यातील मूलद्रव्यांचे गुणधर्म ठरावीक अंतरानं पुन्हा दिसतात. स्तंभांमधील (वरून खाली) मूलद्रव्यांमधील मूलद्रव्यांची रचना समान असते. त्यामुळं त्यांची क्रियाशीलताही एकसारखी असते. इलेक्ट्रॉन ऊर्जा पातळ्यांमध्ये असतात आणि ठरावीक ऊर्जा पातळीत ठरावीक संख्येनेच इलेक्ट्रॉन राहू शकतात. या गुणधर्मामुळं असं घडतं.

या आवर्त सारणीची रचना दिमित्री मेन्डेलेव यांनी १८६९ मध्ये केली. नवनवीन मूलद्रव्यांचा शोध लागत गेल्यानंतर या सारणीत सुधारणा होत गेल्या. मेन्डेलेव हे रसायनशास्त्राचे प्राध्यापक होते आणि समान गुणधर्म असणाऱ्या मूलद्रव्यांना कशा प्रकारे क्रमांक द्यायचे याचा ते विचार करत होते. ते या बाबतीत इतके दीर्घकाळ विचार करत होते की, अखेर त्यांच्या प्रश्नाचं उत्तर त्यांना एकदा स्वप्नात गवसलं.

मेन्डेलेव यांच्या सारणीचं महत्त्वाचं वैशिष्ट्य हे आहे की, त्यांना अचूकपणानं असं वाटलं होतं की एखाद्या ठिकाणी मूलद्रव्य असायला हवं. म्हणून त्यांनी त्या जागा रिकाम्या सोडल्या होत्या. पुढं या जागी असणारी मूलद्रव्ये सापडली.

कोणत्याही वैज्ञानिक सिद्धान्ताच्या बाबतीत हे अतिशय गरजेचं असतं की तो सिद्धान्त तपासण्यासाठी सिद्धान्तानुसार भाकीत करणं. मेन्डेलेव यांनी नेमकं हेच केलं. सिलिकॉन या मूलद्रव्याच्या खालच्या बाजूची जागा रिकामी होती. त्यांनी या जागी असू शकणाऱ्या मूलद्रव्याचे गुणधर्म कोणते असतील याचं भाकीत केलं. त्यांनी या मूलद्रव्याला 'एका-सिलिकॉन' असं नाव दिलं. पुढं १८८६ मध्ये या जागी असणाऱ्या मूलद्रव्याचा शोध लागला. त्याला जर्मेनियम असं नाव देण्यात आलं. या मूलद्रव्याचे गुणधर्म मेन्डेलेव यांनी भाकीत केलेल्या 'एका-सिलिकॉन' या मूलद्रव्याच्या गुणधर्मांशी जवळपास मिळतेजुळते ठरले.

टोबी

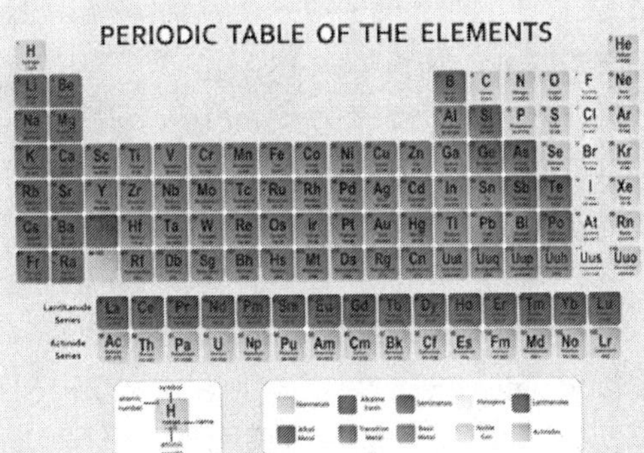

घेणं आणि त्यांना वैज्ञानिक संशोधनासाठी पृथ्वीवर घेऊन येणं हे आहे. मानवानं आजवर कधीही न हाती घेतलेले हे दोन महान प्रकल्प आहेत आणि तुम्ही प्रशिक्षणार्थींनों – तुम्ही यात सहभागी होणार आहात! तुम्ही इथवर आल्याबद्दल अभिनंदन! तुम्ही अंतराळात जाण्यासाठीचं पहिलं पाऊल अगोदरच टाकलेलं आहे. तुम्ही इथं येण्यासाठी उत्सुक असलेल्या लक्षावधी स्पर्धकांना मागे टाकून या मंगळावरच्या मोहिमेच्या प्रशिक्षणासाठी आलेला आहात.''

''ती विलक्षणच आहे,'' जॉर्ज कुजबुजत्या स्वरात म्हणाला. कक्षात सगळे जण आनंदानं चित्कारत होते. ''मला वाटत होतं की ती भयंकर असेल; पण तसं नाही.'' ''तुम्ही सर्वांत हुशार आणि सर्वोत्तम उमेदवार आहात. हा पहिला टप्पा आहे. अवकाशात जगण्यासाठी लागणारी कौशल्यं आम्ही तुम्हाला या टप्प्यावर शिकवणार आहोत. पुढच्या टप्प्यावर आम्ही तुमच्यामधून निवडीसाठी चाचणी घेऊ. त्यात तारे कोण आणि कचरा कोण, हे समजून येईल. मग योग्य त्यांना पुढं जाता येईल आणि उरलेले नाकारले जातील. जसा हिग्ज बोसॉनच्या शोधाचा स्वीकार झाला आणि विश्व स्थिरावस्थेत असल्याचा सिद्धान्त नाकारण्यात आला.''

ॲनीच्या मनात उलटसुलट विचारांचा गोंधळ उडाला होता. जिथं तिचे डॅड असायला हवेत ती जागा तिनं बळकावली म्हणून खरं तर तिला या रिकाचा तिरस्कार वाटायला हवा होता. पण त्याचवेळी रिका तिला छान वाटत होती आणि ती काय म्हणते ते पुढं ऐकावं असं तिला वाटत होतं.

''जे नवीन ठिकाणी अनुकूलन करून घेतील, ते जगतील... आणि जे तसं करू शकणार नाहीत ते नष्ट होऊन जातील.''

''मी...''अनेक जणांनी हात वर केले, ''मला जगायचं आहे! मला अंतराळवीर व्हायचं आहे! मला मंगळावर जगायचं आहे!''

''तुम्ही सगळेच अंतराळात जाऊ शकणार नाही.'' रिकाचा चेहरा आता करुणा आणि प्रामाणिकपणानं भरल्यासारखा दिसत होता. तिच्या चेहऱ्यानं संपूर्ण पडदा व्यापला होता. ''या प्रक्रियेमधून तुमच्यापैकी काहीच जण यशस्वी ठरतील. मला सांगायला वाईट वाटतंय की तुमच्यापैकी बऱ्याच जणांची निवड होऊ शकणार नाही.'' मग तिनं स्मितहास्य केलं. ''आत्ता या मिनिटापासून तुमच्या प्रशिक्षणाचा कालावधी सुरू झाला आहे. अवकाशातील जीवन आणि मंगळावर तुम्ही जे काम करणार आहात त्याचं हे प्रशिक्षण असेल. प्रशिक्षण पूर्ण झाल्यानंतर तुम्ही आणि आणखी एक उमेदवार यांची जोडी बनवली जाईल. तुम्हाला एकत्रपणे अनेक आव्हानांना सामोरं जावं लागेल. याचं कारण म्हणजे जर आम्ही तुम्हाला अवकाशात पाठवलं तर तुम्ही फक्त स्वत:साठीच नाही तर तुमच्या सहकाऱ्यांसाठी योग्य काम करणं आवश्यक आहे. इतकंच नाही तर संपूर्ण वसाहतीसाठी तुम्हाला

योग्य ती सर्व कामं पार पाडता आली पाहिजेत. आम्ही या बाबतीत तुमच्यावर अवलंबून राहण्याआधी आम्हाला या सगळ्याची खात्री करून घ्यायला हवी. पृथ्वीखेरीज आणखी इतर कोणत्याही ग्रहावर राहणारे तुम्ही पहिले मानव असणार आहात. तुम्ही पृथ्वीबाहेरच्या पहिल्या संस्कृतीचा पाया घालणार आहात. कदाचित पुढची लक्षावधी वर्षे तिथं मंगळावर तुमचे वंशज राहतील. तुम्हाला आता मंगळाच्या भूमीचा स्पर्श जाणवू लागला आहे का? रिकाम्या आकाशात गुलाबी रंगाच्या पार्श्वभूमीवर मंगळाच्या क्षितिजावरून अस्ताला जाणारा सूर्य तुमच्या डोळ्यांसमोर दिसू लागला आहे का? प्रशिक्षण जसं पुढं सरकत जाईल तसं दुबळे उमेदवार वेचून बाहेर फेकले जातील आणि फक्त बलवानच राहतील. कॉस्मोड्रोम-२ मध्ये आलेल्या सर्व नवीन उमेदवारांना शुभेच्छा! सर्वोत्कृष्ट उमेदवारच जिंकतील!''

१

१०

प्रशिक्षणाच्या पहिल्या आठवड्याच्या अखेरीस सर्वांना प्रत्यक्ष भेटण्यासाठी रिका डूर मिशन कंट्रोल कक्षात आली. जॉर्ज आणि ॲनीला आता परिचित झालेल्या रोबोंनी तिला अर्धवर्तुळाकारात उभं राहून संरक्षण दिलं होतं. तिच्या अंगावर निळ्या रंगाचा पोशाख होता. कक्षातील भव्य आकाराच्या काळ्या पडद्यांच्यासमोर उभी असलेली रिका आत्मविश्वासानं उभी होती. सर्वांनी तिला पडद्यावर आधी पाहिलं होतं तशीच आत्ताही ती मनमोहक वाटत होती. जसं लोकप्रिय तारे-तारकांचे चाहते त्यांच्या अगदी जवळ जाण्याचा प्रयत्न करतात तसे तिच्या जास्तीतजास्त जवळ जाता यावं म्हणून अनेक प्रशिक्षणार्थी एकमेकांमध्ये ढकलाढकली करत पुढं जाण्याचा प्रयत्न करत होते.

"पुन्हा एकदा स्वागत!" रिका स्मितहास्य करत म्हणाली. त्याबरोबर सगळे जण तिच्या प्रशंसेत बुडून गेले. "तुम्ही इथं आमच्याबरोबर राहण्याची मजा लुटली असणार अशी मला आशा आहे. काही जणांच्या बाबतीत आता प्रवासाची सुरुवात होणार आहे, तर काही जणांच्या बाबतीत त्यांनी निघून जाण्याची वेळ

आली आहे.'' तिचा आवाज किंचित दु:खी भासला. जणू काही प्रशिक्षणार्थी आता निघून जाणार म्हणून तिला खरोखरच वाईट वाटत होतं, असा तिचा स्वर होता.

रिका हे बोलत असताना कॉस्मोड्रोम-२ चे कर्मचारी काही प्रशिक्षणार्थींच्या खांद्यावर हलकीशी थापटी मारून त्यांना आपल्याबरोबर यायची सूचना करत होते. त्या वेळी असं ज्यांना बोलावलं जात होतं ते प्रशिक्षणार्थी आपण पुढच्या टप्प्यासाठी निवडलो गेलो असं समजून हसत होते. पण मग पुन्हा रिका बोलू लागली, ''आव्हानांचा सामना करण्याच्या टप्प्यासाठी फक्त बारा मुलं आणि बारा मुली यांची निवड झाली आहे. जर माझ्या या अप्रतिम अशा कॉस्मोड्रोम-२ चा एखादा कर्मचारी तुमच्याकडं आला तर त्याचा अर्थ दुर्दैवानं तुमची इथून जाण्याची वेळ आली आहे, असा आहे. तुम्ही इथून बाहेर जाल, पण आपण या विलक्षण अशा प्रक्रियेत सहभागी होतो याचा अनुभव तुमच्यापाशी कायमचा राहील. आपण आपल्या सूर्यमालेतील मानवाचं भवितव्य सुरक्षित करण्याच्या कामात सहभाग घेतला होता याचा आनंद तुम्हाला नेहमीच वाटत राहील.''

सगळे प्रशिक्षणार्थी कावरेबावरे होऊन आजूबाजूला पाहू लागले. बाहेर जायला लावणारी ती थापटी आपल्या खांद्यावर पडणार नाही, अशी एक शक्यता त्यांना वाटत होती. आपलं काय होणार अशा अर्थानं ॲनी आणि जॉर्जनं एकमेकांकडं पाहिलं. आपल्या खांद्यावर हलका स्पर्श होणार याची जॉर्जला मनोमन खात्री वाटत होती; पण तसं झालं नाही. मग त्या भव्य आणि बऱ्याचशा रिकाम्या झालेल्या कक्षात फारच थोडे प्रशिक्षणार्थी उरले.

''आता तुमच्यामध्ये सहकारी म्हणून जोड्या तयार करण्यात येतील. ही जोडी पुढच्या टप्प्यावर राहणार आहे.'' रिका गुरगुरल्याप्रमाणे म्हणाली, ''कोणाची जोडी कोणाबरोबर आहे, हे आम्ही अगोदरच ठरवलेलं आहे. तेव्हा नावं जाहीर झाली की नीट लक्ष देऊन ऐका. मी पुन्हा एकदा सांगते. तुम्ही जोडी म्हणून पुढच्या टप्प्यावर एकत्र राहून काम करणं फार फार महत्त्वाचं आहे. आत्तापर्यंत तुमच्या एकेकट्याचीच परीक्षा घेतली गेली आहे. पण मंगळावर जाताना आणि तिथं मानवांची वसाहत स्थापन करताना सर्व अंतराळवीरांनी एकत्र काम करणं अपेक्षित आहे. लक्षात ठेवा, तुम्ही मंगळावर पर्यटक म्हणून जाणार नाही! तुम्ही तिथं पृथ्वीबाहेर पहिलीवहिली मानवी वसाहत स्थापन करणार आहात. तुम्ही तिथं एक संघ म्हणून काम करू शकता की नाही, याची खात्री करून घेणं आमच्यासाठी सर्वांत महत्त्वाचं आहे.''

आपली जोडी म्हणून निवड होणार अशी जॉर्ज आणि ॲनीची अपेक्षा होती. म्हणून ते निवांतपणे उभे होते. इतर सर्व प्रशिक्षणार्थी आपल्याबरोबर कोण

असणार, अशा उत्सुकतेनं एकमेकांकडं बघत होते. फक्त ॲनी आणि जॉर्ज तसं करत नव्हते. त्यांची जोडी असणार याची त्यांना खात्री होती. ते पूर्वीपासूनच एकत्र काम करत होते. इथवरची वाटचालही त्यांनी एकत्रच केली होती. कोणत्याही बिकट परिस्थितीत त्यांचा एकमेकांवर विश्वास होता. त्यांनी विश्वामध्ये अनेक सफरी एकत्रच केल्या होत्या. या खेपेस अंतराळवीर प्रशिक्षणाच्या पुढच्या टप्प्यावर आपली जोडी असणार नाही, असा पुसटसा विचारही त्यांच्या मनात आला नाही. त्यामुळं त्यांची जोडी नाही, हे समजल्यावर त्यांना जबरदस्त धक्का बसला.

अगोदर ॲनीचं नाव वाचलं गेलं मग आपलं नाव येणार, अशी जॉर्जची अपेक्षा होती; पण तसं झालं नाही. ॲनीची जोडीदार म्हणून लिओनिया डीरिस हिचं नाव वाचण्यात आलं.

"नाही... नाही, नाही....नाही" ॲनी हलक्या आवाजात म्हणाली, "ती मिळाली मला!" लिओनिया डीरिस ही एक कोऱ्या चेहऱ्याची मुलगी निघाली. तिची आई सतत काही ना काही बोलणारी होती. तिने आई-वडील बरोबर होते त्या दिवशी चांगलाच तमाशा केला होता. लिओनियानं ॲनीकडं नजर टाकली. किंचित मुरडलेल्या नाकाखेरीज तिचा चेहरा पूर्ण भावरहित होता.

अजून काही नावं उच्चारली गेली. मग समोरच्या भव्य पडद्यांच्या खाली असलेल्या संगणकांच्या रांगांजवळ निवडण्यात आलेल्या उमेदवारांनी एक रांग केली. जॉर्ज त्याच्या जोडीदाराबरोबर उभा राहिला. छोट्या चणीच्या आणि बुजऱ्या वाटणाऱ्या रशियन मुलाचं नाव इगॉर होतं.

"हं... तर अंतराळवीरांनो..." रिकानं तिच्या मोहक आवाजात संबोधन केलं.

ॲनीनं रिकाकडं पाहिलं. तिला काहीतरी चमत्कारिक वाटलं. जॉर्जला त्या वेळी विचारणं शक्य नव्हतं, कारण तो रांगेत बऱ्याच अंतरावर उभा होता. तिला हे जाणवलं, केव्हातरी ते रिकाला भेटले होते. कॉस्मोड्रोम-२ मध्ये नाही तर कुठंतरी त्यांनी तिला पाहिलेलं होतं. कुठं ते लक्षात येईना, पण नक्की तिची भेट झालेली होती आणि त्या व्यक्तीचं नाव रिका डूर नव्हतं...

"आता आव्हानं स्वीकारण्याची वेळ झालेली आहे," रिकाच्या मोठ्या आवाजातल्या या बोलण्यानं ॲनीची विचार मालिका खंडित झाली.

रिकाच्या मागच्या बाजूला असणाऱ्या पडद्यांवर अचानक लाल, नारिंगी आणि पिवळे रंग भडकपणे चमकू लागले. तसेच एकदम कानठळ्या बसतील असा अंतराळयान उड्डाणाच्या वेळेचा आवाज आला. त्याचवेळी सर्व उमेदवारांच्या जवळचे पेजर बीपबीप करू लागले. त्यावर काय सूचना आहे, हे बघण्यासाठी ॲनीनं तो फिरवला.

ॲनी त्यावर काय लिहिलं आहे, हे वाचण्याच्या अगोदरच कोणीतरी आपल्या

मनगटाला घट्ट धरलं आहे, हे तिला जाणवलं. तिला लिओनिया दिसली. तिची पकड मजबूत आणि थंड होती. पुढच्याच क्षणी ॲनी पुढं खेचली गेली. लिओनिया वेगानं निघाली होती. तिचे पाय जोशात हलत होते. आपल्याला नेमकं काय करायचं आहे, याची बहुधा तिला कल्पना होती. तिनं ॲनीला आपल्यामागं खेचत कॉरिडॉर, पायऱ्या आणि इमारतींच्यामधल्या जागा पार केल्या. लिओनिया अधून मधून फक्त आपण योग्य दिशेनं जात आहोत की नाही, हे पाहण्यासाठी पेजरवर नजर टाकत होती.

अखेर दोघी कॉस्मोड्रोम-२ च्या दूर अंतरावरच्या कुंपणाजवळ असणाऱ्या एका इमारतीजवळ येऊन उभ्या राहिल्या. या इमारतीच्या जवळपास काहीही नव्हतं. आपण जणू कित्येक मैल पळत आलो आहोत, असं ॲनीला वाटलं. ती धापा टाकत होती आणि तिला तहानही लागली होती. उलट लिओनिया दमल्याचं काहीच चिन्हं दिसत नव्हतं. तिला तर घामही आलेला नव्हता. तिचा संगमरवरासारखा गोरा चेहरा पूर्णपणे कोरा होता. तिच्या डोळ्यांतही काहीही भावना किंवा उत्साह दिसत नव्हता. तिनं इमारतीचं मोठं दार ढकललं आणि ॲनीला आत खेचलं. ॲनीला क्लोरिनचा उग्र वास जाणवला. लिओनिया न थांबता पुढं जातच राहिली...

जॉर्ज आणि इगॉर खूपच मागे राहिले होते. मिशन कंट्रोल कक्ष ज्या इमारतीत होता त्याच्यापासून ते जराही दूर गेलेले नव्हते.

''चल!'' जॉर्ज आपल्या जोडीदाराला म्हणाला. इतर सगळेजण पायाखाली काहीतरी जळत असल्याप्रमाणे लांबवरच्या भव्य इमारतीकडं धावताना दिसत होते.

''माझ्या मते, त्यांना जे वाटतंय ते योग्य नाही,'' इगॉर चिडक्या स्वरात म्हणाला.

''म्हणजे तुला असं म्हणायचं आहे की, त्यांची दिशा चुकली आहे?''

''*दा,*'' इगॉरनं रशियनमध्ये होकार दिला. त्यानं मान डोलावली आणि निराळ्याच दिशेला बोट दाखवलं. त्या दिशेला कसलेल्या धावपटूंप्रमाणे पळत जाणाऱ्या दोन छोट्या आकृती दिसत होत्या, ''आपण जायला तिकडं हवं मागोमाग.''

जॉर्ज त्याच्याकडं पाहत राहिला. इगॉर मनोमन रशियनचा अनुवाद करून बोलत असावा, हे त्याच्या लक्षात आलं. म्हणून त्याचं वाक्य चमत्कारिक वाटत होतं; पण आता त्याबद्दल विचारायला वेळ नव्हता. इगॉरनं दाखवलेल्या दिशेनं जॉर्जनं नजर टाकली. त्याला क्षणभर सूर्यप्रकाशाच्या पार्श्वभूमीवर उडालेलं पोनिटेल दिसलं. त्या दोनमधली एक आकृती ॲनीची असणार, हे त्याच्या लक्षात आलं. ती जर त्या दिशेनं गेली असेल तर तो नक्कीच तिकडं जाणार होता.

"होय. तुझं म्हणणं बरोबर आहे," जॉर्ज म्हणाला, "आपण त्याच बाजूला जाऊ. चल!" असं म्हणत जॉर्जनं पुढं धाव घेतली. पण लगेच त्यानं मागं वळून पाहिलं. त्याला हळूहळू पळणारा इगॉर दिसला. एखाद्या छोट्या गाढवाप्रमाणे त्याचं डोकं खालच्या बाजूला झुलत होतं. "तुला जोरात पळता येत नाही का?"

"*निएत,*" छोट्या चणीच्या इगॉरनं उत्तर दिलं. त्याला हे बोलतानाही कष्ट होत होते.

"मी गणितात हुशार आहे. धावपटू नाही," इगॉर सुस्कारा सोडत म्हणाला.

"शारीरिक काम. मी आठवडा एकापूर्वी. आता दमणूक."

"ठीक आहे," जॉर्ज म्हणाला, "पाठीवर बस. ते सोपं जाईल."

"म्हणजे?"

"उडी मारून पाठीवर बस. मी तुला नेतो उचलून."

इगॉर जरी छोट्या चणीचा वाटला तरी त्याचं वजन चांगलं होतं; पण जॉर्जनं त्याला नीट पाठीवर घेतलं आणि तो ॲनी ज्या दिशेनं गेली असं वाटलं त्या दिशेनं पळू लागला. दूर अंतरावरून त्याला इतर उमेदवारांचा मोठा गलका ऐकू आला. आपण दिशा चुकलो हे त्यांच्या लक्षात आलं होतं. ते आता वळून धापा टाकणाऱ्या पाठीवर इगॉर असलेल्या जॉर्जच्या दिशेनं धावू लागले होते...

"आपण कुठं आलो आहोत?" ॲनीनं विचारलं. आपण अजून लिओनियाचा आवाज ऐकलेला नाही हे तिच्या लक्षात आलं. पण लिओनिया गप्प राहिली. तिला तसं काही उत्तर देण्याची आवश्यकताच नव्हती. उत्तर थेट त्यांच्यासमोरच होतं. त्या दोघी आता एका प्रचंड गुहेसारख्या वाटणाऱ्या ठिकाणी आल्या होत्या.

तटस्थ तरणक्षमता म्हणजे काय?

अंतराळवीर नेहमी 'ह्यूस्टन आमच्या इथं समस्या आहे,' असं का म्हणतात याचा तुम्ही कधी विचार केला आहे का? याचं कारण म्हणजे नासाचं अंतराळ मोहिमांचं नियंत्रण करणारं केंद्र ह्यूस्टनमध्ये आहे. ह्यूस्टन हे अमेरिकेच्या टेक्सस राज्यात आहे. अंतराळवीर पृथ्वीवरच्या ज्या लोकांशी बोलतात ते लोक ह्यूस्टनमधल्या जॉन्सन अवकाश केंद्रात असतात. याच केंद्राजवळ अमेरिकेच्या अवकाश कार्यक्रमांसाठी प्रशिक्षण देणारी केंद्रं आहेत. बरेच अंतराळवीर आणि त्यांची कुटुंबं या ठिकाणी राहतात. त्यामुळं त्यांना कामाच्या जागी (म्हणजे पृथ्वीवरच्या) जाणं सोईचं ठरतं. या परिसरात असलेल्या शाळांमधील मुलांचे आई-वडील अंतराळात आहेत, ही परिस्थिती अजिबातच चमत्कारिक नसते.

तटस्थ तरणक्षमता प्रयोगशाळा (द न्यूट्रल बॉयन्सी लॅबोरेटरी) ही जॉन्सन अवकाश केंद्राच्या जवळच आहे. इथं अंतराळवीरांना अवकाशात वावरण्यासाठीचं प्रशिक्षण दिलं जातं. बाहेरून पाहिलं तर ही प्रयोगशाळा एखाद्या अवाढव्य गोदामासारखी वाटते. पण या इमारतीच्या आत एक प्रचंड आकाराचा जलतरण तलाव आहे. त्या तलावाच्या आत अंतराळवीरांना सराव करण्यासाठी एक अवकाशयान बुडवून ठेवलेलं आहे. तिथं त्या अवकाश यानाच्या एखाद्या भागाच्या दुरुस्तीचं काम करण्याचं किंवा त्याला एखादा भाग जोडण्याचं प्रशिक्षण दिलं जातं.

अंतराळवीर पाण्यात प्रशिक्षण घेतात, कारण अंतराळात असलेल्या सूक्ष्म गुरुत्वाकर्षणाच्या सारखी परिस्थिती त्यांना पाण्याच्या आत मिळते. अंतराळात असताना यानाच्या बाहेर पडून कसं काम करायचं याचं प्रशिक्षण ही प्रयोगशाळा देते. अंतराळात यानाच्या बाहेर पडल्यावर त्यांना अंतराळात चालून काम पूर्ण करण्यासाठी मोजके तास उपलब्ध असतात.

विशिष्ट तऱ्हेचे पोशाख परिधान केलेले अंतराळवीर प्रशिक्षणार्थी एका फलाटावर उभे राहतात. मग हा फलाट क्रेनच्या साहाय्यानं पाण्यात खाली आणला जातो. हे प्रशिक्षणार्थी पाण्यात शिरले की पाणबुडे त्यांना मदत करतात. हे करणं प्रत्यक्ष अंतराळात हालचाली केल्यासारखं नसलं तरी पाण्यात तशा हालचालींचा सराव होतो आणि सरावानं कामात परिपूर्णता येते!

मुख्य म्हणजे अवकाश मोहिमांमध्ये काहीही नशिबावर सोडून देता येत नाही...

घुमटाकार छतावरून प्रकाशाचे झोत विविध कोनांमध्ये फिरताना दिसत होते.

ॲनीनं चकित होऊन श्वास रोखून धरला. त्याचं कारण तिथल्या छतावरून येणारे झगझगीत प्रखर प्रकाशझोत किंवा त्या जागेचा भव्यपणा हे नव्हतं तर ते वेगळंच होतं. तिला खाली जमीन किंवा फरशी असण्याची अपेक्षा होती. पण तिथं एका निळसर चौकोनी जागेत फक्त निळसर रिकामी पोकळी होती. ती पोकळी नसून एक प्रचंड जलाशय आहे हे तिच्या लक्षात आलं.

तिथं बाजूला काही रोबो निश्चल उभे होते. इबॉटला बाहेर घेऊन जाण्यासाठी आले होते. तसेच हे चकचकीत चंदेरी रंगाचे धातूचे बनलेले पूर्णाकृती रोबो होते. "पोहण्याचा तलाव?" ॲनीनं विस्मयानं विचारलं. पण लिओनियानं तिच्याकडं फक्त नापसंतीदर्शक नजर टाकली. तिच्या कमानदार भुवयांमधली एक भुवई वर उडवत तिनं विचारलं, "तू इथं येण्याआधी काही तयारी केलेली नाहीस का?"

याचं प्रामाणिक उत्तर 'नाही' असं होतं. पण ॲनीनं ते सांगायची ही योग्य वेळ नाही असं ठरवलं.

"तटस्थ तरण क्षमता" लिओनिया पुढं सांगू लागली, "हं... चल, आपण इथं सर्वांत आधी आलो आहोत. आता आपल्याला पाण्याखाली घालायचे पोशाख शोधून ते अंगावर चढवून त्यावर वजनं अडकवायची आहेत. तुला निदान पाण्यात सूर तरी मारता येतो ना?"

"होय." ॲनी चिडखोरपणानं म्हणाली, "येतो. धन्यवाद..." ॲनीनं तिच्या शाळेत पाण्याखाली बुड्या मारायचा एक कोर्स केला होता.

"उत्तम. तर मग तुला हे सगळं काय आहे ते कळेलच."

"मला कळेलच म्हणजे?" ॲनी जराशी सावध होत म्हणाली. आपल्याला नीट काही समजत नाही हे तिच्या लक्षात आलं.

"शूऽऽ" लिओनिया बोट उंचावत म्हणाली, "ऐक!" दूर अंतरावरून त्यांना कसला तरी आवाज ऐकू येत होता.

"हे काय आहे?" ॲनीनं विचारलं. अजूनही तिच्या मनगटावर लिओनियाची पकड घट्ट होती.

"इतर जण आहेत," लिओनिया म्हणाली, "आपण त्यांच्याआधी इथं आलो आहोत. कारण इथं येण्याअगोदर मी कॉस्मोड्रोम-२ च्या आराखड्याचा अभ्यास केला होता. त्यामुळं मला या जागी पोहोचण्याचा सर्वांत जवळचा मार्ग ठाऊक होता. पण आता इतर जण इथं येऊन पोहोचायला फार वेळ लागणार नाही."

"तुला ते कसं करता आलं?" ॲनीनं चकित होत विचारलं. "गुगल अर्थवर कॉस्मोड्रोम-२ दिसतदेखील नाही. तुझ्याजवळची माहिती गुप्त स्वरूपाची तर नाही ना?"

"आहेच," लिओनिया म्हणाली, "ती मिळवण्याचे अनेक मार्ग आहेत."

लिओनियानं ॲनीला कपडे बदलण्याच्या खोलीत आणलं. तिथं वजनं लावलेले अनेक पोशाख तयार होते. तिनं नेमकी संख्या मोजली नाही; पण तिथं चोवीसपेक्षा नक्कीच कमी पोशाख आहेत हे तिच्या लक्षात आलं.

"एक अंगावर चढव." असं म्हणत लिओनियानं अंगावरचा कपड्यांचा थर काढून टाकला. तिच्या अंगावर चंदेरी रंगाचा संपूर्ण अंगावर घट्ट बसणारा पोशाख होता. तो पायापासून मानेपर्यंत होता. लिओनियानं सफाईनं तिथला एक पोहण्याचा पोशाख अंगावर चढवला. ॲनी मात्र अंगावरचा अंतराळवीरांचा पोशाख उतरवण्याची धडपड करत होती. मग लिओनियानंच पुढं होऊन ॲनीला पोहण्याच्या एका पोशाखात अक्षरश: कोंबलं आणि तिच्या पाठीवर हवेची एक टाकी चढवली. तिनंच ॲनीच्या तोंडावर मुखवटा दाबून घट्ट बसवला आणि तिला जलाशयाकडं चलण्याची खूण केली.

पोहण्याच्या पोशाखांना वजनं लावून मुद्दाम जड बनवण्यात आलं होतं. त्यामुळं त्यांना प्रत्यक्ष अंतराळात चालताना होणाऱ्या हालचालींचा सराव होणार होता.

"पुढं काय?" ॲनीनं मुखवटा बाजूला करत विचारलं. खरं म्हणजे तिला कोणी काही करायला सांगावं आणि तिनं ते ऐकावं, याची तिला जराही सवय नव्हती. तिला नेहमी स्वत: काय करायचं ते ठरवायचं असे आणि प्रत्येक गोष्टीत प्रमुखपणा हवा असायचा. पण इथला अनुभव त्यापेक्षा फारच निराळा होता.

लिओनियानं पोहोण्याच्या पोशाखाला अडकवलेला पेजर काढून त्यांवर काय सूचना आहे ते बघितलं.

"आत, या जलाशयात आपण मंगळावर ज्या यानातून जाणार आहोत, तशी परिस्थिती असणार आहे," लिओनिया म्हणाली, "एका अशनीच्या माऱ्यामुळं चेपलेलं एक सौर पॅनेल या जलाशयात बुडी मारून आपल्याला दुरुस्त करायचं आहे. हे आजचं आपलं काम आहे. हे बघ!" तिनं पेजवरची एक छोटी आकृती ॲनीला दाखवली, "हे बघ. हे काम जरादेखील अवघड नाही. आपण फक्त पाण्यात बुडी मारून खाली जायचं आणि ते सौर पॅनेल सरळ करायचं. तू तयार आहेस ना?"

ॲनीनं मान डोलावली. तिनं तोंडावरचा मुखवटा नीट केला. हवेची नळी नीट बसवून आपल्याला हवेच्या टाकीमधून श्वास घेता येतोय ना, याची खात्री करून घेतली.

लिओनियानं मग स्वत:चा मुखवटा नीट तपासला आणि हात उंचावून

आकडे मोजायला सुरुवात केली, "... तीन... दोन... एक!" तिनं एक आकडा उच्चारताच दोघींनी जलाशयात उड्या मारल्या. त्या काही क्षण हवेत होत्या तेव्हा त्यांना मुख्य दरवाजा उघडून आत आलेल्या इतर उमेदवारांचा घोळका दिसला.

जरी जॉर्जला संपूर्णपणे इगॉरला पाठीवरून आणावं लागलं असलं तरी त्यांची जोडी तिथं पोहोचणारी दुसरी जोडी ठरली होती. इतर सगळे जण मुळातच चुकीच्या दिशेनं गेल्यानं गोंधळून गेले होते. त्यामुळं त्यांना इथवर पोहोचायला वेळ लागला. जॉर्ज तिथं शिरला तेव्हा कपडे बदलण्याच्या खोलीच्या बाहेर एका बाकाखाली त्याला ॲनीचे झगझगीत रंगाचे बूट दिसले. त्याला ते बघून बरं वाटलं. याचा अर्थ त्यानं खूप अंतरावरून पाहिलेल्या मुलींच्या जोडीतली एक ॲनीच होती. त्यानं भराभरा अंगावर पोहण्याचा पोशाख चढवला आणि एक इगॉरच्या दिशेने फेकला.

"लवकर हा पोशाख अंगावर चढव. आपण यात उतरायचं आहे," जॉर्ज म्हणाला. मग त्याच्या मनात विचार डोकावला, "तुला पोहता येतं ना?"

जॉर्जला पोहण्याचा पोशाख आणि त्याला जोडलेली हवेची टाकी हे सगळं नीट बसवायला वेळ लागला नाही. पूर्वी हवेची टाकी जोडलेला अंतराळ पोशाख त्यानं घातला असल्यानं त्याला अडचण आली नाही.

"अर्थातच," इगॉरचं हे उत्तर ऐकून जॉर्जनं सुटकेचा नि:श्वास टाकला. त्याला पाठीवर उचलून पळणं हे ठीक होतं, पण पाण्यात... ते शक्य नव्हतं. इगॉरला अंगावर पोशाख नीट चढवता येत नव्हता. त्याची धडपड पाहून जॉर्ज पुढं झाला आणि त्याला मदत केली. त्याच्या लहान बहिणींनाही शाळेचा गणवेश नीट घालता येत नसल्यानं जॉर्जला मदत करावीच लागायची.

आता इतर उमेदवार कपडे बदलण्याच्या खोलीत घुसू लागले होते. ते पाहून जॉर्जनं इगॉरला जलाशयाकडं ओढत नेलं. त्यानं त्याचा पोशाख, हवेची टाकी आणि जोडलेली नळी हे तपासलं आणि मग 'ठीक आहे' अशा अर्थाची खूण करून त्यानं इगॉरला जलाशयात ढकललं.

दरम्यान लिओनिया आणि ॲनी या दोघी तळापाशी पोहोचल्या होत्या. तिथं त्यांनी योग्य त्या प्रकारे स्थिर राहून एकमेकींची उपकरणं नीट आहेत, याची तपासणी करून खात्री करून घेतली. मग त्यांनी एकमेकींना 'ठीक' अशा अर्थाची

खूण केली आणि त्या तळापाशी असलेल्या एका लांबलचक नळीसारख्या मोठ्या वस्तूकडं झेपावल्या. जलाशयाच्या तळाशी असलेली ती मोठी वस्तू खरोखरच एखाद्या अंतराळयानासारखी दिसत होती.

लिओनिया त्या यानाच्या एका बाजूला आत्मविश्वासानं गेली. ॲनीला आपण 'ही देखील पोहोली' अशा प्रकारात मोडत असल्याचा भास झाला. पाण्यातल्या लिओनियाच्या सफाईदार हालचाली, वळणं, गिरक्या घेणं हे ती चकित होऊन बघत होती. तिच्या हालचालीमुळं तिच्या पाठीमागं बुडबुड्यांची एक रेषा तयार होत होती. ॲनी तिच्या पाठोपाठ पोहत त्या यानाला जोडलेल्या सौर पॅनेलकडं गेली. घरांवर जशी सौर पॅनेल लावली जातात तशाच प्रकारचं हे सौर पॅनेल होतं. ते एका ठिकाणी चेपलेलं दिसलं. उमेदवार अंतराळवीरांपैकी प्रथम कोण ते दुरुस्त करू शकतं हे बघण्यासाठी ते मुद्दामच तसं ठेवलं आहे हे उघड होतं.

ॲनी त्या सौर पॅनेलकडं गेली, तेव्हा जर प्रत्येक आव्हान इतकं सोपं असेल तर त्यांची जोडी ते सहज पार करेल, असा विचार तिच्या मनात आला. तिच्या मनात हा विचार आला तेव्हा त्याच क्षणी अचानक तिला कशानं तरी किंवा कोणीतरी आपला घोटा ओढला असल्याचं जाणवलं. ॲनीनं वळून पाहिलं तर

तिला मोठ्या माणसाच्या आकाराचं कोणीतरी तिचा पाय ओढत असल्याचं दिसलं. त्या आधी तिला चुकून ती लिओनियाच नाही ना, असं वाटून गेलं होतं. पण मग तिला यानाच्या पलीकडच्या बाजूला असलेली लिओनिया दिसली आणि मग ॲनीचा थरकाप उडाला. कारण आणखी कोणीतरी लिओनियाचा पाय धरून तिला खेचत होतं. लिओनिया पाय सोडवून घेण्यासाठी झगडत होती. त्या दोघींचे पाय खेचणारी माणसं मोठी होती. बहुधा ते कॉस्मोड्रोम-२ चे कर्मचारी होते आणि ते अगोदरच जलाशयात बसून वाट पाहत होते. उमेदवार सौर पॅनेलपाशी पोहोचू नयेत म्हणून ते हे जे काही करत होते ते बरोबर नव्हतं. प्रत्यक्ष अंतराळामध्ये चालताना त्यांना अशा परिस्थितीचा सामना करावा लागणार नव्हता. ॲनीला आपल्या बाबतीत विश्वासघात झाल्याची भावना झाली. तिला असं वाटत होतं की, खरोखरच्या अनुभवांसारखी इथं परिस्थिती निर्माण करून आपल्याला प्रशिक्षण दिलं जाईल;पण ते खरं नव्हतं. ॲनी रागानं पाय झटकत तो सोडवून घेण्याचा प्रयत्न करू लागली.

वरच्या बाजूला जवळजवळ पाण्याच्या पृष्ठभागाजवळ जॉर्ज इगॉरला खाली घेऊन जाण्यासाठी धडपडत होता. काही केल्या तो पाण्याखाली जात नव्हता. इगॉरची तरणक्षमता अजिबातच तटस्थ झालेली नव्हती! तो जागच्याजागी पाय मारत बसलेला असल्यानं तिथं जणू बुडबुड्यांचा स्फोटच झाल्यासारखं वाटत होतं. आपल्या जोडीदाराला पाण्याखाली नेण्याच्या प्रयत्नात जॉर्जचा अतिशय मोलाचा वेळ वाया चालला होता. यात इगॉरची काही चूक नाही हे त्याला कळत होतं. पण असा जोडीदार मिळाला म्हणून त्याला वाईटही वाटत होतं. त्यानं हताशपणानं एक सुस्कारा टाकला, त्याबरोबर लक्षावधी बुडबुड्यांचा एक मोठा ढगच वर गेला. अखेर त्याला इगॉरला पाण्याखाली ओढण्यात यश मिळालं.

सौर पॅनेलच्या वरच्या बाजूला ॲनी अजून पाय सोडवून घेण्यासाठी धडपडत होती. आता तिचा पाय धरून ठेवलेल्यानं तिला वळवलं आणि तिला यानापासून दूर जोरानं ढकललं. ॲनी किंचित वेडीवाकडी फेकली गेली असली तरीही

ताबडतोब सावरली. तिनं वळून रागानं एवढ्या जोरानं मुसंडी मारली की, तिनं तिला पकडणाऱ्याच्या कमरेला विळखा घातला. तिच्या मुसंडीचा जोर एवढा होता की तो किंवा ती, जे कोणी होतं तो यानावर जोरानं आदळला.

यानाच्या दुसऱ्या बाजूला असलेल्या लिओनियानं सफाईदार हालचाली करून तिला पकडणाऱ्याच्या पोटात दोन्ही पायांनी जोरदार लाथा मारल्या होत्या. तिच्या लाथांच्या तडाख्यामुळं तो किंवा ती, जे कोणी होतं ते जलाशयाच्या दुसऱ्या बाजूला फेकलं गेलं होतं. ॲनी यानाच्या दिशेनं पुढं निघाली. पण ती तसं करत असतानाच तिथं आणखी एक जण आलेला दिसला. तो तिची वाट अडवण्यासाठी पुढं झालेला पाहून एका लाथेनं पहिल्याला यानाच्या खालच्या बाजूला ढकललं आणि दुसरा पाय नव्यानं आलेल्याच्या डोक्यावर एवढा जोर लावून दाबत राहिली की, तो पार पाण्यात तळापाशीच गेला. आता मोकळ्या झालेल्या ॲनीनं वरच्या दिशेनं झेप घेतली आणि तिनं पुन्हा नादुरुस्त झालेल्या सौर पॅनेलकडं जाण्याचा प्रयत्न केला. त्याच वेळी तिला वरच्या बाजूला जलाशयात अनेक जणांनी सूर मारलेला दिसला. आता सगळीकडं सूर मारणाऱ्यांची गर्दी झाली होती. पुढच्या काही सेकंदांमध्ये ती किंवा लिओनिया सौर पॅनेलपर्यंत जाऊ शकल्या नाहीत तर मग काही उपयोग होणार नाही, हे ॲनीच्या लक्षात आलं. पाण्यात आता बुडबुडे

एवढ्या प्रमाणात वाढले होते, की ॲनीला आपण कुठं चाललो आहोत हे कळेना.

आता लिओनिया तिला पकडणाऱ्यापासून मोकळी झाली होती. मग दोघींनी यानाच्या दोन्ही बाजूंनी सौर पॅनेलकडं एकाच वेळी झेप घेतली. क्षणभर ॲनीला वाटलं की आता सौर पॅनेलपाशी प्रथम कोण जाणार या बाबतीत लिओनिया स्पर्धा करणार आणि म्हणून ती तिला आडवी येणार. पण मग दोघी एका लयीत सूर मारत जात असताना लिओनियानं ॲनीला त्या सौर पॅनेलचा यानाला जोडणारा भाग ओढण्याची खूण केली. हा भाग फार महत्त्वाचा होता, कारण यामुळंच यानाला ऊर्जेचा पुरवठा होत होता. ॲनीनं तिच्या सूचनेप्रमाणे तो हातासारखा भाग बाहेर खेचला आणि मग तो यानाला पॅनेल बसवण्याची जागा होती त्या ठिकाणी अशा तऱ्हेने खेचला की पॅनेल योग्य कोनात त्या खाचेत चपखल बसलं.

ॲनीनं असं करताच जलाशयाच्या वरच्या बाजूला लाल रंगाच्या दिव्याची उघडझाप सुरू झाली. ॲनी आणि लिओनिया वरच्या दिशेनं पोहत आल्या आणि मग पृष्ठभागावर आल्या. मग त्या बाजूला येऊन त्यांनी वर उड्या मारल्या. त्याच वेळी तिथं लाल रंगाचा प्रकाश सांडल्यासारखा पसरला. पाठोपाठ मोठ्या आवाजात घंटेचा आवाज सुरू झाला.

ॲनीनं तोंडावरचा मुखवटा काढला आणि आजूबाजूला नजर टाकून जॉर्ज कुठं आहे का ते बघितलं. तिला त्याच्याशी बोलायचं होतं. तिच्या मनात आलेल्या रिकाबद्दलच्या शंका त्याच्या कानावर घालायच्या होत्या. पहिल्या आव्हानाच्या वेळेचा भयानक अनुभव सांगून तिला तिचं मन हलकं करायचं होतं. अर्ध्या तासापर्यंत तिला या शिबिरातलं सगळं छान वाटत होतं; पण आता सगळंच विलक्षण बदलून गेलं होतं. जे काही झालं होतं ते चांगलं नाही, याची तिला जाणीव झाली होती.

आता इतर उमेदवार पाण्यामधून बाहेर येत होते. आपण अयशस्वी झालो आहोत हे त्यांच्या देहबोलीवरून स्पष्ट कळत होतं. ते पोहण्याचे पोशाख उतरवून आपापसात चर्चा करत होते.

दोन उमेदवार जलाशयात उतरलेही नव्हते; कारण ते उशिरा पोहोचले होते आणि तिथं पोहण्याचे पोशाखच शिल्लक नाहीत, हे त्यांना दिसलं होतं. आता या उमेदवारांना ताबडतोब त्यांनी निघून जायचं आहे, हे सांगण्यात आलं होतं. त्यांना त्यांच्यासाठी पोहोण्याचा पोशाख मिळवता आला नाही म्हणून त्यांना लगेच अपात्र ठरवण्यात आलं होतं. त्यांची घरी जाण्याची व्यवस्था मुख्य इमारतीत केलेली असून त्यांनी लगेच निघायचं आहे, असं त्यांना कॉस्मोड्रोम-२ कर्मचाऱ्यांनी

सांगितलं होतं. त्यांना एक प्रमाणपत्र आणि त्यांचा कॉस्मोड्रोम-२ मधला फोटो मिळणार होता. पण हे उमेदवार आता निश्चितपणे मंगळावर जाण्यासाठी पात्र नव्हते. एक छोटा मुलगा हे ऐकून हमसून हमसून रडू लागला.

ॲनीला बसलेला पुढचा धक्का इतर उमेदवारांनी दिला होता. तिनं आणि लिओनियानं मिळून पहिलं आव्हान पार करण्यात यश मिळवलं म्हणून ते त्यांचं अभिनंदन करतील किंवा हसून प्रोत्साहन देतील असं ॲनीला वाटलं होतं. पण त्यांच्या प्रतिक्रिया नेमक्या उलट होत्या. इतर उमेदवार ॲनी आणि लिओनियाकडं तिरस्कारानं बघत होते.

ॲनीनं इतरांकडं बघून स्मितहास्य करण्याचा प्रयत्न करून पाहिला;पण त्यांनी उत्तर न देता चेहरे कोरे ठेवले होते आणि ते एकमेकांमध्ये कुजबुजत राहिले. 'तू खंबीर रहा. तू यामधून पूर्वी गेलेली आहेस! आणि तू त्यामधून बाहेरही पडली आहेस. तू याचा तुझ्यावर परिणाम होऊ देऊ नकोस,' असं ॲनीनं स्वत:ला बजावलं. तिनं इतरांकडं दुर्लक्ष करायचा निश्चय केला आणि मान ताठ केली.

लिओनिया जरादेखील विचलित झालेली दिसली नाही. लाल रंगाच्या प्रकाशात तिचे मांजरासारखे डोळे निराळ्याच रंगानं चमकत होते. त्यामुळं ती या जगातील नाही, असा भास होत होता.

लिओनियानं टाळीसाठी तळहात उंचावला, "उत्तम!" ती हलक्या आवाजात म्हणाली, "आणि आता आपण फक्त बावीस जण उरलो आहोत."

११

दुसऱ्या दिवशी संध्याकाळी ॲनी तिच्या झोपण्याच्या जागेत बसली होती. लिओनिया झोपी जाण्याची ती वाट पाहत होती. ती झोपल्यावर हळूच बाहेर सटकून जॉर्जला भेटायचा तिचा विचार होता. ती वाट पाहत थांबलेली असताना ती कॉस्मोड्रोम-२ मधल्या शिबिरात दाखल झाल्यापासूनचे विचार तिच्या मनात घोळत होते. तिला पहिल्यापासून हे माहीत होतं की, ती आणि जॉर्ज तिथं आले याचं एक कारण म्हणजे त्यांना यावंच लागलं. ते अनेक रहस्यांच्या मागावर होते आणि सगळे धागेदोरे या इथंच येऊन पोहोचत होते.

शिबिरात दाखल व्हायचं हे कारण असलं तरी काही दिवसांनंतर मात्र ॲनीला खरोखरच मजा वाटू लागली होती. सगळ्यांनी एकत्र येऊन अवकाशातील सफर, मंगळ आणि इतर अनेक गोष्टी जाणून घेताना गंमत येत होती. कारण खूपशी मुलं-मुली दूर अंतरावरून आणि काही जण परदेशातून आलेली होती. पहिल्या आठवड्यात मुली एका ठिकाणी आणि मुलं दुसऱ्या ठिकाणी अशी व्यवस्था होती. तिथल्या प्रत्येकालाच काही मंगळावर जाता येणार नाही, याची सर्वांनाच कल्पना असली तरी वातावरण खेळीमेळीचं आणि उत्साहाचं होतं. सुरुवातीला जरी काही जण उदासीन किंवा विचित्र वागले असले तरी नंतर त्यांच्यात एकत्र राहण्यानं एकी निर्माण झाली होती. दिवसभराच्या खडतर प्रशिक्षणामुळं सगळे जण दमलेले असत आणि त्यांना पडल्याक्षणी झोप लागत असे. पण तरीही संध्याकाळी मजेच्या गप्पागोष्टी होत असत.

प्रशिक्षणार्थींना त्यांच्या कुटुंबाकडून आणि मित्र परिवाराकडून प्रोत्साहनपर संदेश येत होते. अर्थातच ते थेट नसत कारण कोणालाही जवळ फोन किंवा टॅब्लेट बाळगायची परवानगी नव्हती. दररोज सकाळी आणि संध्याकाळी लांबलचक अरुंद पट्ट्यांवर छापलेला मजकूर कॉस्मोड्रोम-२ चे कर्मचारी त्यांना आणून देत. ॲनीला तिच्या डॅडकडून एकही संदेश मिळाला नाही. तिच्या आईकडून मात्र ती

कुठं आहे आणि जगाच्या कोणत्या कोपऱ्यात मैफिली चालू आहेत, हे कळत होतं. त्यामुळंच एरिककडून येणारे संदेश कॉस्मोड्रोम-२ चे कर्मचारी मुद्दाम अडवून ठेवत असतील, असा तिला संशय होता. इतकंच नाही तर जॉर्जच्या आई-वडिलांकडून त्याला संदेश मिळत होते. आपण शेती करून अन्न पिकवतोय, हे ते सांगत असताना त्यांना जॉर्ज जवळ नाही, हे जाणवतंय असंही ते सांगत होते. ॲनीला एक वेगळा असा संदेश आला. तो गूढ लिपीत लिहिलेला असल्यानं तो नक्कीच 'इबॉट'कडून आला असावा, असं तिला वाटलं. तिनं त्याचा अर्थ काढण्याचा प्रयत्न करायला सुरुवात केली होती. पण तो ज्या दिवशी संध्याकाळी आला त्या दिवशीचं प्रशिक्षण फार दमवणारं होतं. त्यामुळं त्या वेळी हातात तो कागद असताना वाचता वाचताच ती गाढ झोपी गेली होती. सकाळी उठल्यावर तिनं पाहिलं तर तिच्या मुठीत तो कागदाचा तुकडा चुरगळून गेला होता. तिनं मग तो आपल्या उड्डाण पोशाखाच्या खिशात तसाच खुपसला आणि नंतर त्याच्याकडं बघावं असं ठरवलं होतं. पण मग ती त्याबद्दल पूर्णपणे विसरून गेली.

ॲनी आणि जॉर्जला कॉस्मोड्रोम-२ च्या बाबतीत किंवा ॲनीच्या डॅडची तिथून झालेली हकालपट्टी यात काहीही रहस्यमय नाही, असं वाटू लागलं असताना आज अचानक परत एकदा काहीतरी चमत्कारिक घडत असल्याचं ॲनीला जाणवलं.

आव्हानं सुरू होण्याच्या टप्प्यावर आता प्रशिक्षणार्थींना एका वेगळ्या छोट्या जागी हलवण्यात आलं होतं. त्यानंतर तटस्थ तरणक्षमतेचं आव्हान झाल्यावर ॲनीला परत तिच्या मूळ जागी जाता आलं नाही. आता तिला आणि लिओनियाला अशा एका अगदी छोट्या गोलाकार खोलीत पाठवलं की, तिथं फक्त दोन झुलते बिछाने टांगण्यापुरती जागा होती.

ॲनीला सुरुवातीला ही व्यवस्था आवडली होती, कारण तिनं आणि लिओनियानं पहिलं आव्हान पार केल्यानंतरची इतरांची प्रतिकिया तिला आवडली नव्हती. आता इथं तिरस्कारानं बघणारं कोणी नव्हतं. पण आता ती हलकेच निसटून तिचा सर्वांत चांगला मित्र जॉर्जला भेटायला जात असताना तिच्या मनात पुन्हा एकदा या ठिकाणच्या सगळ्याच गोष्टींबद्दल संशय जागा झाला. ॲनीला नेमकं

वेगवेगळ्या जगात आपलं वजन वेगवेगळं का असतं?

- आपलं वजन म्हणजे आपण आणि पृथ्वी यांच्यामधील गुरुत्वाकर्षण बल असतं.
- आपलं वस्तुमान म्हणजे आपल्या शरीरात जे काही आहे त्याची राशी होय.

वस्तुमानाचे मोजमाप किलोग्रॅममध्ये केलं जातं. पण वजनाचं मोजमापही आपण किलोग्रॅममध्ये करतो. होय ना? हे गोंधळात पाडणारं आहे का? होय. तसंच आहे.

आपण रोजच्या व्यवहारात पृथ्वीवर वजनाचे मोजमाप किलोग्रॅममध्ये करतो हे खरं. पण प्रत्यक्षात ते न्यूटन या एककात द्यायला हवं. न्यूटन हे बलाचे एकक आहे.

> पृथ्वीवर १ किलोग्रॅम वस्तुमानाचे वजन सुमारे १० न्यूटन असते.

आपण जर सूर्यमालेत अन्यत्र गेलो तर आपलं वस्तुमान बदलणार नाही, पण वजन मात्र बदलेल. जर आपण पृथ्वीपेक्षा कमी गुरुत्वाकर्षण असणाऱ्या एखाद्या ग्रहावर किंवा उपग्रहावर उतरलो तर वजन वेगळं होईल. पण वस्तुमान तेच राहील. याचा व्यवहारातला अर्थ काय?

> जर पृथ्वीवर एखाद्याचं वजन ३४ किलोग्रॅम असेल तर इतर ग्रहांवर किंवा चंद्रावर ते असं असेल.

बुध	१२.८ किलोग्रॅम
शुक्र	३०.६ किलोग्रॅम
चंद्र	५.६ किलोग्रॅम
मंगळ	१२.८ किलोग्रॅम
गुरू	८०.३ किलोग्रॅम
शनी	३६.१ किलोग्रॅम
युरेनस	३०.२ किलोग्रॅम
नेपच्यून	३८.२ किलोग्रॅम

तेव्हा आपण बुध किंवा चंद्रावर खूप उंच उड्या सहज मारू शकू. पण उलट गुरूवर आपल्याला जमिनीवरही एक पाऊल टाकणं अवघड वाटेल.

काय ते सांगता येत नव्हतं, पण कॉस्मोड्रोम-२ मध्ये काहीतरी चमत्कारिक होतं. तिला कारण कळत नसलं तरी तिला रिका डूरबद्दल काहीतरी विचित्र असल्याची जाणीव प्रकर्षानं होत होती. आपल्या मनातल्या आतल्या आवाजानं जर काहीतरी विचित्र वाटल्याचं सांगितलं तर खरोखरच तसं ते निघतं असा तिचा अनुभव होता.

त्या दिवशी प्रशिक्षण खूप वेळ लांबलं होतं. पाणी घालून केलेली स्पघेटी बोलोनीज आणि सुकवलेल्या सफरचंदाच्या काचऱ्या लावलेला आइस्क्रीमचा वेफर हे खाऊन तिचं पोट तक्रार करत होतं. आपल्याला झोप आवश्यक आहे हे तिला समजत असलं तरी झोपून चालणार नव्हतं. म्हणून तिनं निर्धारानं डोळे मिटू दिले नव्हते. तिला जॉर्जला दिवसभरात काय घडलं ते सांगायचं होतं.

त्या दिवशी सकाळी प्रशिक्षणार्थींना पार करण्याचं आव्हान गोंधळात टाकणारं होतं. पोरांनी फक्त खडकाळ पृष्ठभागावरून कचरा गोळा करायचा आहे, असं ते काम प्रथमदर्शनी वाटलं होतं. त्या सगळ्यांना बसमधून कॉस्मोड्रोम-२ च्या अगदी लांबच्या भागात नेलं होतं. जाताना ॲनीला एक अतिप्रचंड आकाराचं अवकाशयान दिसलं. ते उड्डाणाच्या जागेवर उभं होतं. तिनं एका कॉस्मोड्रोम-२ कर्मचाऱ्याला हे अवकाशयान तिथं कशासाठी आहे हे विचारलं. पण तिला उत्तर न देता तो माणूस रडिओवरून सांगू लागला की, इतर बस दुसऱ्या मार्गानं मंगळ रचना कक्षाकडं नेण्यात याव्यात. 'लांबवरून कडेकडेनं जा म्हणजे तुम्ही *अर्टेमिस*च्या जवळून जाणार नाही', असं तो म्हणाल्याचा भास ॲनीला झाला. पण तिला आपण असं ऐकल्याची खात्री वाटत नव्हती.

त्यांची बस अचानक वळून अशा रस्त्यानं जाऊ लागली की ते यान पुन्हा ॲनीला दिसलं नाही.

मंगळ रचनाकक्षाची इमारत म्हणजे मंगळाच्या पृष्ठभागासारखी रचना असणारा भाग होता. अर्थातच मंगळावरचं कमी गुरुत्वाकर्षण सोडून. मंगळावरचं गुरुत्वाकर्षण चंद्रावर आहे तेवढं कमी नसलं तरी पृथ्वीपेक्षा कमी म्हणजे फक्त ३८% आहे. चंद्रावर गुरुत्वाकर्षण एवढं कमी आहे की, अंतराळवीर तिथं चालता चालता हवेत सहज उड्या मारू शकतात.

प्रशिक्षणार्थींच्या समोर एक खडकाळ टेकड्यांचा भाग पसरलेला होता. मागच्या बाजूला गुलाबी रंगाचं आकाश होतं. एका अतिशय प्रचंड आकाराच्या ज्वालामुखीजन्य पर्वताच्या पार्श्वभूमीवर सूर्योदयाचं दृश्य होतं. तिथं बाजूला ते नेहमीचेच भीषण वाटणारे रोबो निश्चल उभे होते. वरवर बघता ते पूर्णपणे उदासीन वाटले तरी जर कोणी आव्हान दिलं तर ते कोणत्याही क्षणी हालचाल

करायला सज्ज होते. आश्चर्य म्हणजे त्यांच्यासमोरच्या जमिनीवर प्लॅस्टीकचे अनेक तुकडे जागोजागी विखुरलेल्या अवस्थेत पडलेले दिसत होते. काहीशा दूर अंतरावर अंतराळवीरांना पृथ्वीवरून आलेल्या यानामधून बाहेर पडून मंगळावर उतरण्यासाठीच्या कुप्या किंवा लॅन्डर दिसत होते.

प्रशिक्षणार्थींना कसलीही सूचना मिळालेली नव्हती. त्यांना फक्त ''सुरू!''अशी आज्ञा मिळाली.

समोरचं कचरा विखुरलेलं दृश्य बघून लिओनियानं फक्त ओठ चावले होते. ती विचार करण्यात मग्न होती. पण ॲनीचं डोकं आता वेगानं काम करू लागलं होतं. ''ओह!... हे आव्हान काय आहे ते मला समजलं,'' तिनं लिओनियाला हलक्या आवाजात सांगितलं. त्यांच्या आसपास, सहलीला गेल्यावर गांधीलमाश्या जशा कधीकधी सतावतात, तसे ड्रोन आजूबाजूला उडत होते. प्रशिक्षणार्थी काय करतात याची ते नोंद घेण्याचा प्रयत्न करत होते, ''निव्वळ त्रास!'' ॲनी म्हणाली. तिनं एक ड्रोन हाकलण्यासाठी हात फिरवला. त्यावर तो ड्रोन रागानं तिच्या अंगावर झेपावला. या उलट लिओनियानं तिचं मनगट त्या ड्रोनसमोर धरल्यावर आश्चर्य म्हणजे तो ड्रोन जमिनीवर पडला आणि त्याचा सगळा जोर संपल्यातच जमा होता.

''ड्रोनविरोधी घड्याळ,''लिओनिया कुजबुजत म्हणाली.

मंगळावरील जीवन

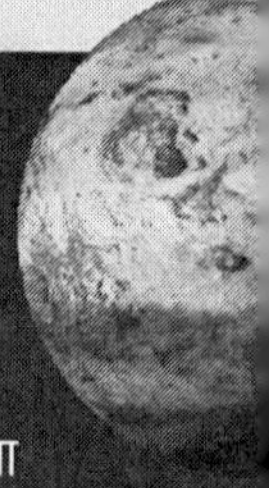

सहसा मला उशिरापर्यंत झोपून राहायला आवडतं. पण माझ्या वाढदिवसाच्या दिवशी मात्र मला त्या दिवशीच्या आनंदाच्या उत्सुकतेमुळं लवकर जाग येते. मागच्या वर्षीही हे असंच घडलं होतं. मी १६ फेब्रुवारीला अशीच झोपेतून एकदम जागी झाले. पण त्या दिवशी काहीतरी वेगळं होतं. माझ्या खिडकीच्या बाहेर पक्ष्यांची चिवचिव नव्हती. स्वयंपाकघरातल्या माझ्या आवडत्या न्याहरीचा वास नव्हता आणि खालच्या मजल्यावरची माझ्या कुटुंबातील लोकांची हालचालही नव्हती.

मग माझ्या लक्षात आलं की या वर्षी वाढदिवसाला मी घरी नाही. इतकंच काय मी पृथ्वीवरही नाही! मी जगभरातून आलेल्या इतर सहा वैज्ञानिकांबरोबर मंगळावर होते. मंगळावर जगायचं कसं, याचा अभ्यास आम्ही करत होतो.

वेगळ्या जगात राहणं कसं असेल याचा तुम्ही विचार केला आहे का? आपल्या सूर्यमालेत आपली पृथ्वी हा एकमेव ग्रह नाही, हे आपण सहज विसरतो. आपल्या पृथ्वीप्रमाणे इतर सात ग्रहही सूर्याभोवती प्रदक्षिणा करत असतात. आपल्या दृष्टीनं ही गोष्ट चांगलीच आहे. कारण कधी ना कधी आपल्या मानवजातीला निराळं घर शोधावं लागणार आहे. आपण आपल्या ग्रहाची नीट काळजी घेतलेली नाही. एक दिवस पृथ्वी तप्त होईल आणि आपल्याला जगणं अशक्य होईल. या जागतिक तापमान वाढीखेरीज आपण डायनोसॉरलाही विसरून चालणार नाही. या भव्य प्राण्यांनी साडेसोळा कोटी वर्षं अधिराज्य केलं होतं. पण मग अशनीची धडक बसली आणि त्यांच्या घराचा विध्वंस झाला. त्यामुळं त्यांच्या सर्व प्रजातींचा संपूर्ण नायनाट झाला. आता पृथ्वीच्या दिशेनं येणाऱ्या अशनींचा मागोवा घेण्याचं खास सॉफ्टवेअर आपल्याजवळ आहे. तरीही आपल्याला जर दहा लाख वर्षं जगायचं असेल तर आपण पृथ्वीबाहेर पसरून विश्वात इतरत्र जगायला शिकण्याची गरज आहे.

पण आपण असं नुसतं म्हणून कुठंही जगू शकणार नाही. आपण सूर्याच्या खूप जवळ नसलेला आणि अतितप्त असा ग्रह शोधायला हवा. त्यामुळं बुध किंवा शुक्र चालणार नाही. त्याचप्रमाणे युरेनस किंवा नेपच्यूनसारखा अतिशय थंड असाही ग्रह उपयोगी नाही. आपण त्याचप्रमाणे वायूनं भरलेल्या गुरू किंवा शनीवरही जगू शकणार नाही. आता उरतो तो आपल्या शेजारचा खडकाळ आणि लाल रंगाचा मंगळ.

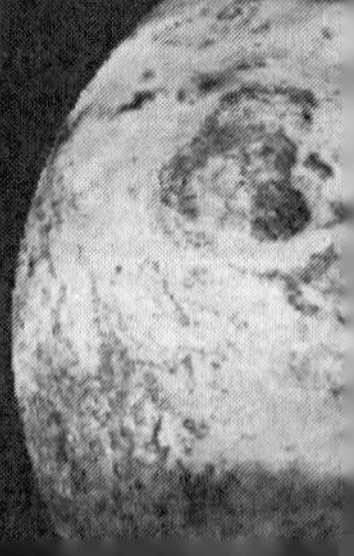

आजवर अनेक मानव अंतराळात प्रवास करून आले आहेत. पण चंद्रावरचा छोटा प्रवास वगळता मंगळाइतक्या अंतरापर्यंत अद्याप कोणीही

गेलेलं नाही. पण आता मंगळाकडं जाण्यासाठी तयारी आपण सुरू केली आहे. सलग दोनशे दिवस न थांबता गाडीमधून जायची कल्पना करा. मंगळावर जाण्यासाठी अंतराळवीरांना नेमकं हेच करावं लागेल. मंगळ पृथ्वीपासून चौदा कोटी मैल अंतरावर आहे. एवढ्या अंतरावर गरज पडली तर आपल्याला कोणी जास्तीचं अन्न-पाणी पाठवेल अशी अपेक्षा करता येणार नाही. तेव्हा स्वत:बरोबर जास्तीतजास्त नेणं आणि गरज पडेल तेव्हा ते तयार करणं हाच, एक उपाय शिल्लक आहे. एवढ्या दीर्घ अंतरावर अंतराळवीरांना पाठवण्याआधी त्यांना कोणकोणत्या आव्हानांचा सामना करावा लागेल याचा विचार करणं गरजेचं आहे. मंगळावरचं जीवन कसं असू शकेल, यावर संशोधन करण्याचा एक मार्ग म्हणजे इथं पृथ्वीवरच मंगळ संशोधन केंद्रांची स्थापना करणं हा आहे. ही प्रयोगशाळा किंवा खास वसाहत अशा प्रकारची असायला हवी की तिथं राहणं साक्षात मंगळावर राहण्यासारखं असायला हवं. मंगळावरचं हे 'घर' अशा प्रकारे तयार करायला हवं, की त्यात स्वयंपाकघर असेल, स्वच्छतागृह असेल, अन्न तयार करण्यासाठी 'हरित जागा' असेल. तिथं सूक्ष्मदर्शक आणि इतर वैज्ञानिक उपकरणं असतील आणि सहभागी अंतराळवीरांसाठी झोपण्याच्या छोट्या खोल्या असाव्या लागतील. मी माझ्या २६ व्या वाढदिवशी नेमकी अशाच एका मंगळ संशोधन केंद्रात जागी झाले होते.

सर्वसाधारणपणे माझ्या वाढदिवसाची सुरुवात मित्रांच्या फोननी किंवा घरातल्यांना जवळ घेऊन होते. पण मंगळावर फोन असणार नाहीत, कारण तिथून केलेला फोन संदेश पृथ्वीवर पोहोचायला फार वेळ लागेल. आपण इंटरनेट वापरून ई-मेल पाठवू शकतो, पण ती पोहोचायलाही वीस मिनिटांपेक्षा जास्त वेळ लागेल. त्याचा दुसरा अर्थ असा की, मंगळावर टीव्ही पाहता येणार नाही. त्याऐवजी आपण आपली आवडती पुस्तकं, चित्रपट आणि टीव्हीवरचे कार्यक्रम तिथल्या छोट्या संगणकात साठवून ठेवू शकतो. जेव्हा कंटाळा येईल तेव्हा आपण त्यांचा वापर करू शकतो.

असं असलं तरी कंटाळा येण्याजोगा वेळच तिथं नाही. उपकरणं तपासणं, ती स्वच्छ करणं, बटाट्यासारखी पिकं वाढवणं, अन्न तयार करणं, विद्यार्थ्यांसाठी व्हिडिओ तयार करणं आणि बाहेर पडून खडक-माती इत्यादींचे नमुने गोळा करणं अशी कितीतरी कामं असल्यानं कंटाळा यायला वेळच उरत नाही. मंगळावर पृथ्वीएवढा ऑक्सिजन वायू नाही, त्यामुळं प्रत्येक वेळी बाहेर जाताना श्वासोच्छ्श्वास करण्यासाठी बनवलेलं खास हेल्मेट डोक्यावर घालावं लागतं. बाहेर जाऊन परत आल्यावर जड अशा अंतराळ पोशाखात घामानं कितीही चिकचिकल्यासारखं

वाटलं तरी अंघोळ करता येत नाही. पाणी ही मंगळावरची मौल्यवान वस्तू आहे. म्हणूनच आम्ही लहान बाळांना पुसायला वापरतात तशा रुमालांनी अंग स्वच्छ करतो.

माझ्याबरोबर असणाऱ्या सहा सहकाऱ्यांना मी माझ्या वाढदिवशी घरी नाही, याचं मला वाईट वाटत असणार याची कल्पना असावी, कारण मी माझ्या खोलीमधून बाहेर आले तेव्हा ते हातानं लिहिलेलं एक शुभेच्छापत्र घेऊन उभे होते. त्यावर २६ असं लिहिण्याऐवजी त्यांनी १३.८ असं लिहिलं होतं. जर मी मंगळावर असते तर माझं वय तितकं असतं. मंगळावरचं एक वर्ष पृथ्वीवरील वर्षाच्या जवळजवळ दुप्पट कालावधीचं असतं. त्या सर्वांनी माझ्यासाठी हृदयाच्या आकाराचा खास असा पॅनकेकही बनवला होता. मंगळावरचं अन्न फारच कंटाळवाणं ठरू शकतं. तिथं ताजं अन्न फार वेगानं खराब होत असल्यानं अगदी मांसासकट सगळं अन्न पूड या स्वरूपात असतं. ते फक्त पाण्यात मिसळायचं. माझं मंगळावरचं आवडतं अन्न मॅकॅरोनी आणि चीझ हे आहे.

माझ्या वाढदिवसासाठी हा सुखद धक्का दिल्याबद्दल मी माझ्या सर्व सहकाऱ्यांचे आभार मानले. माझ्याजवळ असे मित्र आहेत म्हणून मी किती सुदैवी आहे, याची मला जाणीव झाली. आपल्या सहकाऱ्यांबरोबर आपलं जमणं हे महत्त्वाचं आहे. विशेषत: एका छोट्या जागेत दीर्घकाळ एकत्र राहत असताना सर्वांनी एक होऊन राहणं हे अधिकच महत्त्वाचं ठरतं.

मंगळावरच्या या परिस्थितीत तीन आठवडे राहिल्यानंतर माझ्या लक्षात आलं की, मंगळावर जाणाऱ्या पहिल्या अंतराळवीरांचं आयुष्य सोपं असणार नाही. माझे सगळे मित्र, कुटुंबीय यांचा सहवास, आवडते अन्नपदार्थ, गरम पाण्यानं अंघोळ, इतकंच काय हेल्मेट न घालता स्वच्छ हवेत मोकळा श्वास घेणं या सगळ्याचा मला अभाव जाणवणार हे नक्की. तरीही मी जाणार आहे. सुदैवानं मला पाठिंबा देणारं माझं कुटुंब आहे. ते मला ताऱ्यांचा वेध घेण्यासाठी नेहमीच प्रोत्साहन देतात. अजून मंगळावरचं पहिलं उड्डाण बरंच दूर आहे हे खरं, पण आपल्या आयुष्यात आपण मंगळाच्या मातीवर उमटलेला मानवाच्या पावलाचा ठसा बघणार आहोत, अशी मला खात्री आहे. आणि ते माझे असतील असंही वाटतं!

पण जरी ते माझे नसतील तरी मी माझा हा अगदी आगळावेगळा वाढदिवस कधीही विसरू शकणार नाही. कदाचित तुम्हीही तुमचा वाढदिवस मंगळावरच्या वसाहतीसारख्या ठिकाणी किंवा प्रत्यक्षात मंगळावरच साजरा कराल!

– केली

"हे असं तू मुळात का करावंस?"

"ते कामासाठी घराबाहेर गेले की माझ्यावर नजर ठेवण्यासाठी माझे आई-वडिल ड्रोन वापरायचे." लिओनिया शांतपणानं म्हणाली, "तेव्हा त्या ड्रोनविरुद्ध मला उपाय शोधून काढावाच लागला."

"वॉव!" काही क्षण ॲनीला चांगलाच धक्का बसला होता; पण मग याचा वास्तवात अर्थ काय याबद्दल तिचं मन वेगानं विचार करू लागलं होतं. याचा एक अर्थ असा होता की, लिओनियाचं बालपण चांगलं गेलं नव्हतं. दुसरा अर्थ असा होता की, या सगळ्या प्रकारात त्यांचा आव्हान पार करण्यासाठीचा मौल्यवान वेळ वाया गेला होता. त्यामुळं आता दुसऱ्या जोडीला पुढं जाण्याची संधी मिळणार होती.

तिकडं जॉर्ज आणि इगॉर मागे पडले होते. ॲनीपासून इतका दूर असूनही जॉर्जच्या मनात ॲनीसारखेच विचार येत होते. इगॉर समोर पसरलेल्या कचऱ्याकडं नापसंतीदर्शक बघत म्हणाला, "नक्की ना त्यांना आपण कचरा गोळा हवा करून?" त्याच्या स्वरात निराशा दिसत होती, "हे आव्हान कसलं आहे? पुनर्वापराचं की काय? कचरा गोळा करून पृथ्वीवर परतण्यासाठी इंधन जमा करायला?"

"होय!" जॉर्ज म्हणाला. आता इथं एवढा कचरा का पसरला आहे, याबद्दल त्याच्या डोक्यात लख्ख प्रकाश पडला, "हे बघ इगॉर, तू आता इतर कोणालाही

काही कळू न देता मार्स लॅन्डरपाशी जा आणि आत शीर.''

''कशासाठी?'' इगॉरनं गोंधळून विचारलं. पण त्याची जायची तयारी होती. जॉर्जनं पुढं झुकून इगॉरच्या कानात काहीतरी सांगितलं.

''ओहोहो!'' इगॉर आनंदानं म्हणाला, ''तुला वाटतंय ते बरोबर असेल अशी आशा आहे. बरं मी आता जातो.''

आपण निश्चित कुठल्याही एका दिशेनं जात नाही, असं भासवत इगॉर रेंगाळत दूर गेला. जॉर्जनं गुपचूपपणे कचरा गोळा करायला सुरुवात केली. इगॉर असा जात होता की, तो मार्स लॅन्डरकडं चालला आहे, हे कोणालाही कळलं नाही. तो त्या लॅन्डरपाशी गेल्यावर त्यानं शिडीवर धाव घेतली आणि आत शिरून लॅन्डरचं दार घट्ट बंद करून घेतलं.

ॲनी आणि लिओनिया सोडून इतर कोणीही कचरा गोळा करायला लागले नव्हते. ॲनी आणि लिओनिया कचरा गोळा करायला सुरुवात करणार होत्या, तेव्हा इतर मात्र आपापसात वाद घालत होते. जॉर्जप्रमाणेच ॲनीलाही हे समजलं होतं की हा सगळा कचरा म्हणजे मंगळाकडं जातानाच्या नऊ महिन्यांच्या प्रवासात साचलेली प्लॅस्टीकची आवरणं होती. परंतु वस्तूंचा पुनर्वापर करण्यात तरबेज असलेल्या टेरेन्स आणि डेझीचं अपत्य नसल्यानं ॲनीला आणखी जास्त विचार करता आला नाही. जॉर्जच्या डोक्यात मात्र अतिशय चमकदार कल्पना आली होती. म्हणूनच त्यानं इगॉरला लॅन्डरच्या आत शिरण्याची सूचना केली होती.

लॅन्डरच्या आत एक त्रिमिती प्रिंटर असणार आणि त्याचा वापर करून मंगळावर उतरणारे अंतराळवीर या कचऱ्यामधून त्यांच्या राहण्यासाठी निवारा बनवणार ही ती कल्पना होती.

अभियांत्रिकी आणि तंत्रज्ञानाची उत्तम जाण असल्यानं, इतर जण लॅन्डरच्या आत घुसण्याआधी, इगॉरनं त्रिमिती प्रिंटर तयारही केला होता.

त्यांनी अगोदर ऐकला होता तसा कान फाटतील असा कर्कश आवाज ऐकू आला. आणखी एक आव्हान पार करण्यात आलेलं आहे याची ती घोषणा होती. ॲनीनं त्या संधीचा फायदा घेतला आणि ती जॉर्जशी बोलण्यासाठी आली. इगॉर लॅन्डरमधून बाहेर आला. ॲनी जरी बोलण्यासाठी आली असली तरी तिला एकमेकांशी न बोलण्याच्या नियमाची कल्पना होती. स्वत:चा जोडीदार वगळता इतर कोणाशीही बोलायचं नाही, हा नियम सर्वांना सांगण्यात आला होता. हा नियम ऐकल्याबरोबरच ॲनीला अनावश्यक आणि चमत्कारिक वाटला होता. सर्वांनी सहकार्यानं काम करायला शिकायचं असताना असा नियम तिला अयोग्य वाटत होता. त्या वेळी तिला काहीतरी चुकीचं वाटणारं करून संकट ओढवून घ्यायचं नव्हतं. तिनं आणि लिओनियानं पुरेसा कचरा गोळा केला असल्यानं त्यांना काही धोका नव्हता. जरादेखील काही करू न शकलेली एक जोडी आता या आव्हानानंतर बाद होणार होती.

''मला नंतर भेट... मिशन कंट्रोल कक्षापाशी,'' ॲनी हे एवढं हलक्या आवाजात बोलू शकली.

जॉर्जनं मान डोलावली. तिथं उरलेल्या ड्रोनपैकी कोणी त्यांचं संभाषण ऐकण्याच्या आत जॉर्ज तिथून सटकला. ज्यांना हे आव्हान पार करता आलं नव्हतं ती जोडी निघून जात असतानाचा करुण प्रसंग इतर सर्वजण बघत उभे होते. या दोघांना आता शिबिरातून बाहेर काढलं जाणार होतं...

लिओनिया झोपलेली आहे, याची खात्री करून घेतल्यावर ॲनीनं तिचं ड्रोनविरोधी घड्याळ मनगटावर बांधलं. दारं कुलूपबंद नव्हती. त्यांची गरजच नव्हती कारण प्रत्येक प्रशिक्षणार्थींच्या निवासाबाहेर एक ड्रोन सतत नजर ठेवत उडत होता. जर कोणी बाहेर पडलं तर तो सुरक्षा रक्षकांना सावध करणार होता. आदल्या रात्री असं घडलं होतं. घराच्या आठवणीनं व्याकूळ झालेला एक जण बाहेर पडला. ड्रोननं तत्काळ सुरक्षा रक्षकांना कळवलं. तत्काळ सुरक्षा रक्षक रोबो तिथं आले आणि त्यांनी त्याच्याबरोबर त्याच्या जोडीदारालाही तेथून नेलं होतं. सकाळी सर्वांना एकत्र करून या घटनेची माहिती देण्यात आली. रात्रीच्या वेळी नियमाचा भंग केल्याबद्दल एकाला 'मुक्त' करण्यात आलं होतं. प्रत्यक्ष मंगळावर असताना

जसं घडेल त्याप्रमाणे त्याच्या जोडीदारालाही याची जबाबदारी घेणं आवश्यक असल्यानं त्यालाही बाहेरचा रस्ता दाखवण्यात आला होता. कोणी असं काही केलं तर त्याचंही असंच होईल, अशी ताकीद सर्वांना देण्यात आली होती.

आपल्याला काळजी घ्यायला हवी याची ॲनीला कल्पना होती. तिनं तिचा पेजर खिशात टाकला. पेजरशिवाय कोणालाही कुठं जाता येत नव्हतं. मग तिनं दरवाजा उघडला. त्या क्षणी एक ड्रोन तिच्या दिशेनं आला. लिओनियानं केलं होतं त्याप्रमाणे तिनं घड्याळ त्या ड्रोनसमोर धरलं. पण त्यामुळं काही फरक पडला नाही. ड्रोन तसाच पुढं येत राहिला. भेदरलेल्या ॲनीनं घड्याळाच्या बाजूला असलेली सगळी बटणं दाबली. तसं करताना त्यातलं एखादं योग्य ठरलं असावं, कारण तो ड्रोन जमिनीवर पडला आणि त्याची हालचाल बंद पडली. आपण दूर अंतरावर कोणीतरी लहान मूल रडत असल्याचा आवाज ऐकला आहे, असा भास तिला झाला. क्षणभर ॲनीला वाटलं की हुंदके देऊन कोण रडतं आहे ते बघावं; पण तिनं स्वत:ला आवरलं. तो खाली पडलेला ड्रोन पुन्हा जागा होऊन काम करायला लागायला किती वेळ आहे, याची तिला कल्पना नव्हती. तिनं अगोदर जॉर्जची भेट घ्यायची असं ठरवलं.

चोरपावलांनी जात असताना अंधूक प्रकाशात मिशन कंट्रोल कक्षाच्या दरवाजापाशी तिला एक आकृती दिसली. काहीच दिवसांपूर्वी कॉस्मोड्रोम-२ मध्ये चांगलीच वर्दळ असल्याचं ॲनीनं पाहिलं होतं. पण आता तिथं कोणीच दिसत नव्हतं. जणू ओसाड पडलेल्या एखाद्या केंद्रासारखं सगळं रिकामं आणि निर्जीव वाटत होतं. ती आकृती म्हणजे जॉर्ज आहे, हे तिला ओळखता आलं.

"तू तुझ्या ड्रोनला चकवू शकलास?" ॲनीनं घाईघाईनं विचारलं.

"होय. तो आता इगॉरबरोबर बुद्धिबळ खेळतोय," जॉर्जनं हसत उत्तर दिलं.

ॲनीनं 'म्हणजे काय', असा प्रश्नार्थक चेहरा केला. त्यावर जॉर्ज हसला. जॉर्ज आपली थट्टा करतोय, हे तिच्या लक्षात आलं.

"तुला ऐकू येतंय का?" ॲनीनं हलक्या स्वरात विचारलं. त्या रडणाऱ्या मुलाचा आवाज ऐकू येतो आहे का, हे बघण्यासाठी तिनं कान टवकारले होते. पण तिला काहीही ऐकू आलं नाही. बहुधा त्याचं रडणं थांबलं असावं. सर्वत्र

शांतता होती.

जॉर्जनं ॲनीला त्याच्यामागं येण्याची खूण केली, "चल, तुला काहीतरी दाखवायचं आहे मला!" त्यानं ॲनीला एका कॉरिडॉरमध्ये नेलं. हा कॉरिडॉर मिशन कंट्रोलच्या मुख्य कक्षापासून दूर जाणारा होता. कॉरिडॉरच्या बाजूला ऑफिस वाटणाऱ्या खोल्यांची रांग होती. त्यामधल्या एकाच्या दरवाजावर ॲनीच्या डॅडचं नाव खोडलेल्या अवस्थेत होतं.

"डॅडचं ऑफिस!" ॲनीचा गळा दाटून आला.

जॉर्जनं दरवाजा ढकलून पाहिला;पण तो उघडला नाही. "बंद आहे," जॉर्ज हलक्या आवाजात म्हणाला, "आपण मिशन कंट्रोलच्या मुख्य कक्षात जाऊ या."

मग दोघं त्या कॉरिडॉरमधून मुख्य दरवाजापाशी परत आले आणि कक्षाच्या मागच्या बाजूचं मोठं दार ढकलून हळूच आत शिरले. कक्ष पूर्णपणे रिकामा होता. पडद्यांवर रोबो संचलित अवकाश मोहिमांकडून प्रतिमा येत होत्या. पण कोणीही त्यांचं नियंत्रण करताना किंवा त्यांच्यावर लक्ष ठेवताना दिसत नव्हतं. त्या भव्य रिकाम्या कक्षात ॲनी आणि जॉर्ज हे दोघंच प्रशिक्षणार्थी अंतराळवीर त्या वेळी होते.

त्यांनी त्या भव्य पडद्यांकडं पाहिलं. "तो बघ!" ॲनीनं फारसा आवाज न करता जॉर्जचं लक्ष एका पडद्याकडं वेधलं. हा पडदा ते आले त्या दिवशी रिकामा होता. जॉर्जनं तिकडं पाहून आ वासला. त्यावरची प्रतिमा त्यांना नेमकी कॉसमॉसनं पोर्टल उघडून दाखवलेल्या प्रतिमेसारखी होती. तसाच हिरवट पांढरा बर्फ, काळ्या आकाशातले हिऱ्यांप्रमाणे चमचमणारे तारे आणि पार्श्वभूमीवरचा पट्टे असणारा महाकाय वायूचा गोळा. ते बघून हे दृश्य गुरूच्या एखाद्या चंद्राचं आहे, हे सहज कळत होतं. पण सर्वांत विस्मयकारक गोष्ट म्हणजे त्यांनी अगोदर पाहिलेलं बर्फातलं व्यवस्थित गोलाकार भोक!–

"युरोपा! हा नक्कीच युरोपा आहे," जॉर्ज हलक्या आवाजात म्हणाला, "युरोपा पुन्हा दिसू लागला आहे!"

"आणि तिथं कोणीतरी आहे!"

जॉर्जनं त्या हिरवट पांढऱ्या बर्फानं भरलेल्या पृष्ठभागाकडं डोळे ताणून पाहिलं. ॲनीचं म्हणणं बरोबर आहे, हे त्याच्या लक्षात आलं. युरोपासारख्या दिसणाऱ्या त्या चंद्राच्या पृष्ठभागावर काही गडद रंगाच्या आकृत्या दिसत होत्या. त्या बर्फातल्या भोकापाशी जमून त्या आकृत्या आतून द्रवाचा नमुना घेत आहेत असं भासत होतं. एका रोबोच्या हातात मोठं जाळं आणि दुसऱ्याच्या हातात भाल्यासारखं काहीतरी होतं. जणू बर्फाखाली लावलेल्या सापळ्यात सावज अडकलं

आहे का, हे बघण्यासाठी जमलेले ते मच्छीमार वाटत होते.

"*अर्टेमिस*!... शिकारी..." ॲनी जॉर्जच्या कानात म्हणाली, "ते युरोपावर आहेत!"

ॲनी हे बोलत असतानाच त्यांना एक आवाज ऐकू आला. जॉर्जनं ॲनीला ओढून टेबलाखाली घेतलं हे अगदी वेळेत घडलं होतं. ते टेबलाखाली असल्यानं त्यांना तीन रोबोंचे पाय दिसले. त्यांच्या पाठोपाठ एक मानवी पायांची जोडी होती. या पायात उंच टाचांचे बूट होते.

"रिका!" ॲनी हलक्या आवाजात जॉर्जला म्हणाली. दोघं खरोखरच भेदरून गेले, "आपले पेजर वाजले तर?"

जॉर्जच्या काळजाचा ठोका चुकला. "तो तोंडात ठेव. तसं झालं तर त्याचा आवाज येणार नाही आणि प्रकाशही दिसणार नाही."

"ऑ...' ॲनीनं जॉर्जकडं चमत्कारिक नजरेनं पाहिलं. पण मग तिनं जॉर्जनं सांगितलं तसं केलं. आपण रिकाला अगोदर भेटलोय ही गोष्ट तिला जॉर्जला सांगायची होती. तिची भेट कुठं झाली हे ती आठवण्याचा प्रयत्न करत होती. पण त्या क्षणी तोंडात पेजर असल्यानं ती कुजबुजूही शकत नव्हती. काही मिनिटं उलटली. हा काळ ॲनी आणि जॉर्जला

कित्येक तासांएवढा भासला. दरम्यान त्यांना नुसते गोंगाटासारखे आवाज ऐकू आले होते. त्यांना त्याचा अर्थ लागत नव्हता. अखेर त्यांना रिकाच्या बोलण्याचा आवाज आला.

''पोर्टल तयार करा.'' रिकाचा आवाज अगदी स्पष्ट होता, ''रोबो... वजनं लावा.''

'पोर्टल' हा शब्द ऐकताच ॲनीनं जॉर्जला चिमटा काढला. पोर्टल या शब्दाचा अर्थ म्हणजे अवकाशात घेऊन जाणारी दाराची चौकट, हा त्यांना माहीत होता आणि तिची पुढची सूचना अंतराळ पोशाखाला वजनं लावण्याची होती. याचा अर्थ ज्या ठिकाणी त्यांना अधिक वजनदार असण्याची गरज आहे, अशा वेगळ्या गुरुत्वाकर्षणात रोबो जाणार होते.

''पोर्टल उघडा,'' रिकानं पुढची आज्ञा दिली. पण या खेपेस तिचा आवाज पूर्वीसारखा मधाळ नव्हता. या वेळी धातू एकमेकांवर घासल्यासारखा तिच्या आवाजाचा प्रतिध्वनी येत होता. जणू हा आवाज खरा नाही असं काहीतरी त्यामुळं भासत होतं.

टेबलाखाली बसलेल्या ॲनी आणि जॉर्जला मिशन कंट्रोल कक्षात एक झगझगीत प्रकाशझोत पडलेला दिसला. मग त्यांना धातू एकमेकांवर आपटल्याचा मोठा आवाज ऐकू आला. तीन अतिशय वजनदार झालेले रोबो हळूहळू चालत येत होते हे त्यांना जाणवलं. कक्षात थंड हवेचा एक झोत आला. त्याचबरोबर भरपूर क्षार असणारा खारट वासही आला. काही सेकंदांनंतर थंड हवा आणि वास

दोन्हीही नाहीसे झाले. मग प्रखर प्रकाशही बंद झाला. नंतर रिकाच्या उंच टाचांच्या बुटांचा टप्-टप् असा आवाज आला. तिनं कक्षातून बाहेर पडताना दार लावून घेतलं.

ॲनी आणि जॉर्ज काळजीपूर्वक टेबलाखालून बाहेर आले. पेजर अजूनही त्यांच्या तोंडातच होते. त्यांना जरी तीन रोबो रिकाबरोबर जाताना दिसले नाहीत तरी कक्षात आपल्याखेरीज कोणीही नाही याबद्दल त्यांना खात्री होती. ते रोबो जणू हवेत अदृश्य झाले होते! पूर्वी ज्या जागी युरोपाची प्रतिमा होती तो पडदा आता पूर्णपणे कोरा झालेला होता.

जॉर्ज संगणकांच्या दिशेनं निघाला. तिथं त्यांचा वापर करून एरिकला काहीतरी संदेश पाठवता येईल असा त्याचा विचार होता. कोणतातरी मार्ग असणारच अशी त्याला खात्री होती. जॉर्ज तिकडं बघत होता तेव्हाच ॲनीचे गाल लालसर प्रकाशात चमकू लागले. तिच्या तोंडातला पेजर आता बीपबीप आवाज करत चमचम करू लागला होता. त्याच वेळी ॲनीलाही जॉर्जचे गाल लाल रंगाचे झालेले दिसले. त्याचाही पेजर सुरू झाला होता.

आता आपण काय करायला हवं ते दोघांच्याही लक्षात आलं. आता एरिकना संदेश पाठवायला वेळ नव्हता. त्याचप्रमाणे ती रहस्यमय पोर्टल कशी उघडली, त्यांनी पाहिला तो युरोपाच होता की आणखी काही, आणि रोबो कक्षातून अदृश्य कसे झाले, हे सगळं शोधायला वेळ नव्हता. ते तसं करू शकत नव्हते.

आता करण्याजोगी एकच गोष्ट होती... पळ काढणे!

१२

दुसऱ्या दिवशी सकाळी गजर फार लवकर वाजला. ॲनीनं हॅमॉकमध्ये कुशीवर वळत कण्हल्यासारखं केलं. ॲनी उद्ध्वस्त झाल्यासारखी वाटत होती. मिशन कंट्रोल कक्षापासून झोपण्याच्या जागेपर्यंतची धाव हा भयंकर अनुभव होता. तिचा पेजर सतत वाजत होता. आता आपण आणि जॉर्ज पकडले जाणार याची तिला सतत धास्ती वाटत होती. पण सुदैवानं तसं काही न होता ती सुखरूप आपल्या झोपण्याच्या जागी पोहोचली होती. लिओनिया अजून झोपेतून उठली नव्हती आणि ड्रोनदेखील एखाद्या मेलेल्या माशीप्रमाणे तसाच पडलेला दिसला.

ॲनीचा पेजर आता बीपबीप करायचा थांबला होता. कदाचित उमेदवार किती चटकन प्रतिसाद देतात हे बघण्याचा काहीतरी प्रकार असावा. पण तसं असेल तर लिओनिया मात्र त्यात पास झाली नसती, कारण तिचा पेजर वाजत असतानाही लिओनियाला जाग आलेली नव्हती.

ॲनीनं पुन्हा झोपण्याचा पायजमा अंगात चढवला. लिओनियाचं घड्याळ काढून ठेवलं आणि जमिनीवर पडलेला ड्रोन उचलला. तो जागा झाला आणि खोलीत इकडंतिकडं उडत फिरला. दोन्ही मुली त्यांच्या हॅमॉकमध्ये आहेत याची त्यानं नोंद घेतली. शिवाय पेजर वाजल्यानंतर निदान दोन मुलींपैकी एक उठून ताठ बसून सावधान अवस्थेत आहे, याचीही नोंद ड्रोननं केली होती. मग नेहमीप्रमाणे लाल दिवा चमकला आणि ड्रोन तिथून उडून बाहेर निघून गेला. ॲनी श्वास रोखून हे बघत होती. तिला हे फार वेळ घडतंय असं वाटत होतं. परत कोणी त्यांच्याकडं तपासायला येतं की काय, याची तिला धास्ती वाटत होती. पण तसं झालं नाही. ती आणि जॉर्ज, काही का होईना, यामधून सुटले होते. ॲनीला लगेच झोप लागली.

सकाळी आपण पुढची कित्येक युगं झोपलो तरी चालेल, असं तिला वाटत होतं; पण लिओनिया केव्हाच उठून तयार होऊन बसली होती. तिनं अंगावर तिचा

निळा पोशाख चढवला होता आणि केसांचं छान पोनिटेल बांधलं होतं. ती आता आजच्या दिवसाची तयारी म्हणून हातपाय मोकळे करण्यासाठी व्यायाम करत होती. आदल्या रात्री आपण आणि जॉर्जनं काय पाहिलं ते लिओनियाला सांगता आलं तर किती बरं झालं असतं, असं ॲनीला वाटलं खरं. पण तिला तसं धाडस झालं नाही. लिओनियावर विश्वास ठेवता येईल की नाही याची तिला कल्पना नव्हती.

कदाचित लिओनिया सरळ कॉस्मोड्रोम-२ च्या अधिकाऱ्यांकडं जाऊन त्यांना सगळं सांगेल अशी शक्यता होती. तसं झालं तर युरोपाचं काय झालं आणि तिच्या डॅडची तिथून एकाएकी हकालपट्टी का झाली याचं रहस्य उलगडण्याची ॲनीची संधी हातातून निसटण्याचा धोका होता. पण मग ॲनीच्या मनात विचार आला की, जर लिओनियानं तिच्याविषयी चहाडी केली तर तिलाही कॉस्मोड्रोम-२ मधून बाहेर घालवलं जाणार होतं. तेव्हा लिओनिया अशी चहाडी करण्याची जोखीम पत्करेल अशी शक्यता नव्हती...

"आज आपण काय करणार आहोत?" ॲनी झोपाळलेल्या आवाजात पुटपुटली.

"ते मला कसं माहीत असणार?" लिओनियानं चकित होत विचारलं, "पण काहीही काम असो, आपण मात्र आज फारच सावध असायला हवं. आपण आजपर्यंत जी काही कामगिरी केली आहे ती बघता इतर स्पर्धकांची आपल्यावर, त्यापेक्षा माझ्यावर म्हण, बारीक नजर आहे. याचा अर्थ असा की, आज कदाचित कोणीतरी आपल्या बाबतीत जाणूनबुजून घातपात घडवण्याचा संभव आहे."

"वाहवा, उत्तम!" ॲनी म्हणाली, "कदाचित आजच्या दिवसाच्या अखेरीस आपण इथून बाहेर पडलेले असू."

"नाही!" लिओनिया जोरानं म्हणाली. तिनं पहिल्यांदाच कोणती तरी भावना स्पष्टपणे दर्शवली होती.

ॲनी तिचा धारदार स्वर ऐकून एकदम उठून बसली.

"नाही. मला घरी परत जायचं नाही!" लिओनिया त्वेषानं म्हणाली, "तिथं नाही. परत त्याच लोकांच्यात नाही..." ॲनी हे ऐकून चकित झाली. क्षणभर तिच्या मांजरासारख्या चंदेरी डोळ्यांमध्ये ती अश्रू रोखते आहे, असं जाणवलं. पण लिओनिया लगेच सावरली आणि पुन्हा तिचा कडक अवतार दिसू लागला, "चल, घाईनं आवर."

लिओनियानं फटकारलं, ‘‘आजचा दिवस मागच्या इतर दिवसांपेक्षा जास्त खडतर असणार याची तुला कल्पना आहे. आपण उशीर करून सुरुवातच वाईट करून चालणार नाही.’’

‘‘यस सर!’’ ॲनी तिरकसपणे म्हणत हॅमॉकमधून खाली उतरली आणि डोळे चोळत तिथून निघाली. तिनं पायजमा बदलून अंगावर निळा उड्डाण पोशाख चढवला. ती हे करत असताना दोघींपैकी कोणीही हात न लावताही त्यांच्या खोलीतला टीव्ही आपोआप सुरू झाला.

‘‘अभिवादन!’’ टीव्हीवरून रिकाचा आता परिचित आवाज ऐकू आला.

पण काल ऐकला होता त्यापेक्षा तिचा आवाज जास्त उच्च स्वरातला होता. ॲनीच्या अंगावर शहारा आला. आपल्याला रिका छान कशी काय वाटली, हा विचार तिच्या मनात आला. आता कॉस्मोड्रोम-२ आणि रिकाबद्दलचा तिचा संशय खरा ठरला होता. हे बघता आता तिला आयुष्यात कधीही रिका मोहक वाटणार नव्हती. आता रिका वेगळीदेखील वाटू लागली होती. अचानक तिचा चेहरा एका बाजूला वाकडा झालेला वाटला. जणू काही आता मानेवर एका बाजूला चेहरा ओघळतो की काय असं भासत होतं.

‘‘तुम्ही तिसऱ्या आव्हानासाठी सज्ज आहात ना?’’ रिका गाण्याच्या लयीत म्हणाली. पण आदल्या रात्री ॲनीनं एक हलकासा प्रतिध्वनी ऐकला होता तसाच तो या वेळीही ऐकू येत होता.

‘‘आम्ही नेहमी असतो तशाच सज्ज आहोत!’’ लिओनियानं मान डोलावली.

‘‘तुला काही वेगळं वाटलं का तिच्याबद्दल?’’ आपण जे काही पाहतोय ते तसं नसताना आपल्याला दिसतंय की काय, हे तिला तपासून बघायचं होतं.

‘‘अं... होय!’’ लिओनिया या प्रश्नानं चकित होत म्हणाली, ‘‘काहीतरी फरक होता. तू तिच्या नाकाबद्दल म्हणते आहेस ना?... पण, शू ऽऽ... आपल्याला आजच्या आव्हानाबद्दल ऐकायचं आहे.’’

‘‘आज तुम्ही...’’ टीव्हीवरची रिका सांगत होती, ‘‘... आजचं तुमचं आव्हान यांत्रिक आहे. आज तुम्ही रोव्हर बनवून तो मंगळाच्या पृष्ठभागावर चालवणार आहात. तुम्ही या अगोदरच मंगळ रचना कक्षात गेलेले आहात. तुम्हाला पुन्हा त्याच जागी घेऊन जाण्यासाठी बाहेर बस तयार आहेत. त्याच ठिकाणी तुमच्यापैकी बहुतेक जणांना काय काम करायचं आहे हे कळलं नव्हतं. ते पाहून मी निराश झाले होते.’’ रिकाचा स्वर आता चांगलाच तिखट झाला होता, ‘‘तुमच्यापैकी काहीच जणांना त्यांच्याकडून काय अपेक्षित आहे ते समजलं. मला हे अजिबात पसंत पडलं नाही.’’

‘‘आज तिचा मूड वाईट दिसतोय.’’ लिओनियानं शेरा मारला.

“आज तरी तुमच्यापैकी कोणी माझा अपेक्षाभंग करणार नाही,” रिका रागावत म्हणाली, “निदान तुम्ही मनापासून प्रयत्न केला आहे, हे तरी मला दिसावं अशी अपेक्षा आहे. नाहीतर मग मानवजातीपुढं कसलंच भवितव्य नाही, असं मला वाटू लागेल.”

“तिचा मूड नक्कीच आता चांगला नाही,” ॲनीनं लिओनियाच्या म्हणण्याशी सहमती दर्शवली. पण अजून लिओनियावर विश्वास ठेवावा की नाही, हे तिला कळत नव्हतं, “हे प्रशिक्षण शिबिर असं असेल याची तुला कल्पना होती का?”

“नाही.” लिओनियानं नकारार्थी मान डोलावली, “जरादेखील नाही आणि हे अशा प्रकारे होईल, असं नक्कीच वाटलं नव्हतं. मला हे लोक आपल्याला खरंच मंगळावर पाठवतील असं खात्रीपूर्वक सांगता येणार नाही. मला हे सगळं फार चमत्कारिक वाटू लागलंय. आपल्याला माहीत नाही, असं काहीतरी पडद्याआड चालू असावं, असं मला वाटायला लागलं आहे.”

ॲनीनं मान डोलावली. तिला अगदी नेमकं तेच तर वाटत होतं; पण त्या वेळी आणखी बोलायला वेळ नव्हता.

“अंतराळवीरांनो!” रिका एकदम टीव्हीच्या पडद्यावर फार जवळ येत म्हणाली, “निघा!”

ॲनीला तिचं बोलणं अजिबात आवडलं नाही.

बसमधून मंगळरचना कक्षापाशी उतरताच ॲनी आणि लिओनिया आत धावल्या. जिथं या अगोदर मंगळाचा खडकाळ पृष्ठभाग पसरलेला होता तिथं आता त्यांना त्याच्याभोवती पसरलेली एक वाट दिसत होती. ही वाट मध्यभागीही जात होती. कक्षामध्ये कडांपाशी पुठ्ठ्याची खोकी ठेवलेली दिसली. इतर उमेदवार आत शिरत होते. इतक्यात लिओनिया पुढं झेपावली होती. तिनं तिच्या बळकट हातांमध्ये खोक्यांच्या ढिगामधलं एक खोकं उचललं होतं. मग ती समोर दिसणाऱ्या एका लाल रंगाच्या छोट्या टेकाडाच्या मागं गेली. आपण काय करतोय हे इतरांना दिसू नये, अशी तिची इच्छा होती. तिनं चटकन खोकं उघडलं. मग ॲनी आणि लिओनिया खोक्यातल्या वस्तू बाहेर काढण्यासाठी त्याच्यावर तुटून पडल्या.

खोक्यामध्ये रोव्हर बनवण्यासाठीच्या वस्तू असल्या तरी तो कसा बनवायचा याच्या फारच थोड्या सूचना होत्या. 'ए' भाग 'जे' भागाला जोडा इतपतच त्या सूचना होत्या आणि काही हलकी अवजारं खोक्यात होती. सगळे भाग खोक्यामधून बाहेर काढून मांडल्यानंतर ॲनीनं अवतीभोवती नजर फिरवून जॉर्ज कुठं दिसतो आहे ते बघायचा प्रयत्न केला. रात्री तो सुरक्षितपणे परत त्याच्या झोपण्याच्या जागी पोहोचला होता की नाही, हे तिला माहीत नव्हतं. पण तिला जॉर्ज कुठंही

दिसला नाही. आजूबाजूला फक्त निळे पोशाख घातलेले, तिच्याकडं तिरस्कारानं पाहणारे चेहरे होते.

मंगळ रचना कक्षात कडेला कॉस्मोड्रोम-२ चे काही कर्मचारी उभे होते. ते सगळ्यांवर लक्ष ठेवून, प्रशिक्षणार्थी झगडत असताना, नोंदी ठेवत होते. या आव्हानात प्रशिक्षणार्थींना फक्त रोव्हर तयार करून भागणार नव्हतं, तर त्यांना तो चालवायचाही होता. तोदेखील मंगळावर आहे तशा खडकाळ पृष्ठभागावर. रोव्हर चालवून त्यांनी मंगळावरचा एक खडक उचलून रोव्हरच्या आतल्या ओव्हनमध्ये ठेवला जाण्याची कामगिरी पूर्ण करायची होती. ही कामगिरी खरोखरच गुंतागुंतीची होती. आता दोन्ही मुलींना सगळं जमवून रोव्हर तयार करण्यासाठी घाई करायला हवी होती. त्यांना अजिबात वेळ घालवून चालणार नव्हतं.

''तुला, या सगळ्यात काही गती आहे का?'' लिओनियानं विचारलं; पण तिचा स्वर कुत्सितपणाचा नसून खेळकरपणाचा होता, ''की मी हे सगळं एकटीनंच करायचं आहे?''

''खरं सांगायचं तर मी ते करण्यात तरबेज ठरू शकेन. होय, आणि मला विचारल्याबद्दल धन्यवाद!'' ॲनीही खेळकरपणानं म्हणाली. तिला लिओनियाचा अजिबात राग आला नव्हता. समोरच्या माणसाला काय वाटेल याचा जरादेखील विचार न करता काहीही फट्कन बोलून टाकणाऱ्या लोकांचा तिला चांगला अनुभव होता. तिच्या वडिलांचे अनेक मित्र आणि विद्यार्थी असेच होते. स्पष्टपणे थेट आपल्याला वाटतं ते तोंडावर सांगणारे, फटकळ. उलट त्यांनी एखादा प्रश्न विचारला आणि समोरच्या माणसानं काही भावनाप्रधान उत्तर दिलं तर ते एकदम गोंधळून जात असत. ॲनीनं अशा माणसांच्या बाबतीत फार पूर्वीच असा निष्कर्ष काढला होता की, या लोकांना जीवन बहुधा अनेकरंगी नाही तर फक्त काळ्या-पांढऱ्या रंगांचं दिसत असावं. ''मी अतिशय उत्तम काम करू शकेन. माझ्या आई-वडिलांनी मला प्रगत असा लोगो खेळ आणून दिला तेव्हा मी अवघी दोन वर्षांची होते आणि मी तो तत्काळ पूर्ण केला होता! तेव्हा या कामात मी निष्णात असणार आहे.''

''उत्तम,'' लिओनिया किंचित स्मितहास्य करत म्हणाली, ''तसं असेल तर तू रचना कर. मी वायर लावते.''

''ठरलं,'' ॲनी म्हणाली. तिला वाटत होतं त्यापेक्षा तिनं अधिक आत्मविश्वास दाखवणारं बोलण्याचा प्रयत्न केला होता.

जॉर्जला त्याच्या आई-वडिलांनी कधीही लोगोसारखे खेळ किंवा रेडिओ-नियंत्रित खेळण्यातल्या गाड्या आणून दिल्या नव्हत्या. पर्यावरण योद्धे असणाऱ्या त्याच्या आई-वडिलांची अशी अपेक्षा होती की, त्यानं काटक्या आणि पानं

मंगळावरील प्रयोग

आपण आत्ता हे बोलत असताना एखाद्या मोटारगाडीएवढ्या आकाराचा एक रोव्हर त्याचा मंगळावरचा तिसरा वाढदिवस साजरा करत आहे.

या रोव्हरचं नाव 'क्युरिऑसिटी' असून तो एक अतिशय प्रगत असा रोबो आहे. त्यावर दहा विविध उपकरणं बसवलेली आहेत. या उपकरणांमुळं मंगळाचं पर्यावरण कसं आहे, याची माहिती मिळवली जात आहे. ही माहिती मग पृथ्वीकडं पाठवली जाते. ही माहिती वापरून हजारो वैज्ञानिक, मंगळ पूर्वी कसा होता आणि तो आज आहे तसा का झाला, याबद्दल संशोधन करत आहेत. 'क्युरिऑसिटी'च्या अगोदर नासानं मंगळाकडं तीन रोव्हर पाठवले आहेत.

आपल्याला मंगळात एवढा रस का आहे?

पृथ्वीपेक्षा मंगळावरचे तापमान खूप कमी आहे. बहुतेक वेळा ते गोठणबिंदूच्या कितीतरी खाली असते. त्यामुळं मंगळावरचं पाणी बर्फाच्या स्वरूपात सापडण्याची शक्यता आहे. आता मंगळावर पुरेशा प्रमाणात बर्फ असल्याचा पुरावा मिळालेला आहे! भूतकाळात म्हणजे सुमारे ३.८ अब्ज वर्षांपूर्वी मंगळ आजच्यापेक्षा अधिक उबदार होता का आणि त्यावर द्रवरूपात पाणी वाहत होतं का, याचा शोध वैज्ञानिक घेत आहेत.

सजीवांसाठी पाणी हे अत्यावश्यक आहे. त्यामुळं मंगळावर पाणी असणं ही फार महत्त्वाची माहिती आहे. त्यामुळं वैज्ञानिकांपुढं असा प्रश्न आहे की, आपल्याला जी सजीवसृष्टी माहीत आहे, तशी ती मंगळावर कधी काळी होती का? या प्रश्नामधूनच मंगळ वसतीसाठी योग्य आहे का, हे शोधण्यासाठी 'क्युरिऑसिटी' निर्माण करण्यात आली.

मंगळावर कधी काळी सजीवसृष्टी होती का हे कसं समजणार?

जर मंगळावर कधी काळी सजीवसृष्टी असेल तर त्याच्यावरच्या खडकांमध्ये आपल्याला सेंद्रिय रसायनांचे किंवा ॲमिनो आम्लांचे रेणू असल्याचे पुरावे मिळतील. सेंद्रिय रेणू हे सजीवांच्या शरीरात आढळतात. तर ॲमिनो आम्लांचे रेणू हेदेखील सेंद्रिय प्रकारचे रेणू असून ते सर्व सजीवांमध्ये असतात. तेव्हा जर आपल्याला या सेंद्रिय रेणूंच्या 'पाऊलखुणा' मंगळावरच्या खडकांना चिकटलेल्या अवस्थेत सापडल्या तर मंगळावर पूर्वी केव्हातरी सजीव अस्तित्वात होते हे समजू शकेल.

आपण हे रेणू कसे शोधू शकतो?

'क्युरिऑसिटी रोव्हरवर' एक एसएएम किंवा सॅम (SAM) या इंग्रजी आद्याक्षरांनी ओळखलं जाणारं उपकरण आहे. त्याचे पूर्ण नाव 'सॅम्पल ॲनॅलिसिस ऑन मार्स' म्हणजे मंगळावर नमुन्यांचं विश्लेषण असं आहे. हे आजवर मानवानं बनवलेलं सर्वाधिक गुंतागुंतीचं उपकरण आहे. कारण अभियंत्यांनी एक अख्खी प्रयोगशाळाच छोट्या रूपात उभारून ती घरातल्या मायक्रोवेव्ह ओव्हनएवढ्या आकारात बसवली आहे.

'सॅम' हे उपकरण अतिशय हुशार आहे. कोणतीही मानवी मदत नसताना हे उपकरण नमुने गोळा करतं, नमुने छोट्या कपांमध्ये घेतं व त्यांचं विश्लेषण करतं. ज्यांनी हे उपकरण बनवलं आहे त्यांनी खूप विचारपूर्वक आणि कष्टानं त्याची बांधणी केली आहे. सेंद्रिय रेणू शोधणं हे सॅमचं काम आहे आणि ते काम सॅम अशा प्रकारे करतं.

आपण उदाहरण म्हणून असा एक खडक घेऊ की ज्याच्यात खूप प्रमाणात सेंद्रिय रेणू आहेत.

ही सेंद्रिय रसायनं मंगळावरच्या खडकांच्या आत अडकलेली आहेत.

'क्युरिऑसिटी' खडकाला भोक पाडून त्याची पूड तयार करतो आणि ती पूड सॅममध्ये ठेवतो.

ही पूड कपामध्ये घेऊन सॅम ती हलवते.

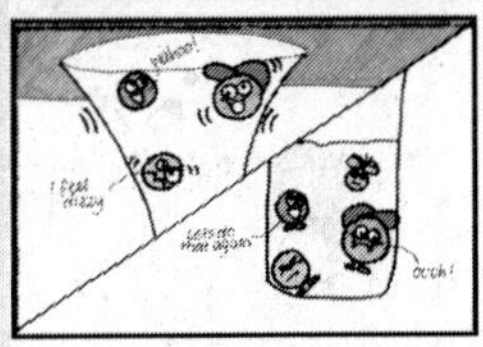

नमुना सुमारे ९५० अंश सेल्सिअसपर्यंत तापवला जातो. छोटे रेणू बाहेर पडतात. मोठ्या रेणूंचं विघटन होऊन तयार झालेले छोटे रेणूही बाहेर पडतात. याला उष्मा अपघटन असं म्हणतात. तापवल्यामुळं बाहेर पडलेले वायू पुढील टप्प्यावर जातात.

मंगळावरील प्रयोग

उरलेले रेणू तसेच राहतात. ते वायुरूपात येण्याजोगे नसतात. सॅम हे उपकरण फार हुशार आहे. अशा रेणूंसाठी हे उपकरण निराळा प्रयोग करते. याला डेरिव्हिहायझेशन किंवा विकलजनन असं नाव आहे. त्यामुळं अद्याप अडकून पडलेले रेणू अस्थिर बनतात आणि खडकातून सहजपणे निसटतात.

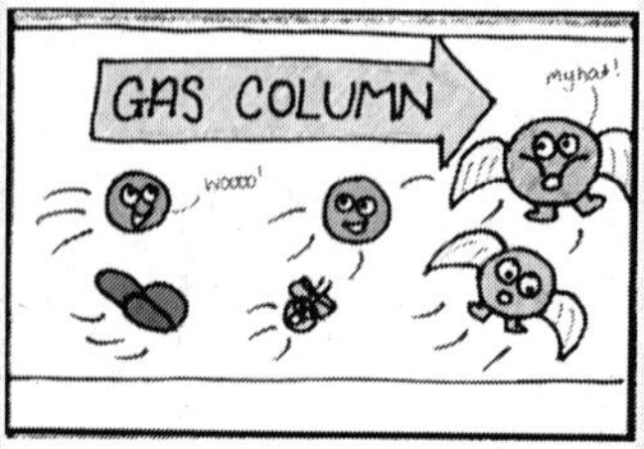

हे वायुरूपातील रेणू आता पुढील टप्प्याकडं जातात.

ह्या टप्प्यामध्ये वायूंना अलग केलं जातं. सॅम उपकरण वायूंना अशा प्रकारे अलग करते की, समान रेणू असणारे वायू एकत्र येतात. हे करण्यासाठी वायूंना एका चिकट द्रव्ये असणाऱ्या स्तंभामधून नेलं जातं. काही रेणू या स्तंभामधून इतर रेणूंपेक्षा कमी वेगानं पुढं जातात.

सर्व रेणू स्तंभामधून बाहेर पडतात तेव्हा त्यांचे गट तयार झालेले असतात. या तंत्राला वायू वर्णलेखन असं म्हणतात.

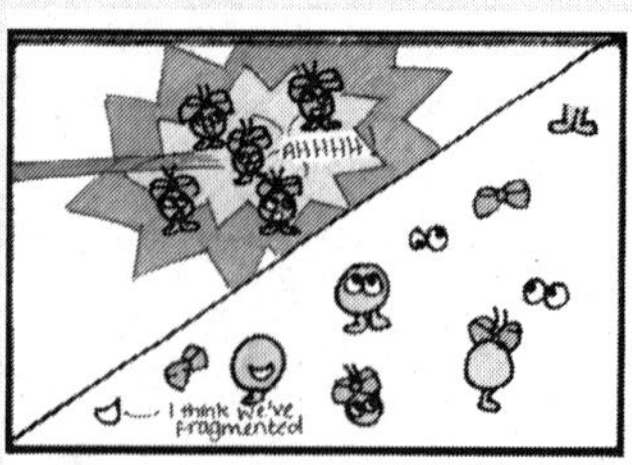

आता विविध गटांमध्ये अलग झालेल्या रेणूंना ओळखणं हे सॅमचं पुढचं काम आहे. हेदेखील अतिशय हुशारीनं पार पाडलं जातं. हे करण्यासाठी वापरलेल्या तंत्राला वस्तू पंक्तीमापी असं नाव आहे. वायुरूपातील रेणू स्तंभामधून गटागटानं येताना त्यांच्यावर इलेक्ट्रॉन झोताचा मारा केला जातो. या झोतामुळं त्यांचे तुकडे पडतात.

सॅम मग स्तंभाच्या दुसऱ्या टोकाला येणाऱ्या रेणूंच्या सर्व तुकड्यांची संख्या मोजते.

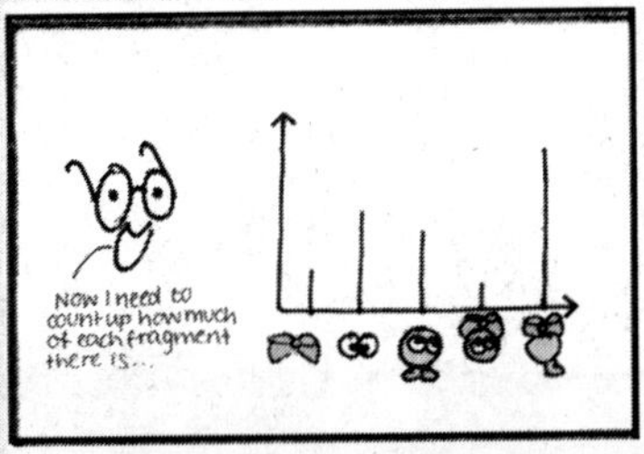

रेणूंचे तुकडे होताना प्रत्येक रेणू विशिष्ट प्रकाराने विखंडित होतो. त्यामुळं तुकडे स्वरूपातील रेणू पाहून मूळ रेणू कोणता होता हे ठरवता येतं.

या उपकरणाचा वापर करण्यासाठी अगोदर वैज्ञानिकांनी रेणूंच्या तुकड्यांचे आकृतिबंध बघून त्यांची एक यादी तयार करून ठेवली आहे. त्यामुळं जेव्हा सॅम मंगळावरून विश्लेषणाची माहिती पृथ्वीकडं पाठवते तेव्हा ती माहिती या अगोदर तयार असलेल्या यादीशी ताडून बघितली जाते. अशा प्रकारे मंगळाच्या खडकात कोणते रेणू आहेत याची ओळख पटवली जाते.

हुशारी!

पुढं काय घडणार ?

जर आता आपल्याला मंगळावर मानवांना पाठवायचं असेल तर त्यासाठी लागणारी माहिती 'क्युरिऑसिटी रोव्हर' देईल. मंगळावर मानव पाठवण्याआधी अनेक घटकांचा विचार करणं गरजेचं आहे. तसेच त्या अगोदर अनेक प्रश्नांची उत्तरं शोधावी लागणार आहेत.

- एका वर्षापेक्षा जास्त काल गुरुत्वाकर्षणाशिवाय राहिल्यावर मानवी शरीर त्याला कसा प्रतिसाद देईल?
- मंगळावरील घातक प्रारणांपासून बचाव करण्यासाठी काय वापरता येईल?
- अंतराळवीरांना एक वर्षापेक्षा जास्त काळ पुरेल एवढे अन्नपदार्थ कसे साठवता येतील, या सर्व प्रश्नांची उकल करावी लागेल. एक दिवस तुम्हीच या विश्वाचं कार्य कसं चालतं याचा शोध घेणारे वैज्ञानिक बनून इतिहास घडवू शकता.

– केटी

वापरून स्वत:ची खेळणी स्वत:च बनवावीत. त्यामुळं जॉर्ज फक्त त्या वेळी इगॉरला मदत करत होता. सुदैवानं इगॉरनं रोव्हर बनवताना एकही क्षण वाया घालवला नव्हता. त्याचे हात चटाचट सगळं काम उरकत होते. आपण या सगळ्यांत कुठं आहोत की नाही, असा विचार जॉर्जच्या मनात आला. तसेच आपण खरोखरच अंतराळवीर बनू शकू का, याबद्दल त्याला स्वत:लाच शंका वाटू लागली. आपण इथं आल्यापासूनच फारसं काही केलेलं नाही, हे त्याला जाणवत होतं. त्यानं पहिल्या आव्हानाच्या वेळी इगॉरला पाठीवर उचलून नेलं होतं हे खरं, पण नंतर मात्र इगॉरनंच त्याला वेगळ्या प्रकारे खांद्यावरून नेऊन मदत केली होती. जॉर्जला आपण निरुपयोगी आहोत, असं वाटू लागलं होतं. आदल्या रात्री त्यानं आणि ॲनीनं युरोपाकडं गेलेले ते रोबो पाहिल्याचा प्रसंग आणि कदाचित त्यासाठी पोर्टलचा झालेला वापर याचं रहस्य असल्यामुळंच तो तिथं उभा होता. नाहीतर आपण केव्हाच यामधून बाहेर पडलो असतो, असा विचार त्याच्या मनात आला. ॲनीला तो इथं एकटी सोडून जाऊ शकत नव्हता. त्याला इगॉरचा अपेक्षाभंग करायचा नव्हता. जर जॉर्ज बाहेर पडला असता तर इगॉरलाही बाहेर पडावं लागणार होतं आणि तो इगॉरवर अन्याय झाला असता.

तिकडं ॲनी आणि लिओनिया एकत्र काम करत होत्या. दोघींनाही मनोमन आपण काय करतोय, याची पूर्ण कल्पना होती. रोव्हरची रचना कशी असेल हे ॲनीला आपोआप समजत असल्यानं ती तशी रचना करत चालली होती आणि मग त्याचबरोबर रोव्हर चालण्यासाठी लागणारी सगळी इलेक्ट्रॉनिक यंत्रणा लिओनिया जोडत चालली होती. दोघी एकमेकींना समजून घेऊन काहीही न बोलता काम करत होत्या. हळूहळू सुटे भाग आणि वायरच्या भेंडोळ्यांमधून एक आकार तयार होत गेला.

पण ॲनी आणि लिओनियाच हे करत होत्या असं नाही. तिथं आणखीही मुलं होती. त्यांनाही मंगळावर जायचं होतं. ॲनी आणि लिओनियामुळं त्यांची संधी हिरावली जाऊ नये, यासाठी काहीही करायची त्यांची तयारी होती.

"ओय!" ॲनी म्हणाली. कारण त्या दोघी रोव्हरची रचना करत होत्या त्या ठिकाणी जवळच एक रोव्हर घसरत आला होता. त्यानं उडवलेली लाल धूळ

त्यांच्या रोव्हरवर उडाली. ॲनीनं त्या धूळ उडवत आलेल्या रोव्हरकडं पाहिलं तेव्हा तिच्या लक्षात आलं की, हा रोव्हर असाच घसरत आलेला नव्हता. दोन प्रशिक्षणार्थी रिमोट कंट्रोलच्या मदतीनं मुद्दामच तो रोव्हर त्यांच्या रोव्हरच्या दिशेनं पाठवताना तिला दिसले. ती उभी राहिली आणि तिनं रागानं त्यांच्या दिशेनं हात हलवले. ''घातपात!'' ती ओरडली.

लिओनिया आणि ॲनी बनवत होत्या त्या रोव्हरच्या दिशेनं तो दुसरा रोव्हर पुढं येतच राहिला.

लांबवर उभे असलेले दोन प्रशिक्षणार्थी गोड हसले आणि त्यांनी हात हलवला. त्यांनी त्यांचा रोव्हर मागं घेऊन तो मुख्य ट्रॅकवर घेतला, ''माफ करा! सराव चालू आहे!''

ते असं म्हणाले तरी ते ज्या प्रकारे खिदळले ते बघता आपला संशय खरा आहे, हे ॲनीच्या लक्षात आलं.

''तो रोव्हर ट्रॅकवर जाण्याच्या जवळपासही लायकीचा नाही,'' ॲनी लिओनियाला म्हणाली, ''त्यांनी कशीबशी प्राथमिक रचना केली आणि आपला रोव्हर बरबाद करण्यासाठी तो आपल्या बाजूला सोडला.''

ॲनी लिओनियाशी बोलत असताना प्रशिक्षणार्थींची आणखी एक जोडी त्यांच्या दिशेनं आली. व्हिनस आणि नेपच्यून नावाच्या या जुळ्या बहिणी होत्या. त्या जवळ आल्या आणि अडखळल्या. त्या ॲनी आणि लिओनियाच्या रोव्हरवर धडपडल्या आणि तो त्यांच्या पायाखाली चिरडला गेला.

''ओह! माफ करा!'' नेपच्यून सरळ उभी राहत हसली, ''काय झालं मला ते कळत नाही!'' ती तिथून घाईघाईनं सटकली. ॲनी आणि लिओनिया त्यांच्या धुळीनं माखलेल्या आणि चिरडल्या गेलेल्या रोव्हरकडं निराश नजरेनं बघत राहिल्या.

''हे लोक... '' ॲनी म्हणाली, ''भयंकर आहेत!''

''माणूस हीच मुख्य समस्या आहे,'' लिओनिया म्हणाली, ''पण हे लक्षात ठेव... तिथं मंगळावर फारच कमी जण असतील. तिथं फक्त आपल्याला सौर वादळं, त्रासदायक हवा, धुळीची वादळं, फार टोकाचं तापमान, चुंबकीय क्षेत्राचा अभाव, पाणी नसणं, गुरुत्वाकर्षणाची कमतरता आणि ऑक्सिजनचा अभाव याचीच तेवढी फिकीर करावी लागणार आहे. तिथं राहणं फारच साधं आहे.''

''हं... तू हे सगळं अशा प्रकारे बोलते आहेस की...'' ॲनी रोव्हरचे वेडेवाकडे झालेले भाग सरळ करायचा प्रयत्न करत म्हणाली, ''ओह माय गॉड!'' तिला अचानक एक रोव्हर ट्रॅकवर उभा असलेला दिसला. तो चक्कर मारण्यासाठी सज्ज झालेला दिसत होता.

लिओनियानं रोव्हर पूर्ण करण्याचं उरलेलं काम केलं आणि रोव्हर अगदी सहज उचलून ट्रॅकवर ठेवला. ''हं... पाहू या आता.'' तिनं रिमोट कंट्रोलचं एक बटण दाबताच रोव्हर एकदम मागं आला. ॲनीनं उडी मारून तो धरला नसता तर तो एका विवरातच पडला असता. ''चपळपणा छान होता!'' लिओनियानं पसंती दर्शवली. तिला वाटलं होतं तेवढं ॲनीचं ओझं तिला वाहावं लागणार नव्हतं. ''हँ... आता बघू.'' असं म्हणून तिनं रिमोट कंट्रोलवरचं एक बटण पुन्हा दाबलं. त्यांचा रोव्हर वेगानं पुढं झेपावला आणि ट्रॅकवर त्या वेळी असलेल्या एकमेव रोव्हरच्या पाठलागावर निघाला. त्यांना रोव्हर ज्या जागी ट्रॅकवर आला तिथपासून निघून एक फेरी मारून तिथं पुन्हा यायचं होतं आणि मग खडकाचा एक तुकडा उचलून ओव्हनमध्ये कोंबायचा होता. पण लिओनियाला रोव्हर ताब्यात ठेवणं अवघड जात होतं. त्यानं एक कठीण वळण घेतलं तेव्हा तो जवळजवळ उलटाच होणार होता.

ॲनीनं आता रिमोट कंट्रोल तिच्या हातात घेतला. ''मला दे.''

ॲनीनं रोव्हर सरळ केला आणि मग तो पुन्हा समोरच्या रोव्हरच्या मागं निघाला. संगणकावर खेळ खेळण्याचा अनुभव ॲनीच्या कामी आला. तिनं त्यांचा रोव्हर वेगानं पुढं नेला आणि समोरच्या रोव्हरला मागं टाकून तो आणखी वेगात

पुढं न्यायला सुरुवात केली. त्याचवेळी अचानक कुठून आलं ते समजलं नाही, पण एक दांडगं वाहन ट्रॅकवर आलं आणि त्यानं ॲनी-लिओनियाच्या रोव्हरला पाठीमागून जोरदार धडक दिली. ही धडक एवढी जोराची होती की, रोव्हरची वरची बॉडी निखळून पडली. त्यांच्या रोव्हरची फक्त चाकं, आणि ओव्हन एवढंच शिल्लक उरलं होतं. ते दृश्य वाईट होतं, पण तरीही रोव्हर तशाही अवस्थेत पुढं जात होता.

''ए...!'' ॲनी मोठ्या आवाजात ओरडली, ''हे योग्य नाही!'' तिनं पाहिलं तेव्हा तिला तिच्याकडं बघून दात विचकत हसणारी प्रशिक्षणार्थींची जोडी दिसली. ॲनी खोकली. आता तिथं सगळीकडं धूळ उडताना दिसू लागली. रोव्हर तिकडं ट्रॅकवर गडगडत जातच होते. आता प्रकाशही कमी होऊन अंधूक दिसत होतं.

''मंगळाच्या वाटेवर काहीही योग्य-अयोग्य नाही,'' त्या जोडीतला एक जण म्हणाला आणि त्यानं पुन्हा त्यांचा रोव्हर ॲनी-लिओनियाच्या रोव्हरला धडकवण्यासाठी पुढं घेतला; पण ॲनी त्यांच्या अपेक्षेपेक्षा चपळ ठरली. तिनं आपला रोव्हर गरागरा फिरवला आणि तो निराळ्याच दिशेनं नेला. त्या अनपेक्षित हालचालीनं ती पोरं एवढी गडबडली की त्यांचा रोव्हर तिथंच राहिला. दरम्यान ॲनीनं तिच्या रोव्हरला एका टेकाडावर चढवण्यात यश मिळवलं होतं. मग तो छोट्या दऱ्या ओलांडत पुढं जात राहिला.

आता ट्रॅकवर अनेक इतर रोव्हर आले होते. काही व्यवस्थित बांधलेले तर

काही अगदीच कामचलाऊ दिसत होते. एक दोन रोव्हरचे तर वेग घेण्याचा प्रयत्न करताच तुकडे झाले. आता ट्रॅकवर प्रचंड गर्दी झाली आणि रोव्हरची एकमेकांना धडक बसल्यानं जागोजागी ते एकमेकांवर चढून त्यांचे ढीग तयार होऊ लागले. ॲनी आणि लिओनियाचा रोव्हर इतरांच्या कितीतरी पुढं होता. तो आता जिथून सुरुवात केली त्या जागेच्या जवळ येत असतानाच अचानक अनपेक्षित घटना घडू लागली...

हवा आता अधिकाधिक कुंद होत चालली होती, पण कोणाही उमेदवारांच्या हे लक्षात आलं नव्हतं. ते त्यांची वाहनं चालवण्यात गुंग होऊन गेले होते. हवेत लाल रंगाची धूळ एवढी होती की, आता समोरचं दृश्य नीट दिसणं कठीण झालं होतं.

ॲनीला लिओनियानं खांद्यावर बोट टेकवून सूचना केली, ''धूळ तिथून, झडपांमधून येते आहे. बघ!''

ॲनीनं वर पाहिलं. झडपांपाशी असलेल्या मोठ्या नरसाळ्यांमधून लाल रंगाची धूळ खाली पडून ती वर हवेत उडत होती.

''हे काय आहे?'' लिओनियानं धुळीपासून बचाव करण्यासाठी तोंडावर हात धरला.

''अॅ... मंगळावरचं धुळीचं वादळ,'' ॲनी दबक्या आवाजात म्हणाली. पूर्वी ती आणि जॉर्ज सूर्यमालेच्या बाहेरच्या एका ग्रहावर धाडसी सफरीवर गेले असताना ती खुद्द मंगळावरच धुळीच्या वादळात अडकली होती. त्यामुळं आता ताबडतोब काय करायला हवं ते ॲनीच्या लक्षात आलं. ''इथून निघायचं!'' ती ठाम स्वरात म्हणाली.

''आपण तसं नाही करू शकत,'' लिओनिया म्हणाली. तिचे डोळे आता धुळीमुळं जळजळू लागले होते, ''आपल्याला हे आव्हान पार पाडायचं आहे.''

''हेच तर आव्हान आहे,'' लिओनियाला खेचत ॲनी म्हणाली, ''निघून जाणं हेच!''

लिओनियानं पाय रोवून प्रतिकार करायचा प्रयत्न केला. जणू रस्सीखेच करत असल्याप्रमाणे ॲनी तिला खेचतच राहिली. इतर प्रशिक्षणार्थी आपली जागा न सोडता रोव्हरच्या फेऱ्या पूर्ण करण्याच्या प्रयत्नात होते. त्यांच्यावर लक्ष ठेवणारे रोबोही आता त्यांच्या अंगात धूळ गेल्यानं अडचणीत आले होते. एक रोबो तर पुढं कोलमडला आणि खालच्या धुळीत पालथा पडला.

तिला जिथं बाहेर पडायचं दार आहे असं वाटलं, त्या दिशेनं ॲनी लिओनियाला खेचतच नेत होती. तिला कष्टानं श्वास घेता येत होता आणि जवळजवळ काहीही दिसत नव्हतं. तिथली लाल धूळ एवढी भयंकर होती की ॲनीनं तिच्या

आजवरच्या अंतराळ सफरीत असा अनुभव घेतला नव्हता. या खेपेला आव्हान काय आहे, याची तिला खात्री होती. रोव्हरची फेरी पूर्ण करणं हे नव्हे तर अशा प्रसंगी शक्य तितक्या लवकर स्वत:ला आणि सहकाऱ्यांना वाचवून संकटातून बाहेर पडणं हेच खरं आव्हान होतं.

लिओनियानं आता प्रतिकार करणं बंद केलं. दोघी धडपडत दरवाजाकडं गेल्या. त्यांनी दरवाजा ढकलला. त्याचबरोबर पुन्हा एकदा त्यांना परिचित गजर वाजला. झडपांमधून धूळ खाली पडायची थांबली. उलट ती झडपांकडं खेचली जाऊ लागली, आणि दिवे लागले. धुळीनं न्हाऊन निघालेल्या इतर प्रशिक्षणार्थींनी निराशेनं हातातले रिमोट कंट्रोल फेकून दिले.

ॲनी आणि लिओनियानं आणखी एक आव्हान यशस्वीपणे पार केलं होतं.

१३

पुढचे काही दिवस मागच्याप्रमाणेच सारं चालू राहिलं. खुर्चीला बांधलेल्या अवस्थेत जोरानं गोलगोल फिरवलं जाताना, अंतराळयानाचा यांत्रिक हात वापरताना, प्राथमिक वैद्यकीय कौशल्यं आत्मसात करताना किंवा आणीबाणीच्या परिस्थितीत सुटका होण्यासाठी रेडिओचा वापर करताना, अशा प्रत्येक प्रसंगी ॲनी आणि लिओनियाची जोडी कायमच पहिल्या किंवा दुसऱ्या क्रमांकावर येत राहिली. त्यामुळं प्रत्येकवेळी त्या यशस्वी झाल्यानंतर इतरांच्यामधली तिरस्काराची भावना वाढतच गेली. आता प्रत्येक आव्हानाच्या वेळी जोडी नाही तर एकालाच बाहेरचा रस्ता दाखवण्यात येत असल्यानं आता सतत नवनवीन जोड्या जमणं आणि त्यांनी एकत्र काम करणं भाग होतं.

त्रिमिती प्रिंटिंगच्या आव्हानानंतर जॉर्ज आणि इगॉरला कोणतंही आव्हान पहिल्या क्रमांकानं जिंकता आलं नव्हतं. पण तरीही त्यांची कामगिरी तशी चांगली झाली होती. बऱ्याचदा ते दुसऱ्या किंवा तिसऱ्या क्रमांकावर आले असले तरी ते चांगलंच होतं. पण आपण यशस्वी होतो आहे यात इगॉरचा वाटा मोठा आहे, हे जाणवून जॉर्जला मनोमन शरम वाटत होती. जिथं त्यांना यश मिळालं नव्हतं तिथं त्याला प्रामुख्यानं जॉर्ज कारणीभूत होता. तो त्यामुळं स्वत:वर फारसा खूश नव्हता. पण हे सगळं ज्या प्रकारे पुढं जात होतं तेही त्याला फारसं आवडत नव्हतं. त्याला आपण टीव्हीवरच्या एखाद्या अशा कार्यक्रमात भाग घेतला आहे असं वाटत होतं की, जिथं सहभागी लोकांच्या अपमानामधून लोकांचं मनोरंजन करण्याचा उद्देश असतो. आपण मानवजातीच्या भवितव्यासंबंधी एखाद्या नवीन संशोधन प्रकल्पात भाग घेतो आहोत, असं जराही वाटत नव्हतं.

शिबिराच्या दुसऱ्या आठवड्याच्या अखेरीस आता फक्त निम्मे प्रशिक्षणार्थी उरले होते. त्या दिवशी रात्री झोपायला जाताना ॲनीला आपल्याला विचित्र अशी भूक लागल्याची जाणीव होऊन अस्वस्थ वाटू लागलं. तो दिवस विलक्षण होता.

त्या दिवशी त्यांनी शून्य गुरुत्वाकर्षण उड्डाणाचा अनुभव घेतला होता. ॲनीच्या गटात फक्त तीन जोड्या होत्या. सर्वांना उड्डाणासाठी विमानाकडं नेण्यात आलं होतं. धावपट्टी कास्मोड्रोम-२ च्या विशाल आवारातच होती. विमानाचा पुढचा भाग पूर्णपणे रिकामा होता. फक्त मागच्या भागात सीटच्या थोड्या रांगा होत्या. विमान उडायची वेळ झाल्यावर सर्वांनी पट्टे बांधावेत असं यांत्रिक आवाजात सांगण्यात आलं. ॲनी आणि लिओनियाच्या मागच्या बाजूच्या सीटवर व्हिनस आणि नेपच्यून या जुळ्या बहिणी हसत बसल्या होत्या. त्या एकमेकींना व्ही आणि एन अशी हाक मारत असत. त्यांना जबरदस्त आत्मविश्वास होता. आपण कदाचित मंगळावर जाणार नाही, ही शक्यताच त्यांना वाटत नव्हती.

"कॅन्डी?" व्हीनं दोन सीटच्या मधून हात घालून विचारलं.

"ओह... चालेल," ॲनी म्हणाली. तिला तेच तेच अन्न खाण्याचा मनस्वी कंटाळा आलेला होता. पण ॲनी फारशी वेगात प्रतिसाद देऊ शकली नव्हती. लिओनियानं कॅन्डी चपळाईनं उचलून घेतली होती. तिनं कॅन्डीचे दोन तुकडे केले आणि ती संशयानं वास घेताना दिसली.

"हं...लिओ... दे. मला फक्त काहीतरी गोड खायचं आहे," ॲनी म्हणाली.

"तू इथल्या नियमांविरुद्ध बाहेरचं काही खाणं अयोग्य आहे," हातातल्या कॅन्डीचे तुकडे दाबून त्यांचा भुगा करत लिओनियानं फटकारलं. कॅन्डीचा भुगा खाली पडताना बघून ॲनी निराश झाली. "नियमाविरुद्ध असं काही केलंस तर

आपल्याला त्याचा फटका बसू शकेल. शिवाय मला या कॅन्डीचा वास चांगला वाटला नाही.''

''ती तुझ्यासाठी नव्हतीच,'' ॲनी दातओठ खात म्हणाली, ''ती माझ्यासाठी होती आणि नुकसान झालं असतं तर ते माझं, तुझं नाही.''

''मला वाटतं की, त्यात काहीतरी रसायन घातलेलं आहे,'' लिओनिया ॲनीच्या कानात म्हणाली, कारण आता इंजिनांचा गडगडाट मोठा होत चालला होता, ''तू ती खाल्ली असतीस तर काय झालं असतं कुणास ठाऊक. तुला उलट्या झाल्या असत्या, किंवा तू गाढ झोपी गेली असतीस. कदाचित त्यापेक्षाही काहीतरी वाईट, काहीही घडू शकलं असतं.

''वाईट?''

''तुझा रंग भडक हिरवा झाला असता आणि कदाचित सगळ्या अंगावर केस उगवले असते.''

''ऑ!'' ॲनी भीतीनं चित्कारली, ''नाही!''

''नाही, म्हणजे अगदी तसंच नाही. पण त्यामुळं तुला चांगलाच त्रास झाला असता असं मला वाटतं.''

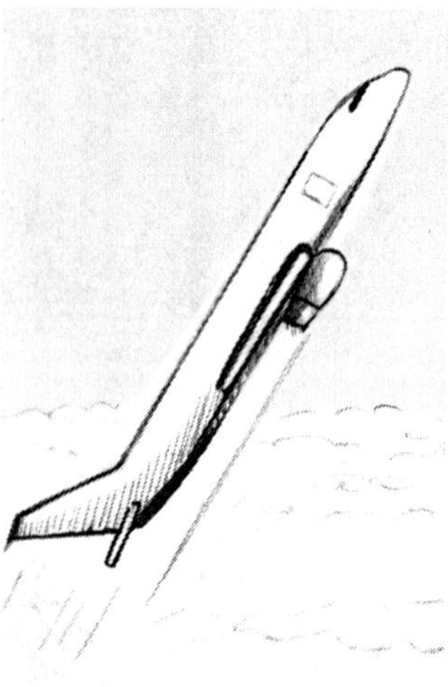

''तू माझी गंमत तर केली नाहीस ना?''

''होय का? तुला हे गमतीचं वाटलं?''

''जरासं वाटलं.''

''पण तुला तसं का वाटावं?'' लिओनिया मुद्दा पुढं रेटत म्हणाली, ''मला नीट स्पष्ट करून सांग. म्हणजे मग मला पुढच्या खेपेसही तसं करता येईल.''

''नाही केलंस तर बरं. विनोद हा उत्स्फूर्त असायला हवा. नाही तर त्यात काही मजा नाही.'' ॲनी असं म्हणाली खरी, पण तिनं पुन्हा व्ही किंवा एन यांच्याकडून काहीही घ्यायचं नाही, असं मनोमन ठरवून टाकलं.

''अंतराळवीरांनो! वरच्या दिशेनं प्रवास सुरू झाला आहे,'' घोषणा झाली. विमानाला खिडक्या नव्हत्या. त्यामुळं खाली किंवा बाहेर काय आहे, हे कळायला काही मार्ग नव्हता. पण वेग मात्र जाणवत होता. जमिनीवरून पाहणाऱ्यांना विमान जवळजवळ काटकोनात वर चढत जाताना दिसलं असतं. मग ते थोडं वळलं आणि त्यानं सरळ जमिनीकडं सूर मारला हे लक्षात आलं असतं. विमान अशा

प्रकारे वक्राकार रेषांमध्ये वरखाली होत राहिलं. ते बघणाऱ्यांना विमानाचं हे काय चाललंय असा प्रश्न पडला असता.

विमानाच्या आत बसलेल्या सहा प्रशिक्षणार्थी उमेदवारांना आता उठून पुढच्या मोकळ्या भागात येण्याची सूचना मिळाली होती. विमानाच्या हालचालीनुसार सगळे जण विमानाच्या छतापाशी तरंगू लागले. ॲनी वगळता इतरांसाठी शून्य गुरुत्वाकर्षणाचा हा पहिलाच अनुभव असल्यानं सगळे हसू लागले. अचानक आपण एकमेकांचे प्रतिस्पर्धी आहोत हे विसरून, ती मूळ जी होती, त्या लहान मुलांप्रमाणे ती खिदळू लागली. त्यांनी हवेत कोलांट्या उड्या मारल्या, पायांनी छताला स्पर्श केला आणि सुपरहिरो करतात तसे सगळे जण हवेत तरंगत सूर मारू लागले. ॲनी आणि व्ही यांनी एकमेकींच्या जवळून जाताना हात हलवले. कॅन्डीमधून काहीतरी संशयास्पद खायला देण्याचा प्रसंग दोघीही विसरून गेल्या होत्या.

विमान जमिनीच्या दिशेनं जाऊ लागताच गुरुत्वाकर्षणाचं बल वाढू लागल्यानं सर्वजण हळूहळू पुन्हा विमानाच्या तळाशी आले. पुन्हा विमान वर चढू लागेपर्यंत सगळेजण जागीच खिळून बसले होते. त्यांना हाताचं एक बोटही हलवता येत नव्हतं.

पुढच्या खेपेला विमानाची हालचाल अशी झाली की, प्रशिक्षणार्थी अंतराळवीर फार वेगानं छताकडं उडाले. ॲनीचं तर छतावर डोकचं आपटलं. पण मग ती आणि इतर सर्वजण शून्य गुरुत्वाकर्षणाला सरावले. विमान आता पुन्हा पृथ्वीच्या दिशेनं जाऊ लागल्याचं ॲनीला जाणवलं. आता कोणीतरी आपल्याला खालच्या बाजूनं घट्ट धरलंय असं तिला वाटत असतानाच अचानक पुन्हा ती छताच्या दिशेनं उडाली. ॲनीनं लिओनिया कुठं आहे ते पाहिलं. लिओनिया तिला पुढच्या भागात छतापाशी तरंगताना दिसली. ती ॲनीला काहीतरी खुणा करत होती. ॲनी तिच्यापाशी गेली.

"काहीतरी गडबड आहे!" लिओनिया हलक्या आवाजात म्हणाली."आपण कॉकपीटमध्ये जायला हवं. मला जरा आडोसा दे म्हणजे आपण काय करतोय ते कोणाला दिसणार नाही."

"या खेपेला आपण हेच करणं अपेक्षित आहे का?"

"मला माहीत नाही." लिओनिया म्हणाली. तिनं कॉकपीटचं दार उघडण्याचा प्रयत्न केला. ते उघडलं नाही. "पण काहीही झालं तरी पुन्हा गुरुत्वाकर्षणाचा जोर वाढायच्या आधी आत शिरलंच पाहिजे!" ॲनीनं तिचा असा भेदरलेला आवाज याआधी कधी ऐकला नव्हता.

ॲनीनं लिओनियाच्या समोर कोणालाही ती दिसणार नाही, अशा प्रकारे

तरंगायला सुरुवात केली. व्ही आणि एन तिच्या अंगावर धडपडत आल्या. पण विमान एवढ्या जोरानं हादरलं की दोघी विरुद्ध दिशेला फेकल्या गेल्या.

"लिओ... दार उघड," ॲनी व्याकूळ होत म्हणाली.

"मी प्रयत्न करते आहे! पण ते उघडतच नाही." लिओनिया म्हणाली. त्याचवेळी विमानाची दिशा बदलली आणि ते पुन्हा खालच्या दिशेनं जाऊ लागलं.

ॲनी कमालीची भेदरून जणू जागीच गोठून गेली. तिला काही विचारही करता येईना. पण मग क्षणभरात जणू काही तेवढ्या विश्रांतीनं ताजातवाना झालेला मेंदू तल्लख झाला. ती एकदम शांत झाली. आता या क्षणी आपण पुढाकार घेऊन यावर ताबा मिळवला पाहिजे हे तिच्या लक्षात आलं.

"सर्व जण इकडं बघा!" ॲनी जोरात ओरडली. अशा आवाजात फक्त शाळेत ती इतरांना आज्ञा देताना बोलायची. आता या संकटाच्या क्षणी ॲनीमधला घाबरटपणा नावालाही शिल्लक उरला नव्हता, "सगळ्यांनी इकडं या... तत्काळ आणि वेगानं. आपल्याला हे दार उघडायलाच हवं. त्यासाठी आपण दारावर धडका मारायच्या आहेत!"

ॲनी आणि लिओनिया बहुतेक वेळी विजयी होत असल्यानं इतरांनी त्यांची आज्ञा मानण्याचं ठरवलं असावं.

"एक...दोन...तीन! हल्ला!"

सगळ्यांनी मिळून एकदम दारावर धडक मारताच ते उघडलं. त्यामुळं प्रथम लिओनिया आणि मग पाठोपाठ ॲनी आत घुसल्या. त्या एवढ्या वेगानं आत शिरल्या होत्या की, विमान चालवण्याच्या जागी असलेल्या व्यक्तीला त्या जवळजवळ धडकल्या होत्या. ती व्यक्ती डोकं पुढं झुकलेल्या अवस्थेत होती.

"उठा!" ॲनीनं वैमानिकाला जितकं जोरात हलवता येईल तितक्या जोरानं हलवलं, आणि त्याचं डोकं जॉयस्टिकपासून वर उचललं. बाहेर बघितल्यावर त्यांना दिसलं की, विमान आता थेट जमिनीच्या दिशेनं खाली निघालं होतं. विमान नियंत्रणाच्या बाहेर गेल्याचं त्यांच्या लक्षात आलं. "जागे व्हा!" ॲनी वैमानिकाच्या अगदी तोंडासमोर येत ओरडली आणि तत्काळ भयानं मागं होत चित्कारली. तिला ते थांबवताच आलं नाही; पण मग ॲनी लगेच सावरली. त्यांनी विमानात बसताना वैमानिकाला पाहिलं

शून्य गुरुत्वाकर्षण उड्डाणे

आंतरराष्ट्रीय अवकाश स्थानकात अंतराळवीरांना ज्या प्रकारच्या सूक्ष्म गुरुत्वाकर्षण परिस्थितीत राहावं लागतं त्याचा अनुभव घेण्याचा एक मार्ग म्हणजे शून्य गुरुत्वाकर्षण उड्डाणे हा आहे. हा अनुभव म्हणजे पायांनी छताला ढोसण्याचा किंवा पाणी आजूबाजूला फेकल्यावर पाण्याचे थेंब हवेत तरंगताना पाहण्याचा गमतीदार अनुभव.

परंतु केवळ गंमतीचा भाग नाही तर शून्य गुरुत्वाकर्षण उड्डाणांना गंभीर स्वरूपाचे महत्त्व आहे. नासा आणि इतर अवकाश संशोधन संस्था आपल्या अंतराळवीरांना प्रशिक्षण देण्यासाठी शून्य गुरुत्वाकर्षण उड्डाणांचा उपयोग करतात. त्यामुळं अवकाश स्थानकात राहण्याचा अंतराळवीरांना सराव होतो.

पण १९९४ मध्ये पीटर डायमंडीस या माणसानं अशी उड्डाणं सर्वसामान्य लोकांसाठी खुली करण्याचा विचार केला. फक्त व्यावसायिक अंतराळवीरच नव्हे तर सर्वांना अंतराळ प्रवासाचा अनुभव मिळावा, अशी ही कल्पना होती. त्याच्या शून्य गुरुत्वाकर्षण उड्डाणांचा अनुभव अनेक प्रसिद्ध व्यक्तींनी घेतला आहे. त्यात चंद्रावर पाऊल ठेवणारे दुसरे अंतराळवीर बझ अल्ड्रीन आणि या पुस्तकाचे लेखक स्टीफन हॉकिंग यांचाही समावेश आहे!

> तुम्ही शून्य गुरुत्वाकर्षण उड्डाणात बसलेले असता तेव्हा तुमचं विमान पृथ्वीच्या वातावरणाबाहेर अवकाशात नसतं.

शून्य गुरुत्वाकर्षण उड्डाणाचा अनुभव घेणारे सर्वजण ज्या विमानात बसतात ते दिसायला इतर विमानांप्रमाणेच असतं; पण ते निराळ्या पद्धतीने उडतं. ते ज्या वक्ररेषेत उड्डाण करतं त्याला इंग्रजीत 'पॅराबोला' असं म्हणतात. त्या उड्डाणाच्या वेळी असं घडतं :

- या विमानाचे वैमानिक विशेष

प्रशिक्षित असतात. ते विमानाला अगदी सरळ रेषेत वर चढवत नेतात. मग खूप उंचीवर गेल्यावर विमान सरळ त्याच्या नाकाच्या दिशेनं खाली सूर मारतं.

• विमान सरळ वर जाताना आणि सर्वांत उंचीवरून खाली एकदम वळत असताना शून्य गुरुत्वाकर्षणाचा अनुभव येतो. विमान खाली येत असताना मुक्तपणे पडत असल्याचं आपल्याला भासतं. आंतरराष्ट्रीय अवकाश स्थानकात हे असंच घडतं.

• आपलं वजन शून्य झालं असल्याच्या म्हणजेच शून्य गुरुत्वाकर्षणाच्या अनुभवाला सरावण्यासाठी पॅराबोला आकाराच्या वक्ररेषा फार सरळसोट नसतात. विमान खूप कमी कोनात वर जाताना गुरुत्वाकर्षण कमी झाल्याचा अनुभव येतो. अशा प्रकारची परिस्थिती आपण मंगळावर किंवा चंद्रावर अनुभवू शकतो. मंगळाचं गुरुत्वाकर्षण पृथ्वीच्या तुलनेत ४०% आहे, त्यामुळं मंगळावर आपण मोठमोठ्या उंच उड्या मारू शकतो. चंद्रावर तर मंगळापेक्षा कमी गुरुत्वाकर्षण असल्याने त्या परिस्थितीत आपण अवघ्या एका बोटावर खाली डोकं वर पाय अवस्थेत राहू शकतो.

• खूप उंचीवर जाऊन विमान सरळ रेषेत खाली येताना गुरुत्वाकर्षणाचं बल वाढत जातं. अशा गुरुत्वाकर्षणामुळंच आपण नेहमी जमिनीला खिळून असतो. विमान पुन्हा वर चढू लागलं की पुन्हा हळूहळू आपण हवेत तरंगू लागतो.

अशा प्रकारे पॅराबोला आकाराच्या वक्ररेषेत प्रवास करत असताना आपण पूर्णपणे वजनरहित अवस्थेचा अनुभव घेतो. अशा वेळी आपण सहजगत्या कोलांटी उडी मारू शकतो किंवा छताला पाय लावून चालू शकतो! हा वजन नसण्याचा अनुभव फार लवकर संपतो त्यामुळं सर्वजण अजून! अजून! असं म्हणतात. पण जी गोष्ट वर जाते ती खाली येणारच. केव्हा ना केव्हा विमान खाली येऊन ते उतरणारच आणि मग पुन्हा आपण पृथ्वीच्या गुरुत्वाकर्षणात येणारच...

होतं. पण गणवेशातला हा वैमानिक माणूसच नव्हता.

"तो रोबो आहे! हे विमान चालवणारा वैमानिक रोबो आहे... इथं आत्ता विमानात फक्त आपणच माणसं आहोत," ॲनी ओरडली. तिच्या अंगावर काटा आला होता.

वैमानिकाची टोपी खाली पडली. त्याचबरोबर रोबोनं वापरलेला केसांचा टोप आणि चष्मा खाली पडला. रोबोचा चेहरा गुलाबीसर रंगानं रंगवलेला होता. आता त्याच्याकडं बघताना आपण कसं काय फसलो, याचं त्यांना आश्चर्य वाटलं. अर्थात त्यांनी वैमानिकाला अवघे काही सेकंद पाहिलं होतं.

लिओनियानं वैमानिक रोबोला गच्च धरलं. सुदैवानं बाहेर पहारा देणाऱ्या इतर रोबोंपेक्षा तो छोटा होता. तिनं हिसक्यानं त्या रोबोला वैमानिकाच्या सीटमधून बाहेर काढून टाकलं. त्याचबरोबर तिनं ॲनीला हुकूम सोडला, "बस." ॲनी आज्ञाधारकपणे त्या सीटवर बसली.

"लिओ, तुला विमान कसं चालवतात ते माहीत आहे का?" ॲनीनं कातर आवाजात विचारलं. विमानाची उंची झपाट्यानं कमी होत चालली होती. आता नेमकी काय परिस्थिती आहे हे कळल्यानंतर विमानाच्या मागच्या भागात हलकल्लोळ उडाला होता.

"फक्त तत्त्वत:," लिओनिया म्हणाली, "पण बहुधा या विमानाची आपलं आपण उडण्याची क्षमता असावी."

"काहीही नसल्यापेक्षा तत्त्वत: का असेना, ठीक आहे." ॲनी म्हणाली, "बरं आता काय करायचं ते सांग."

"जॉयस्टिक पकड आणि ती हळूहळू वर उचल."

ॲनीनं लिओनियाच्या सांगण्याप्रमाणे केलं. तिनं वैमानिकाच्या डाव्या बाजूला असलेली जॉयस्टिक हळूहळू वर उचलली. विमानाचं नाक त्याबरोबर हळूहळू वर उचललं जात असल्याचं त्यांच्या लक्षात आलं. लिओनियानं दरम्यान तिथं दिसत होती ती सगळी बटणं एकापाठोपाठ दाबली. आता वेग दाखवणाऱ्या डायलवरची सुई लाल रेषेच्या मागं येऊन वेग सामान्य आहे हे दाखवू लागली. ॲनीनं विमान सरळ आडव्या स्थितीत आणल्यावर विमानाचा वेग कमी झाला होता.

लिओनियानं रेडिओ उचलला आणि ती बोलू लागली, "हॅलो...हॅलो मे

डे...मे डे...!'' तिनं संकटात असताना देण्याचा आंतरराष्ट्रीय संदेश द्यायला सुरुवात केली. पण रेडिओवर खरखरीखेरीज काहीही आवाज ऐकू आला नाही.

''मे डे...मे डे... विमान कॉस्मोड्रोम-२ वर उतरवायलाच हवं ताबडतोब. तशी परवानगी हवी...'' पण लिओनियाच्या संदेशाला कसलंही उत्तर आलं नाही.

''ॲनी आता तुलाच हे विमान उतरवायला हवं,'' लिओनिया म्हणाली. बाहेर आता प्रकाश अंधूक व्हायला लागला होता. ''सूर्यास्त झाल्यावर धावपट्टीच्या बाजूचे दिवे लागल्यानं विमान उतरवणं सोपं जाईल.''

''मी विमान उतरवायचं आहे?'' ॲनीनं विचारलं. यापेक्षा भीतिदायक कोणताही विचार असूच शकत नाही, असं तिला वाटलं.

''कारण इतर कोणीही त्या अवस्थेत नाही,'' लिओनिया हुंदके देणाऱ्या इतरांकडं बघत म्हणाली.

''पण मग तू का ते करत नाहीस?''

''मी विमानाची चाकं बाहेर काढण्याचं काम करते. मला जमेल तसं मी विमान धावपट्टीवर उतरवू शकते. पण विमानाचं नियंत्रण पूर्णपणानं स्वयंचलित यंत्रणेवर कसं सोपवायचं, ते मला कळत नाही. तेव्हा तू मला विमान खाली घेताना मार्गदर्शन करायचं आहे. रोव्हर चालवताना कसं तू माझ्यापेक्षा जास्त चांगलं काम केलं होतंस तसं.''

''आपल्याजवळ रडार आहे का?'' ॲनीनं फिक्कट आवाजात विचारलं.

''होय.'' लिओनिया म्हणाली, ''आणि चांगली बातमी अशी आहे की, मला

कॉस्मोड्रोम-२ चे नेमके संदर्भबिंदू सापडले आहेत.''

''आणि वाईट बातमी काय आहे... विमानात चित्रपट बघण्याची सोय नाही. ही की काय?'' आश्चर्याची गोष्ट म्हणजे लिओनिया हसली आणि मग म्हणाली, ''माफ कर. मला कोणत्या वेळी कोणत्या भावना व्यक्त कराव्यात, हे नेहमी कळतंच असं नाही.''

''माझी चूक नाही,'' ॲनी म्हणाली, ''ही वेळ विनोद करायची नाही. तेव्हा मला आता वाईट बातमी काय आहे ते सांग.''

''तुला विमान उलट्या दिशेनं वळवायला हवं. आपण चुकीच्या दिशेनं जातो आहोत. वाईट बातमी ही आहे.''

''ओह...'' हे अनपेक्षित होतं. इतर सगळ्या समस्या असतानाच ही नवीनच समस्या उद्‌भवेल याची ॲनीनं अजिबात कल्पना केली नव्हती.

''तुला तुझे पाय वापरायला हवेत,'' लिओनियानं सुचवलं.

ॲनीनं पायापाशी पाहिलं. तिथं समोर मोठ्या आकाराची पॅडल होती. ॲनीनं काहीशी चाचरत त्यातल्या एकावर पाय ठेवला.

''जॉयस्टिक वापरून विमान स्थिर ठेव,'' लिओनियानं सूचना दिली ''आणि ते पॅडल वापरून विमानाची दिशा बदल.''

ॲनीनं एक आवंढा गिळला. आपण विमान वळवून मागच्या दिशेनं घ्यायचं? आपल्याला हे जमेल का? जिनं अद्याप एखादी गाडीही कधी चालवली नव्हती अशा छोट्या मुलीला आता विमानावर नियंत्रण ठेवायचं होतं. ॲनीनं एक खोल श्वास घेतला आणि आपण हे काम पार पाडणार आहोत, असं मनाशी ठरवलं. तिनं समोर पाहिलं. कॉकपीटमध्ये चमचम करणारे असंख्य दिवे आणि बटणं होती. आता स्वयंचलित उड्डाणाची यंत्रणा सुरू झाली असावी अशी तिनं आशा केली. मग तिनं पॅडलवर आधी हळू पाय दाबला आणि मग जोरात तो दाबला. विमान हळूहळू वळलं आणि मग ते पूर्ण फेरी मारून उलट दिशेनं जायला निघालं. चुकून ॲनीचा पाय उजव्या बाजूच्या पॅडलवर पडला. त्याबरोबर विमान एकदम उडी मारल्याप्रमाणे झेपावलं.

''आतल्या सगळ्यांना पट्टे बांधायला सांग,'' ॲनी म्हणाली.

''अंतराळवीरांनो!'' लिओनिया मागच्या बाजूला बघून ओरडली, ''आता रडणंभेकणं बंद करा. तुमच्या जागी जा आणि पट्टे लावून बसा. हा हुकूम आहे!'' मग ती ॲनीकडं वळली, ''मी हे नीट केलं ना?''

''उत्तम! आता जागी नीट उभी रहा.''

लिओनियानं जवळ हाताला जे काही लागेल त्याचा आधार घेतला. तर तो त्या मघाशी काढून टाकलेल्या रोबो वैमानिकाचा पायच निघाला. रोबो खाली

डोकं वर पाय अशा अवस्थेत पडला होता.

ॲनीनं विमान आता पूर्णपणानं वळवलं होतं. पण तसं करताना बसलेल्या धक्क्यांनी मागचे सगळेजण रडत आणि कण्हत होते. थोडंफार थडथडून मग विमान सरळ स्थिर झालं. ॲनीनं समोरच्या पडद्याकडं पाहिलं. विमान आता कॉस्मोड्रोम-२ च्या धावपट्टीकडं सरळ निघालं असल्याचं दिसलं. ॲनीनं एक मोठा सुस्कारा टाकला. कृष्णविवरात पडलेल्या आपल्या डॅडना वाचवलं होतं तेव्हा तिनं एवढा मोठा सुटकेचा नि:श्वास टाकला होता.

''ऐका..'' लिओनियानं तिच्या हातात दिलेल्या मायक्रोफोनमध्ये ॲनी बोलू लागली. तिचा आवाज विमानात घुमला. तिचा स्वर स्वच्छ आणि स्थिर होता. त्यात जरादेखील थरथर जाणवत नव्हती. ''मी आता विमान उतरवण्याचा प्रयत्न करणार आहे. तेव्हा पट्टे घट्ट लावून बसा आणि न किंचाळण्याचा प्रयत्न करा. त्याचा काहीही उपयोग नाही.''

ॲनीनं विमान स्थिर केलेलं पाहून लिओनियानं मान डोलावली. आता समोरच्या पडद्यावर दिसणाऱ्या धावपट्टीच्या रेषांच्या मधोमध विमान आहे हे दिसत होतं. लिओनियानं काही बटणं दाबली. त्याबरोबर त्यांना चाकं बाहेर आली असल्याचा आवाज ऐकू आला.

'वीस... एकोणीस...अठरा...' पडद्यावर आकडे दिसू लागले.

''ॲनी...'' लिओनिया म्हणाली.

''बोल.''

''मी जर आकाशात गेले तर मला तू बरोबर हवी आहेस. तूच आपल्यातली सर्वोत्तम अंतराळवीर होशील.''

'पंधरा... चौदा...'

''नाही. मी तशी सर्वोत्तम नाही,'' ॲनी ठामपणानं म्हणाली. आता धावपट्टी अगदी जवळ दिसू लागली होती. विमान धावपट्टीवर न आदळता व्यवस्थित उतरावं अशी ती मनोमन प्रार्थना करत होती.

''लिओनिया... तू आहेस. तूच मंगळावर जायला हवंस. यानंतर आता मी घरीच राहीन बहुतेक.''

'दहा... नऊ... आठ...'

''तू मस्करी करते आहेस ना?'' लिओनिया म्हणाली, ''तू असं करू शकत नाहीस. एका अशा वाईट अनुभवामुळं हे असं करायची गरज नाही. तुला थांबता येणार नाही.''

'चार... तीन... दोन... एक' असं पडद्यावर दिसत असतानाच चाकं धावपट्टीवर लागल्याचा आवाज आला. विमानाचा वेग थोडा जास्त होता त्यामुळं त्याला एक

दणका बसून ते किंचित वर उडलं. त्यामुळं विमानात पुन्हा एकदा किंचाळण्याचे आवाज आले. धावपट्टीच्या थोडं एका बाजूला सरकून गवतावर येण्याखेरीज विमानाला काहीही न होता ते व्यवस्थित उतरलं होतं. ते आणखी पुढं जाऊन विमानतळाच्या इमारतीच्या फार जवळ जाण्याच्या आत ॲनीनं ते पूर्णपणे थांबवून जागीच उभं करण्यात यश मिळवलं होतं.

"तुमची कॅप्टन बोलते आहे," ॲनी विमानातल्या प्रवाशांना उद्देशून म्हणाली, "तुम्ही एअर मार्शियन एक्सप्रेसमधून प्रवास केल्याबद्दल आभार. तुम्ही पुन्हा आमच्याबरोबर भविष्यात प्रवास कराल अशी आशा आहे."

१४

मुलांना कोणत्या दिव्यातून जावं लागलं हे पाहून विमान उतरताच तिथं त्यांचं स्वागत करण्यासाठी कॉस्मोड्रोम-२ चे कर्मचारी गर्दी करतील अशी ॲनीची अपेक्षा होती; पण धावपट्टीपाशी कोणीच नव्हतं. तिथं चमचम करणाऱ्या निळ्या दिव्यांच्या गाड्या, शिड्या आणि मुलांना घेऊन जाण्यासाठी सज्ज बस हे असलं काहीही नव्हतं. तिथं एकही जण हजर नव्हता.

"ते खरोखरच एक आव्हान होतं का?" ॲनीनं लिओनियाला विचारलं. दोघी अद्याप कॉकपीटमध्येच बसून होत्या. "म्हणजे अशा प्रकारे विमान उतरवणं... की तो एक अपघात होता?"

"म्हणजे जर..." लिओनिया बोलताना थांबली. तिनं मान हलवली.

"म्हणजे काय?"

"तुला या सगळ्यामध्ये काही चमत्कारिक वाटलं का?"

"मी आत्ता विमान उतरवलं!" ॲनी म्हणाली. तिच्या डोक्यात असे विचार चालू होते: *मी आत्ताच विमान उतरवलं! बघ बॉलंडा आणि तुम्ही इतर सगळे. तुम्ही हे करूच शकला नसता. न रडता शांतपणानं सगळं करणं!* "आणि लिओनिया, तू विचारतेस की मला काही चमत्कारिक वाटलं का?"

"मी आजच्याबद्दल विचारत नाही."

"माझी अशी समजूत होती की, मी अंतराळवीर होण्यासाठी प्रशिक्षण घेते आहे. इतरांशी स्पर्धा करावी लागणार त्यामुळं प्रशिक्षण खडतर असणार," ॲनी स्वत:शी बोलत असल्याप्रमाणे म्हणाली, "पण हे मात्र नक्की की आज जे काही घडलं ते भयंकर होतं आणि मी हे कबूल करते की माझी त्यासाठी तयारी नव्हती."

"मला ही सगळी चेष्टामस्करी वाटली नाही. पण त्याचबरोबर ते लोक आपल्याला संकटात लोटतील असंही वाटत नाही."

"ते मुद्दाम केलं तर नाही ना?" ॲनीनं विचारलं. हा विचार धक्कादायक होता खरा. पण जे काही घडलं होतं ते पाहता... तिच्या मनात आदल्या रात्री ती जॉर्जला गुपचूपपणे मिशन कंट्रोलच्या कक्षात भेटली होती त्याचा विचार आला. कोणीतरी ती भेट पाहिली होती की काय? तिला मुद्दामच अशा तऱ्हेने पाठवून ठार तर मारायचा त्यांचा विचार नव्हता ना? पण मग इतर पाच मुलीही ठार झाल्या असत्या हे माहीत असूनही... कोणी मुद्दाम तसं केलं असेल का? जॉर्जही संकटात आहे का?

"ॲनी त्यांना आपल्याला ठार मारायचं होतं, असं मला वाटत नाही. पण त्यांनी एका रोबोनं चालवलेल्या विमानात आपल्याला बसवलं आणि मग रोबो नादुरुस्त झाला; पण अशा वेळी काहीही पर्यायी व्यवस्था किंवा आणीबाणीच्या परिस्थितीत करायची उपाययोजना नव्हती. तू जर नसतं तसं केलंस तर आपण ठार झालो असतो."

"मी नाही 'आपण नसतं केलं तर' असं म्हण." ॲनी म्हणाली. "मी एकटीनं हे केलेलं नाही." तिनं समोर नजर टाकली. "लिओ... " तिच्या काहीतरी लक्षात येत होतं, "... आपण जिथून उड्डाण केलं ती ही धावपट्टी

वाटत नाही. तुला काय वाटतंय?''

''नाही. हा कुठलातरी वेगळाच भाग आहे.'' लिओनियानं उत्तर दिलं.

''ओह माय गॉड!'' ॲनी म्हणाली, ''ते अवकाशयान बघ. आपण रोव्हर चालवण्याचं आव्हान घ्यायला चाललो होतो तेव्हा दिसलं होतं, आणि ते आपल्याला दिसू नये म्हणून त्यांनी बस वळवली होती. तेच.''

''होय.'' लिओनिया म्हणाली. लांबवर त्यांना उड्डाणाच्या तयारीत असणारं ते प्रचंड अवकाशयान दिसलं. ते खूप लांब होतं खरं. त्यावर आणि आसपास मुंग्यांप्रमाणे हालचाल करणारे गडद रंगाचे ठिपके स्पष्ट दिसत होते.

''अवकाशयान उड्डाणासाठी सज्ज झालेलं दिसतंय.'' लिओनिया म्हणाली, ''पण ते कुठं जाणार आहे? त्यात कोण असणार आहे? एवढ्यात एखाद्या यानाचं उड्डाण आहे, असं माझ्या वाचनात आलेलं नाही. त्यामुळं मला कळत नाही की...''

त्याच वेळी व्ही आणि एन आत डोकावल्या. ''हॅलो हिरो...'' त्या आनंदानं चित्कारल्या. आता स्पर्धेची ईर्षा मागं पडली होती. आपण सगळेजण जिवंत राहिलो याचाच आनंद मोठा होता.

''माफ करा...'' व्ही शरमिंदी होत म्हणाली, ''तुम्ही ती कॅन्डी खाल्ली नाहीत हे फार छान झालं. त्यात गुंगीचं औषध घातलेलं होतं. तुम्ही ती खाल्ली असतीत तर आज आपण जिवंत राहिलो नसतो. मला माफ करा.''

आता एन पुढं सांगू लागली, ''आम्हाला टीव्हीवर मॉडेल म्हणून काम मिळवून देण्याचं आमिष दाखवलं होतं. आम्ही त्याला भुलून तुमच्या बाबतीत हे करायला तयार झालो.'' तिच्या स्वरात पश्चात्तापाची छटा होती.

''पण तसं घडलंच नसतं म्हणा. कारण ॲनी जर बेशुद्ध पडली असती तर...'' व्ही म्हणाली. मग दोघी बहिणींनी एकमेकींकडं पाहिलं.

''हं तर व्ही, माझी हौस फिटली आहे. आपण अवकाशात जाण्यापेक्षा टेनिस खेळू या.''

''होय. कल्पना छान आहे,'' व्ही म्हणाली, ''मला आता अवकाशात जायची इच्छा नाही.''

''गाण्याबद्दल काय? आपण चांगल्या गाऊ शकतो.''

''आपण काहीतरी विचार करू.'' एन म्हणाली, ''आपण त्यात कुशल आहोत.''

''किंवा आपण फॅशनच्या विश्वात जाऊ शकू.'' व्ही म्हणाली. मग दोघी हसल्या.

लिओनिया आणि ॲनी दोघींनी हसून प्रतिसाद दिला.

''आम्ही दरवाजा उघडला आहे,'' व्ही म्हणाली, ''आणि आणीबाणीच्या परिस्थितीत बाहेर जायची घसरगुंडीही उघडून ठेवली आहे. इतर दोघी जणी आत्ता बाहेर पडत आहेत.''

त्यांना घसरगुंडीवरून खाली घसरत जाताना खिदळणाऱ्या मुलींचा आवाज ऐकू आला.

''ओह! मला नेहमीच आपण एकदा तरी तसं करावं असं वाटायचं,'' ॲनी म्हणाली.

तिनं पुढं होऊन इतरांना मागं सारत घसरगुंडीवर उडी मारली. पाठोपाठ व्ही आणि एन होत्या. त्यानंतर लिओनियानं उडी मारली. ज्याचं कारण तिलाच माहीत, पण लिओनियानं आपल्याबरोबर रोबो वैमानिकाला धरून आणलं होतं. सगळ्या मुली घसरगुंडीवरून खाली पोहोचल्या तेव्हा आता तिथं कॉस्मोड्रोम-२ चे काही कर्मचारी पोहोचले होते. त्यांचे चेहरे चिंताक्रांत दिसत होते. त्यांनी मुलींना प्रश्न विचारायला सुरुवात केली.

''त्यांना काहीही सांगू नकोस,'' लिओनिया ॲनीच्या कानात म्हणाली, ''माझा त्यांच्यावर विश्वास नाही.''

ॲनीनं मान डोलावली. मग सगळ्यांना एका छोट्या व्हॅनमध्ये चढवण्यात आलं. कर्मचारी त्यांच्या त्यांच्यातच एवढे मग्न होते की, लिओनियानं रोबो वैमानिकाला आपल्याबरोबर आणलं आहे, हे त्यांच्या लक्षात आलं नाही.

आपल्या झोपण्याच्या जागी सगळ्याजणी पोहोचल्या. ॲनी, लिओनिया आणि रोबो वैमानिक रांगेत मध्यभागी होते. चालता चालता ॲनी हळूच लिओनियाला

म्हणाली, ''मला माझा मित्र जॉर्जला शोधायला हवं. काय घडलंय ते मला त्याला सांगायलाच हवं. तोदेखील माझ्याशी बोलायला उत्सुक आहे, असं मला उगीचच वाटतंय.''

लिओनियानं मान डोलावली. ''जा.'' ती हलक्या आवाजात म्हणाली. ''आणि हे घे. याचा तुला उपयोग होईल.'' तिनं तिचं ड्रोनविरोधी घड्याळ काढून ॲनीला दिलं. ''आणि त्यात टॉर्चही आहे – इथं दाबायचं.'' तिनं एक बटण दाबताच प्रकाशाचा एक झोत बाहेर पडला. ''हं .. आता इथून सटक. मी या रोबो वैमानिकाला तुझ्या हॅमॉकमध्ये झोपवते. म्हणजे मग आपल्यावर नजर ठेवणाऱ्या कोणालाही तूच झोपली आहेस असं वाटेल. आणि व्ही...'' तिनं बोटानं व्हीला ढोसलं, ''तुम्ही लक्ष दुसरीकडं वेधून घेऊ शकाल का?''

''लक्ष वेधून घेऊ शकाल का?'' व्ही म्हणाली, ''तुम्ही योग्य ठिकाणी चौकशी केली आहे! एन, चल कर सुरू!'' असं म्हणून तिनं एकदम उंच स्वरात गायला सुरुवात केली. एननं पाठोपाठ तिच्या सुरात सूर मिसळला. त्या दोघी निव्वळ गातच नव्हत्या तर त्यांनी नाचायला सुरुवात केली होती. त्यांच्या या उत्साहानं कॉरिडॉरमधलं वातावरण एवढं भारून गेलं की, काही वेळापूर्वी मृत्यूच्या भीतीनं भेदरलेल्या इतर दोघीही नाचू-गाऊ लागल्या. त्यांच्या मनावरचा ताण, थकवा वगैरे सगळं दूर झालं. थोड्याशा अनिच्छेनंच का होईना पण इतर प्रशिक्षणार्थीही

त्यात सामील झाले. लिओनियाला याची सवय नव्हती; पण तीदेखील त्यात सहभागी झाली. जणू तिथं एखादा उत्सव सुरू झाला असावा असं वाटू लागलं.

ॲनी हलकेच तिथून निसटली. जॉर्ज कुठं सापडेल याची तिला काहीच कल्पना नव्हती. पण तिला प्रयत्न करणंच भाग होतं. कदाचित तो खरोखरच एखाद्या भयंकर संकटात असण्याची शक्यता होती. या प्रसंगात दोघं एकत्र असले तर ते सगळं काही निभावून नेऊ शकणार होते. त्यांनी अनेकदा असं केलं होतं. शिवाय तिला इतरांनाही हे सांगायचं होतं की, सगळेजण संकटात होते. त्यांनी आता एकमेकांशी स्पर्धा करत बसण्यापेक्षा एकत्र येऊन काहीतरी करणं गरजेचं होतं.

इतर सर्वांना हे कळणं आवश्यक होतं की, हा अंतराळवीर प्रशिक्षणाचा कार्यक्रम वाटतो तसा नव्हता. इतकी सगळी हुशार मुलं-मुली इथं का गोळा करून आणली होती ? ॲनी कॉस्मोड्रोम-२ च्या कधीही न संपणाऱ्या असंख्य कॉरिडॉरच्या जाळ्यामधून वाट काढत जात असताना तिच्या लक्षात आलं की, त्यांच्यापैकी एकालाही इथून बाहेर पडून घरी कसं जायचं याची कल्पना नव्हती. त्यांच्याजवळ फोन किंवा काहीही नव्हतं. त्यांना दररोज कमी दिसत चाललेल्या कर्मचाऱ्यांवर घरून येणाऱ्या संदेशांसाठी अवलंबून राहावं लागत होतं. त्यांना बाहेरच्या जगाशी संपर्क ठेवण्याचं काहीही साधन नव्हतं. आपण इथं अडकलो आहोत हे तिला जाणवलं.

अचानक कॉरिडॉरमधले दिवे मालवले. हे आपल्याला गुपचूप हालचाली करायला फायदेशीर आहे असंच ॲनीला वाटलं. पूर्वी फॉक्सब्रिजमधले सगळे दिवे कोणीतरी घातपात करून घालवले होते. तेव्हा तिनं आणि जॉर्जनं वापरलेले गुगलचष्मे आज आपल्याजवळ असायला हवे होते, हा विचार तिच्या मनात आला. त्या चष्म्यांमुळं अगदी गुडूप अंधारातही स्पष्ट दिसू शकत होतं. ॲनीनं एक उसासा टाकला. आता त्याक्षणी लिओनियाचं घड्याळ वगळता मदतीसाठी इतर कोणतंही तंत्रज्ञान जवळ नव्हतं. आता फक्त डोळे, कान आणि बुद्धी यांच्या बळावरच मार्ग काढावा लागणार होता.

पण मग ॲनीनं स्वत:ला बजावलं. *मी जर विमान सुखरूप उतरवू शकते तर मी हेदेखील करूच शकते.* ॲनीनं एका जागी थांबून आजूबाजूच्या आवाजांचा कानोसा घेतला. तिला पुन्हा जरा लांब अंतरावर कोणातरी लहान मुलाचा रडण्याचा आवाज आला. ॲनी पावलांचा आवाज न करता चवड्यांवर चालत त्या दिशेनं निघाली. आवाज आता वाढत चालला होता. ॲनी पुढं होत एका जागी आली. तिथं एक कॉरिडॉर आडवा येऊन मिळत होता. ॲनीनं कोपऱ्यावरून डोकावून पाहिलं आणि ती चकित झाली. कारण केवळ तीच या आवाजाचा उगम शोधायला आलेली नव्हती! फराह नावाची एक छोटी मुलगी कॉरिडॉरमधून समोरच्या बाजूनं येताना दिसली. तीदेखील या आवाजाच्या दिशेनं जायचा प्रयत्न करत होती. पण ज्या खोलीमधून आवाज येत होता असं वाटत होतं त्या खोलीच्या दारापाशी ती जेमतेम पोहोचली असताना त्या दारामधून एक रोबो बाहेर पडला. त्यानं फराहला उचललं आणि तिला खांद्यावर टाकून ॲनीच्या समोरच्या बाजूला विरुद्ध दिशेनं निघून गेला. लाथा झाडत सुटण्याचा प्रयत्न करत असणाऱ्या फराहची आणि ॲनीची क्षणभर नजरानजर झाली, "पळ!" फराह खच्चून ओरडली.

अर्थात ॲनीला हे कोणी सांगायची गरज नव्हती. ती उलट्या दिशेनं धावली आणि तिनं समोर दिसलं ते दार उघडलं. ती आत शिरली तेव्हा तिला एक जिना दिसला. तो खाली जात होता. ॲनी त्यावरून खाली उतरली तेव्हा तिला खालच्या दिशेनं उतरत जाणारा कॉरिडॉर दिसला. त्या वेळी एकाच जागी उभं राहून चालणार नव्हतं. ती त्या अंधूक प्रकाश असणाऱ्या कॉरिडॉरमधून धावत पुढं निघाली.

मग तिला पुन्हा एक जिना दिसला. ती तो चढून वर आली तेव्हा आपण कॉस्मोड्रोम-२ मधल्या कुठल्यातरी इमारतीत आलो आहोत, हे ॲनीच्या लक्षात आलं.

ॲनीनं याआधी कधीही असं ठिकाण पाहिलं नव्हतं. तिच्या अवती-भवतीच्या सर्व वस्तू झगझगीत पांढऱ्या होत्या आणि दिवेही प्रखर होते. ते सगळं एखाद्या हॉस्पिटलसारखं दिसत होतं आणि वासही तसाच येत होता. बीपबीप अगदी मधूनच लयीत येणारे वूशऽऽवूशऽऽ असे आवाज वगळता तिथं संपूर्ण शांतता होती. हे काय असावं हे तिला कळेना. इथं एकही ड्रोन नव्हता. बहुधा इथं कोणीही प्रशिक्षणार्थी येण्याची अपेक्षा नव्हती. बहुधा ही प्रतिबंधित जागा असावी आणि त्यामुळं आतल्या बाजूला फारशी सुरक्षा व्यवस्था केलेली नसावी.

ॲनीला आता दूरवरून तिच्या दिशेनं येणाऱ्या पावलांचे आवाज ऐकू आले. ॲनीनं एका दरवाजातून आत झेप घेतली आणि पाठीमागं दरवाजा लावून घेतला. इथं अंधार होता. पण बीप बीप आणि वूशऽऽवूशऽऽ असे आवाज मोठे होते. ॲनीनं लिओनियाच्या घड्याळावरचं बटण दाबताच एक अगदी छोटा पण प्रखर प्रकाशाचा झोत पडला. ॲनीला त्या खोलीत सगळीकडं काचांनी बनवलेली चौकोनी खोकी रचून ठेवलेली दिसली.

ॲनीनं एका खोक्यावर प्रकाशझोत टाकला. खोकं साधारण सत्तर सेंटिमीटर रुंद आणि दोन मीटर उंच होतं. त्याच्यावरच्या बाजूच्या काचेवर भरपूर बर्फ दिसत होतं. खोक्यात काहीतरी वस्तू होती. पण ती काय ते ॲनीला ओळखता आली नाही. पण त्या खोक्याला अनेक वायर आणि नळ्या जोडलेल्या दिसल्या. या वायर निरनिराळ्या यंत्रांना जोडलेल्या होत्या. त्यांच्या पडद्यावर निरनिराळ्या रंगाच्या रेषा मधूनमधून चमकताना दिसत होत्या. या नव्या यंत्राला जोडलेल्या असून ते यंत्र एखाद्या पंपासारखं भासत होतं. तो वूशऽऽवूशऽऽ असा आवाज याच यंत्रामधून येत होता.

ॲनीनं प्रकाशझोत दुसऱ्या खोक्यावर टाकला. हे खोकं अगदी तंतोतंत पहिल्यासारखंच होतं. खोलीमधली सगळीच खोकी अशी होती. ॲनीच्या टॉर्चचा झोत एका ठिकाणी पडला तेव्हा तिला दिसलं की हे खोकं उघडं होतं. आणि ते रिकामं होतं. ॲनीनं ऐकला होता तो पावलांचा आवाज आता जवळ आला होता. त्या बंद खोक्यांमध्ये काय आहे? तिनं पुन्हा एका बंद खोक्यावर प्रकाश टाकला.

नाही! असं असूच शकत नाही... ॲनीनं प्रकाशझोत आणखी जवळ नेला. तिला आता आत जे काही होतं त्याचा बाह्य आकार अंधूकसा दिसला आणि तो आकार...

पण त्याचवेळी खोलीच्या अगदी दारापाशी कोणाचे तरी बोलण्याचे आवाज

ऐकू आले. आता इतर काही करायला वेळ नव्हता. ॲनीनं वेळ न दवडता रिकाम्या खोक्यात उडी मारली, आणि वरचं झाकण अर्धवट बंद करून घेतलं. ते जर पूर्ण बंद केलं तर ते कदाचित पुन्हा उघडता येणार नाही, याची तिला धास्ती वाटली.

खोलीचा दरवाजा उघडला. मंद प्रकाशाची एक तिरीप आत आली. खोक्याच्या फटीमधून तिला अंगात पांढरा कोट घातलेल्या दोन आकृत्या दिसल्या. ते खोक्यांना जोडलेली यंत्रं आणि पंप तपासून बघत होते.

"रक्तातील वायूंची पातळी व्यवस्थित आहे." एक आवाज म्हणाला, "वायूंचं अभिसरण उत्तम चालू आहे. वजन स्थिर आहे आणि रक्तदाब योग्य पातळीत आहे."

"हं तर मग डॉक्टर..." एक भयंकर असं परिचित हसणं ऐकू आलं, "आपल्या स्वयंसेवकांच्या बाबतीत एकच समस्या आहे... ती म्हणजे सगळे गाढ झोपेत आहेत!"

"आपण त्यांना जागं केलं तर ते उत्तम निरोगी अवस्थेत असतील," तो डॉक्टर म्हणाला.

"आणि आपण तसं करू शकतो का? त्यांना जागं करता येईल का?"

"होय," डॉक्टर आत्मविश्वासानं म्हणाला, "तुम्हाला केव्हाही प्रयोग थांबवावा

वास्तव काय आहे?

आपण दररोज सकाळी झोपेतून उठतो. आपण स्वप्नांमध्ये केलेल्या धाडसांमधून बाहेर येऊन आपण जे मूळ आहोत ते पुन्हा बनतो. आपण कोण आहोत हे आपल्या लगेच लक्षात येतं. त्याचबरोबर आपल्याला आपल्या भोवतीच्या जगाची जाणीव होते. याला आपण वास्तव म्हणतो.

हे सगळं रोजचंच असल्यानं यात आपल्याला काहीही थरारक वाटत नाही. पण या सगळ्याचा संबंध मानवजातीला कायम पडलेल्या एका प्रश्नाशी आहे. वास्तव म्हणजे नेमकं काय? आपण ज्या अवकाशात आणि काळात जगतो ते नेमकं काय आहे?

हजारो वर्षे हे जग आणि त्यामधलं आपलं स्थान यांचा कसोशीनं शोध घेऊनही अद्याप आपल्याला या प्रश्नांची खरी उत्तरं मिळालेली नाहीत. आपल्या भोवती सर्वत्र पाणी आहे, याची जाणीव नसतानाही त्यात पोहोणाऱ्या माशांप्रमाणे आपण आहोत का? वास्तव हे आपल्या आजूबाजूला आहे आणि आपण त्याचाच एक भाग असलो तरी आपण ते पाहू शकत नाही.

पण आता कदाचित तुम्ही माझ्याशी सहमत न होता तुम्ही म्हणाल की आम्ही तर वास्तव नीट बघू शकतो. आम्ही स्पर्श करून किंवा वास घेऊन ते बघू शकतो असंही म्हणाल. इथंच तर खरी गंमत आहे. आपल्या मेंदूचा अभ्यास करून त्याचं कार्य कसं चालतं हे बघणाऱ्यांना चेतातज्ज्ञ म्हणतात. अलीकडच्या काळात, आपल्या मेंदूला वास्तवाची जाणीव कशी होते याचा शोध घेऊन त्यांनी अनेक रंजक गोष्टी समोर आणल्या आहेत.

आपण एका अंधाऱ्या खोलीत आहोत अशी कल्पना करा. अचानक समोरचा पडदा उजळतो आणि चित्रपट सुरू होतो. समोर पर्वत, तलाव आणि झाडं दिसू लागतात. ते पाहून आपण म्हणतो की, काय सुंदर जागा आहे; पण पडद्यावर ज्या प्रतिमा आहेत त्या संगणकानं बनवलेल्या आहेत आणि ती जागा आपण बसलो आहोत त्या खोलीच्या बाहेर अस्तित्वात नाही. आता आपल्या डोळ्यांवर आभासी सत्य दाखवणारे चष्मे आहेत अशी कल्पना करा. आपण आता संगणकानं बनवलेल्या काल्पनिक जगात प्रवेश केलेला असतो. या जगात आपण लढाई करू शकतो किंवा नवीन कौशल्यं आत्मसात करू शकतो. या प्रकारे संगणकानं बनवलेला हा खेळ वास्तव होऊन जातो.

आभासी सत्य ही आपल्या मेंदूला समजू शकणारा सर्वांत मोठा आभासाचा अनुभव आहे. आपल्या मनाच्या बाहेर आपण एक वेगळं जग अनुभवतो आहोत, याची आपल्याला खात्री पटलेली असते. पण प्रत्यक्षात काय होत असतं तर आपला मेंदू आपल्या मनाच्या आत हे बाहेरचं जग निर्माण करत असतो. आपण ज्याचा अनुभव घेत असतो तो निव्वळ एक आभास किंवा अनुकार असतो. म्हणजेच हे मेंदूला जाणवलेलं सत्य आभासी असतं. तसंच वेगळ्या शब्दांत सांगायचं तर आपण जेव्हा जागे होतो तेव्हा आपल्या भोवतीच्या जगाचं स्वप्न बघत असतो!

आता यावर कोणीही म्हणू शकेल की त्यानं काय फरक पडतो? कारण माझ्या मनाच्या बाहेर खरोखरच जग अस्तित्वात आहे. म्हणजेच हे आपल्या मेंदूरूपी चष्म्यामधून वास्तव पाहण्यासारखं आहे.

दुर्दैवानं हे असं नाही. आपण खरोखरच वास्तवाचा अनुभव घेत नसतो. इतकंच नाही तर वास्तव हाच एक आभास आहे. आपण अत्यंत ताकदवान सूक्ष्मदर्शक वापरून जर अतिसूक्ष्म पातळीवरील अणूंपर्यंत बघू शकलो तर वास्तव कसं आहे, त्याचा अभ्यास पुंजभौतिकी ही भौतिक विज्ञानाची शाखा करते. गेल्या शंभर वर्षांपेक्षा अधिक काळ ही शाखा वास्तव म्हणजे काय, याचा शोध घेत आहे. पण अद्याप पुंज पातळीवरील वास्तवाचा अर्थ कसा लावायचा ते आपल्याला कळलेलं नाही. या पातळीवरील सर्व वस्तूंच्यामध्ये सातत्यानं बदल होत असतो. वस्तू कुठूनतरी येतात आणि कुठंतरी गडपही होतात. त्याचप्रमाणे कोणतीही गोष्ट ही सर्वस्वी वेगळी नसते, कारण प्रत्येक वस्तू इतर प्रत्येकाशी जोडली गेलेलीच असते. फक्त त्या वास्तवाकडं बघणारे आपण निरीक्षक त्या वस्तूंच्या वर्तनात बदल घडवतो.

आपलं वास्तव हे विलक्षण चमत्कारिक पायावर आधारलेलं आहे. आपल्याला ज्या वस्तू घन वाटतात किंवा जाणवतात त्या म्हणजे प्रत्यक्षात मोकळ्या जागा असतात आणि त्यात सतत नाचणारे कण आपल्याला त्या वस्तूचा आभास करून देतात.

ही गोष्ट मोठी आश्चर्यचकित करणारी वाटेल. दररोज झोपून उठताना निर्माण होणारे प्रश्न इतके गहन आहेत की त्यांची उत्तरे देणं अवघड आहे. वास्तव काय आहे आणि मी कोण आहे? एका चलाख विचारवंतानं असं म्हटलं आहे की, 'मी एकच गोष्ट खात्रीनं सांगू शकतो की, मी आत्ता कशाचा तरी अनुभव घेतो आहे. फक्त कशाचा तरी म्हणजे कशाचा, हे मला सांगता येणार नाही आणि मुळातच मी म्हणजे काय हेच मुळात मला माहीत नाही.'

पण बहुधा आपण आणि आपल्याभोवतीचं जग यांच्याबद्दलचा आपला गोंधळ एका अगदी साध्या गोष्टीमुळं आहे. कदाचित जगाबद्दल विचार कसा करायचा, हेच आपल्याला कोणी नीट सांगितलेलं नाही. त्याचप्रमाणे आभास इतके पटणारे असून दीर्घकाळ आपण त्यावर विचार केलेला नाही, आणि आता आपण हळूहळू डोळे चोळू लागलो आहोत. आता आपल्याला आभासालाच वास्तव मानायची चूक उमजू लागली आहे.

अगदी मानवजातीच्या आपल्या प्रारंभापासून आपण असं मानत आलो आहोत की, अवकाश आणि काळ यांच्या रंगमंचावर विश्वाचा खेळ चालू आहे. या खेळाच्या दरम्यान विश्व अधिकाधिक गुंतागुंतीचं होत चाललं आहे. अचानक या गुंतागुंतीच्या रचनेतून सजीवांचा प्रवेश झाला. मग सजीवसृष्टीचा आणि आपल्या मेंदूचा विकास झाला आणि मग 'वास्तव म्हणजे काय?' हा प्रश्न आपलं मन विचारू लागलं.

बहुधा ही कहाणी मुळातच चुकीच्या पद्धतीनं आपण सांगतो आहोत. कदाचित आपण

वास्तव काय आहे?

वास्तवाच्या रंगमंचावर काही कारणासाठी म्हणून फेकले गेलेलो नाहीत. असंही असू शकेल की, आपलं मन अशा रंगमंचाची कल्पना करत आहे. आभासी सत्य निर्माण करून आपल्यासमोर वास्तवासारखं संगणक कसं उभं करतो याचा विचार करा. त्याचप्रमाणे आपलं मनच आपल्या बाहेरचं जग निर्माण करत असतं.

कदाचित आपलं मन आणि ज्याचा आपण अनुभव घेतो ते वास्तव हे एकमेकांशी निगडित आहेत, एखाद्या नाण्याला दोन बाजू असतात तसं. हे जरा चमत्कारिक वाटेल पण बहुधा ते आणखी मोठ्या पातळीवरच्या पूर्णत्वाशी संबंधित आहे. आपलं मन आणि जग या एकाच तत्त्वापासून बनलेल्या प्रक्रिया आहेत, असं असू शकेल का? माहितीचे स्रोत आपोआप एकत्र येऊन घडणारा भौतिक आभास? वेगळ्या शब्दांत सांगायचं तर आपण आपल्या मनात खोलवर डोकावलो तर आपण वास्तवाच्या रचनेकडं बघताना जो स्रोत दिसतो तोच इथंही दिसून येतो.

किंवा ज्यात आपलाही सहभाग आहे ते वास्तव अखेरीस एखाद्या अतिप्रचंड वैश्विक संगणकाची एक आज्ञावली तर नाही ना? विश्व हे आता एक आभासी सत्य दाखवणाऱ्या संगणकामध्ये बनले असून ते आपल्यासकट वास्तवाचे संगणन करत आहे. अगदी महास्फोटापासून ते आत्ता तुम्ही हे वाक्य वाचता आहात तिथपर्यंतच्या वास्तवाचं संगणन!

कित्येक हजार वर्षे वास्तव म्हणजे खरोखरच काय या प्रश्नाचं उत्तर शोधण्याचा प्रयत्न तत्त्वज्ञांनी आणि धर्मशास्त्रीय विचारवंतांनी केलेला आहे. इतिहासात आता पहिल्यांदाच विज्ञानानं आपल्या समजशक्तीचा आवाका वाढवला असून आता त्यामुळं आपल्या अवती-भवतीच्या अनेक आभासांवरचा पडदा दूर होऊ लागला आहे. आता असे काही वैज्ञानिक या गोष्टींवर खोलवर विचार करू लागलेले आहेत. वर सांगितलेल्या वेडपटपणाच्या कल्पनांवर विश्वास ठेवण्याचं धाडस ते हळूहळू दाखवू लागले आहेत. जर यामधल्या काही कल्पना खऱ्या आहेत असं ठरलं तर आपण वास्तव आणि आपल्याकडं कसं बघत आलो यामध्ये प्रचंड फरक पडेल. पण आत्ता या क्षणी तरी आपण 'वास्तव म्हणजे काय?' या प्रश्नाच्या दोन उत्तरांवर समाधान मानून घेऊ.

एक उत्तर म्हणजे आपण आजवर कल्पना केली आहे त्यापेक्षा वास्तव अतिशय मोठं आणि गुंतागुंतीचं आहे.

किंवा छोटं उत्तर असं आहे की, 'मी माझं वास्तव निर्माण करतो!'

– जेम्स

असं वाटलं की मी त्यांना जागं करू शकतो.''

''हं...बरोबर. पण तुम्ही त्यांना सुरक्षितपणे *अर्टेमिस*मध्ये पोहचवू शकाल का?

''आज्ञा मिळाली की लगेच.'' तो भयंकर डॉक्टर म्हणाला.

''त्यांना ताबडतोब हलवायचं आहे,'' दुसरा आवाज म्हणाला, ''*अर्टेमिस* निघण्यासाठी सज्ज आहे. त्यांचं जीवन या किंवा इतर कुठल्यातरी परग्रहावर सुरक्षितपणे चालू राहणार आहे! एका बुडबुड्यात!''

''मला एक सांगा...'' डॉक्टरनं विचारलं. ''तुम्ही या प्रकल्पासाठी स्वयंसेवक कसे मिळवता? सूर्यमालेत प्रदीर्घ प्रवासासाठी झोपून राहायला कोण तयार होणार?''

आता दुसऱ्या आवाजाचा गडगडाटी आवाज आला. ते हास्य विकट होतं. त्याचा आनंदाशी काहीही संबंध नव्हता, ''मला जे करायचं आहे ते करण्यासाठी मी काहीही करू शकते!'' ती व्यक्ती म्हणाली, ''आणि त्यांना हे समजणारही नाही की या शतकामधल्या सर्वश्रेष्ठ शोधासाठी ते जबाबदार असणार आहेत. सजीवसृष्टीचं रहस्य उलगडण्याची किल्ली त्यांच्याकडं आहे.''

''आणि त्यासाठी तुम्ही त्यांना कुठं पाठवणार आहात?'' डॉक्टरनं साशंकपणे विचारलं, ''हा सर्वश्रेष्ठ शोध लावायला ते कुठं जाणार आहेत?''

''ओह!... अवकाशयान त्यांना कुठं घेऊन जातं ते पाहू या!'' ती व्यक्ती उडवाउडवी केल्याप्रमाणे म्हणाली, ''केवढं धाडस आहे हे!... हं, आता चला डॉक्टर'' असं तिनं म्हणून दिवे बंद केले आणि मग ती दोघं तिथून बाहेर पडली.

ती दोघं बाहेर पडताच ॲनी तिथून बाहेर पडली. खोकं तिला जणू एखाद्या शवपेटीसारखं भासत होतं. 'याचा अर्थ आत माणसं आहेत.' ॲनीच्या अंगावर काटा आला. 'आणि ती जिवंत आहेत.'

१८

ॲनीला ज्या वेळी अनपेक्षितपणे विमान उतरवावं लागलं त्या वेळी जॉर्ज चंद्रावर आभासी चालण्याचं आव्हान पार करत होता. हे आव्हान पार करायला ठरावीकच वेळ होता. त्यांनी चंद्राच्या पृष्ठभागावरून नमुने गोळा करून चांद्रयानात परतायचं होतं. ते वेळेत परत आले नाहीत तर चांद्रयान निघून जाऊन जॉर्ज आणि इगॉर चंद्रावर अडकणार होते.

सुरुवातीला जरी इगॉर अगदीच कुचकामी वाटला असला तरी नंतर मात्र तो फारच काही करू शकतो, हे जॉर्जच्या लक्षात आलं. त्याला संगणकावर गेम खेळण्याचं वेड होतं. जॉर्जला ते जवळपास नव्हतं कारण त्याच्या आई-वडिलांनी त्याला घरात अशा गेम खेळायला बंदी घातली होती. आभासी सत्याचा त्याचा अनुभव फक्त झाडावरच्या खोपीत बसून ॲनीचा हेडसेट वापरणं एवढाच होता. या खेपेचं हे आभासी आव्हान पेलण्यासाठी तेवढा अनुभव पुरेसा नव्हता. पण इगॉरला मात्र ते सोपं होतं. जॉर्जचा अनुभव कमी असला तरी आपण एरिक, *अर्टेमिस,* युरोपावरील सजीव यांचे विचार मनात आणले नाहीत तर आपल्याला सत्याच्या बाबतीतली मूलभूत तत्त्वे सहज आत्मसात करता येतील, असं त्याला वाटलं.

पण त्या वेळी चंद्राच्या आभासी पृष्ठभागावरून नमुने गोळा करण्यासाठी जात असताना आपलं मन वेगळ्याच विचारांत आहे, हे त्याला कळत होतं. तो जरी आपण त्यात मग्न आहोत, असं दाखवत असला तरी त्याचं मन आभासी सत्याच्या खेळात जराही नव्हतं.

'त्या संध्याकाळी एरिक कॉस्मोड्रोम-२ मध्ये आले होते का? युरोपावरून त्यांच्यात काही वादावादी झाली होती का? त्यामुळं रिका डूरनं एरिकला तडकाफडकी तिथून काढून टाकलं असेल का? त्यांना *अर्टेमिस*बद्दल कळू नये असं रिकाला वाटत असेल तर ते तसं का? त्यात एवढं मोठं रहस्य काय आहे? रिका डूरला

काय करायचं आहे?'

जॉर्ज विचारात गढला असताना त्याला खऱ्या आयुष्यात पायावर जोराची लाथ बसल्याची जाणीव झाली. इगॉरनं मारलेल्या या लाथेमुळं जॉर्जची तंद्री मोडली.

"आउच!" खरा जॉर्ज एका पायावर उड्या मारत वेदना कमी करण्याचा प्रयत्न करू लागला. त्याबरोबर त्याची चंद्रावरची अंतराळ पोशाखातली आकृती चमत्कारिकपणे हालचाली करू लागली. पण मग इगॉरनं असं का केलं ते त्याच्या लक्षात आलं. जॉर्ज चांद्रयानापासून खूप लांबवर भरकटत गेला होता. आता चांद्रयान निघण्याच्या तयारीत होतं. त्यामुळं जॉर्जला त्याच्याकडं वेगानं परतावं लागणार होतं. जॉर्ज चंद्राच्या पृष्ठभागावरून पळू लागला खरा, पण त्याला एका पायानं फार जोरात पळता येत नव्हतं. चांद्रयानाच्या कुपीचे दरवाजे बंद झाले. इगॉर आतून जॉर्जला खाणाखुणा करत असतानाच चांद्रयानानं उड्डाण केलं आणि जॉर्ज चंद्रावरच राहिला.

जॉर्जनं डोक्यावरचा हेडसेट काढला आणि तो खऱ्या जगात आला. इगॉरचा आता रागानं स्फोट होईल असं वाटत होतं.

"पुरं आपण करायला हवंच होतं!" इगॉर चिडून म्हणाला, "तू पण झोपलास चंद्रावर!"

"माफ कर," जॉर्ज एवढंच म्हणाला. तो आणखी काही बोलूच शकत नव्हता.

"आता आपल्याला लाथ घालून हाकलणार," इगॉर म्हणाला. रागात असल्यानं बहुधा त्याचा शब्दांचा क्रम अगदी नेमका झाला होता, "आणि हे तुझ्या

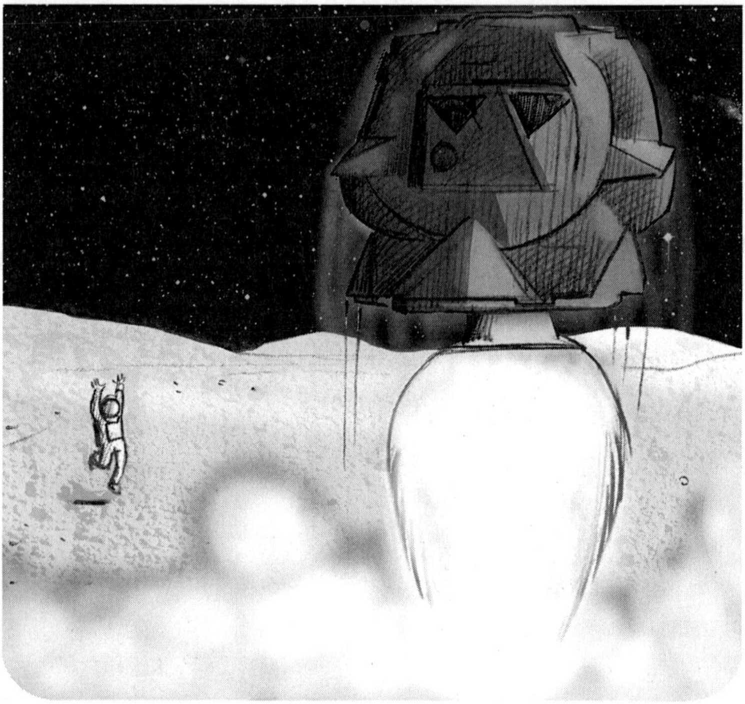

चुकीमुळं होतंय.''

जॉर्जला एकदम फटका बसल्यासारखं वाटलं. त्याला इगॉर आवडू लागला होता. आपल्यामुळं त्याचं मंगळावर जाण्याचं स्वप्न भंग होऊ नये, अशी त्याची मनोमन इच्छा होती. पण आपण आपल्या सहकाऱ्याचा अपेक्षाभंग केला आहे याबद्दल त्याला आता फार वाईट वाटू लागलं होतं. पण केवळ इगॉरचाच नाही तर कॉस्मोड्रोम-२ चं रहस्य आपण उलगडण्यात अपयशी ठरलो यामुळं आपण ॲनीचीही दारुण निराशा केली आहे हे त्याला जाणवलं.

आता बदलण्याची वेळ आली होती. जे झालं ते तो बदलू शकत नव्हता. पण पुढं काय करायचं ते त्याच्या हातात होतं. कॉस्मोड्रोम-२ मध्ये काय चाललं आहे याचा शोध घेण्यासाठी तो मनापासून प्रयत्न करणार होता.

''तुझी मानसिक ताकद कमी आहे. तुला दूरदृष्टी नाही.'' इगॉरचं बडवणं चालूच होतं. दोघं त्यांच्या झोपण्याच्या जागी परत निघाले होते, ''तुला पुढं घडू शकणाऱ्या गोष्टींचा अंदाज बांधता येत नाही... तुला नियमानुसार खेळण्याची कला अवगत नाही... आपण काय करतोय याची जबाबदारी तुला घेता येत

नाही... विशिष्ट परिस्थितीत तुला समस्यांची उकल करण्याची...''

''मला लक्षात येतंय इगॉर,'' जॉर्ज म्हणाला. निराश मन:स्थिती असूनही त्याच्या एक गोष्ट लक्षात आली होती. ड्रोन त्यांच्यावर लक्ष ठेवत नव्हते. हा विचार मनात आल्यावर त्याला जरा बरं वाटलं. आता आपण अवकाश प्रवासात निव्वळ निरुपयोगी प्रवासी नाही, हे सिद्ध करण्याची संधी त्याला दिसू लागली होती. कॉस्मोड्रोम-२ मधल्या रहस्याची उकल आपणच करणार आहोत, हे त्यानं स्वत:ला बजावलं.

''मी जरा फेरफटका मारून येतो,'' जॉर्ज सहज स्वरात म्हणाला.

''तुला हवं तर जा.'' इगॉर म्हणाला. आता त्याचा स्वर फारसा कठोर राहिला नव्हता. जरी तो जॉर्जवर वैतागलेला असला तरी जॉर्ज त्याचा मित्र बनला होता हे तो विसरू शकत नव्हता. इगॉरला असा खराखुरा मित्र कधीच नव्हता.

इगॉरच्याही लक्षात आलं की, त्यांच्यावर नजर ठेवणारा ड्रोन तिथं नव्हता. ''जर ड्रोन परत आला तर मी तुझ्या वतीनं त्याला गुंतवून ठेवीन.''

''स्पासिबो,'' जॉर्जनं शिबिरात शिकलेला एक रशियन शब्द वापरला.

''*ने झा श्तो,*'' इगॉरनं नम्रपणानं उत्तर दिलं. त्यानं कसंबसं अर्धवट स्मित हास्य केलं.

इगॉर जवळून निघून जाताना आपल्या कॉस्मोड्रोम-२ चा एखादा जिवंत कर्मचारी पकडणार नाही असा विचार त्यानं केला. ॲनीप्रमाणेच कॉस्मोड्रोम-२ चे कर्मचारी कमी कमी होत गेल्याचं त्याच्याही लक्षात आलं होतं. सुरुवातीला हे कर्मचारी सगळीकडं दिसत असत. पण जसजसे दिवस पुढं चालले होते तसतसे ते क्वचितच दिसू लागले होते. रोबोच आता बहुधा तिथं उरले होते.

आता प्रशिक्षणार्थी अंतराळवीर वेगवेगळी आव्हानं पार करत असताना एखादाच कर्मचारी त्यांच्यावर लक्ष ठेवण्यासाठी असायचा. जॉर्जनं त्यातल्या एकाला, इतर जण कुठं गेले असं विचारलं होतं. त्यावर त्याला 'काटकसर महत्त्वाची' असं काहीसं गूढ आणि कडवट उत्तर मिळालं होतं.

जॉर्ज हलक्या पावलांनी कॉरिडॉरमधून निघाला. कुठं जायचं हे त्याला कळत नव्हतं. ॲनी कुठं भेटू शकेल? तो असा विचार करत असतानाच त्याच्या खांद्यावर एक हात, हात म्हणण्यापेक्षा एखादी पकड असते, तसं काहीतरी पडलं होतं. हा हात मानवी खासच नव्हता. तो धातूचा होता. जॉर्जचं हृदय जोरजोरात धडधडू लागलं. तो विलक्षण घाबरला होता. तरीही त्यानं एक खोल श्वास घेतला आणि मागं वळून पाहिलं.

त्यानं जे पाहिलं ते त्याला अपेक्षित नव्हतंच. त्याच्या पाठीमागं एक रोबो उभा होता. ॲनीनं आणि त्यानं कॉस्मोड्रोम-२ मध्ये सगळीकडं पाहिलं होतं त्या

रोबोसारखाच हादेखील उंच आणि दणकट होता. मागं एकदा त्यानं आणि अॅनीनं पृथ्वीभोवती प्रदक्षिणा घालणाऱ्या एका रहस्यमय यानात असाच रोबो पाहिला होता. हे सगळे रोबो चकचकीत चंदेरी रंगाचे असून एकदम सडपातळ होते. ते सगळे त्रिमिती प्रिंटर वापरून तयार केलेले होते.

पण हा रोबो मात्र वेगळा वाटत होता. जणू भट्टीत गरम झाल्याप्रमाणे त्याचं धातूचं शरीर वेडेवाकडं झालं होतं आणि तो काळवंडलाही होता. त्याचं डोकं एका बाजूला चमत्कारिकपणे वितळल्याप्रमाणे कलंडलं होतं. पण त्याच्या चेहऱ्यावरचा भाव मात्र व्यवस्थित दिसत होता. तो पाहून जॉर्जला जबरदस्त धक्का बसला कारण त्याच्या चेहऱ्यावर स्मितहास्य होतं.

''हॅलो जॉर्ज!'' रोबो आनंदी स्वरात म्हणाला, ''तुला पुन्हा बघून मी फार खूश झालो आहे!''

''ब्रायन!'' जॉर्ज पूर्णपणे चकित झाला होता, ''बोल्ट्झमान ब्रायन? सुप्रसिद्ध असा छान रोबो... तो तूच आहेस का?''

''होय. मीच तो,'' रोबो बोल्ट्झमाननं जॉर्जच्या दुसऱ्या खांद्यावर प्रेमानं थोपटलं. त्यानं हे प्रेम केलं असलं तरी जॉर्जला त्या धातूच्या पकडीच्या थापटीनं वेदना झाल्या.

“तू इथं काय करतो आहेस?” जॉर्जला आश्चर्याचा बसलेला धक्का अजून कायम होता. बोल्ट्झमान ब्रायन हा अब्जावधी रोबोमधला अनोखा असा रोबो होता. त्याला भावना असतील अशी त्याची रचना केलेली होती. तो त्या भावनांमुळं फारच छान स्वभावाचा झाला होता. त्याला ज्यानं बनवलं होतं तो अलिओथ मेरक हा दुष्ट प्रवृत्तीचा होता. तो बोल्ट्झमानला एवढा विटला की, पुन्हा मला असा छान रोबो तयार करायचा नाही, असं त्यानं ठरवलं होतं. त्यानंतर त्यानं अतिशय उग्र, दुष्ट आणि आक्रमक अशा रोबोची एक फौजच तयार केली होती.

“तू त्या क्वांटम अंतराळयानातून कसा बचावलास?” जॉर्जनं विचारलं, “मला वाटलं की ते स्फोट होऊन नष्ट झालं!”

“होय...”, बोल्ट्झमान म्हणाला, “कोणीतरी याची कल्पना केली असेल का, पण त्याचा स्फोट झाला तेव्हा मी पॅरॅशूटमधून उडी टाकली.”

“तू पॅरॅशूट वापरलंस?” जॉर्जनं विचारलं. त्याला थोडं अपराधी वाटत होतं. इतर रोबो आणि बोल्ट्झमान त्या अंतराळयानात असताना त्याचा स्फोट होऊन ते नष्ट होण्यासाठी जॉर्जही कारणीभूत ठरला होता.

“तुला हवं तर मी अंतराळात उडी मारली म्हण,” बोल्ट्झमान म्हणाला, “लोक असं करतात. ते अंतराळ सुरू व्हायच्या सीमेवरून पृथ्वीवर उडी मारतात आणि ते जगतातही. फरक एवढाच आहे की खरोखरच अंतराळातून उडी टाकली.”

“पण तू...” जॉर्जचे डोळे प्रचंड विस्फारले होते.

“पृथ्वीच्या वातावरणातून खाली येताना मी थोडासा जळलो. तुला ते कदाचित दिसत असेलच. मला ते फार सहज दिसत असावं असं मात्र वाटत नाही. माझ्यातले धातू अतिउत्तम अवस्थेत नाहीत हे मान्य. माझं कवच बदललं जाईल असं आश्वासन मला देण्यात आलं होतं. पण अजून तरी तसं घडलेलं नाही.” बोल्ट्झमाननं उदासपणानं उसासा टाकला.

“पण तू इथं कसा काय आला आहेस?” जॉर्जनं विचारलं, “तू इथं कॉस्मोड्रोम-२ मध्ये कसा?”

“ओह... ते सोपं आहे,” आपण उत्तर देऊ शकतो म्हणून बोल्ट्झमान खूश झाला होता, “मी इथं माझ्या मालकाबरोबर आलो आहे.”

“तुझा मालक?” जॉर्जचा आवाज अचानक चिरकला होता. त्याचा आपल्या कानांवर विश्वास बसेना, “तू काय म्हणालास?... तुझा मालक... म्हणजे?”

“होय.” बोल्ट्झमान आनंदी स्वरात म्हणाला.

“पण ते शक्य नाही!” जॉर्जचा चेहरा पांढराफटक पडला. बोल्ट्झमानचा मालक अलिओथ मेरक हा गोड बोलून फसवणारा एक अतिशय दुष्ट माणूस होता. त्यानं कनवाळूपणाचं नाटक करून सगळ्या जगाला फसवण्याचा प्रयत्न

अंतराळातून उडी

आपण अंतराळयानातून उड्डाण केलं तर आपण एक रेषा ओलांडतो. ही रेषा पृथ्वीचं निळं वातावरण आणि त्या पलीकडची काळ्या रंगाची अंतराळ पोकळी यादरम्यान आहे. या रेषेला 'कार्मन रेषा' म्हणतात आणि ती पृथ्वीच्या पृष्ठभागापासून १०० किलोमीटर अंतरावर आहे. इथून अंतराळाला सुरुवात होते.

> पृथ्वीचं वातावरण एकदम संपलं आणि आपण अंतराळात आलो असं होत नाही. हे एखाद्या खिडकीतून बाहेर डोकावल्यासारखं नाही! वातावरण हळूहळू विरळ होत जातं. पण कार्मन रेषेपासून अंतराळाला सुरुवात झाल्याचं अधिकृतपणे मानलं जातं.

अंतराळातून उडी मारणं म्हणजे अंतराळयानातून किंवा बलूनमधून कार्मन रेषेच्या वर जाऊन उडी मारणं. तिथून सरळ खाली पडत येऊन मग पॅरॅशूट उघडून त्याच्या साहाय्यानं जमिनीवर उतरणं.

हे असं करणं फार धोकादायक आहे. अशी उडी मारण्याचे अनेक प्रयत्न फार दुर्दैवी ठरले आहेत.

अंतराळातून उडी मारण्याचा विक्रम कोणाच्या नावावर आहे?

- १९६० : कर्नल विटिंगर नावाचा अमेरिकन माणूस हा अतिउंचीवरील वैमानिकांच्या सुटकेसाठीच्या संशोधन प्रकल्पाचा एक भाग होता. हेलियम वायूच्या बलूनमधून वर जाऊन त्यानं पृथ्वीपासून ३१ किलोमीटर उंचीवरून तीन उड्या मारल्या. आपला खाली पडण्याचा वेग कल्पनेच्या पलीकडचा होता असं कर्नल विटिंगरनं नंतर नमूद केलं आहे.
- १९६२ : येवगेनी आन्द्रेयेव या सोव्हिएत कर्नलनं अशा उडीचा नवीन विक्रम केला. त्यानं पॅरॅशूट उघडण्यासाठी सर्वांत जास्त प्रवास केला होता. त्यामुळं उंचीचा विक्रम कर्नल विटिंगरच्याच नावावर राहिला, कारण कर्नल आन्द्रेयेवनं २५.४८ किलोमीटर उंचीवरून उडी मारली होती.
- २०१२: या वर्षी फेलिक्स बॉमगार्टनर यानं विटिंगर आणि आन्द्रेयेव या दोघांचेही विक्रम मोडले. त्यानं १२८१०० फूट (३९.०४५ किलोमीटर) उंचीवरून उडी मारली.
- २०१४ : फेलिक्स बॉमगार्टनरला फार काळ विक्रम त्याच्या नावावर असल्याची मजा घेता आली नाही. ॲलन युस्टास नावाच्या संगणक वैज्ञानिकानं २५ मैल (४०.२३ किलोमीटर) उंची ताशी ८२२ मैल (ताशी १३२२.८८ किलोमीटर) वेगानं पार केली होती. त्यानं ध्वनीची वेगमर्यादा ओलांडल्यानं जमिनीवरच्या लोकांनी बूम असा कानठळ्या बसवणारा आवाज ऐकला होता.

- **जगातलं सर्वोच्च शिखर एव्हरेस्ट हे सुमारे ८.५ किलोमीटर उंच आहे.**
- **सर्वसाधारणपणे विमानं ११ किलोमीटर उंचीच्या खालून प्रवास करतात.**
- **समजा आपण विमानातून प्रवास करत असू तर असा एखादा उडी मारणारा माणूस आपल्याला खिडकीतून दिसू शकतो.**

आणखी जास्त उंचीवरून उडी मारता यावी म्हणून एक अवकाश पर्यटन कंपनी विशिष्ट प्रकारच्या पोशाखाची निर्मिती करत आहे. पण हे पोशाख केवळ धाडस करण्यासाठी किंवा विक्रम मोडण्यासाठी उपयुक्त नाहीत. जर गरज पडली तर आणीबाणीच्या परिस्थितीत अंतराळ यानातील अंतराळवीरांना सुखरूपपणे पृथ्वीवर उतरता यावं यासाठी त्यांचा उपयोग होऊ शकेल.

केला होता. जर हा अलिओथ मेरक खरोखर कॉस्मोड्रोम-२ मध्ये असेल तर जॉर्ज आणि ॲनीला वाटलं होतं त्यापेक्षा भयंकर अशा संकटात ते होते.

जॉर्ज आणि ॲनीच्या विश्वामधील धाडसी सफरींमध्ये त्यांना या अलिओथ मेरकपेक्षा कारस्थानी, बिलंदर आणि उपद्व्यापी माणूस आढळला नव्हता. कॉस्मोड्रोम-२ मध्ये जे काही चाललं होतं त्याच्यामागं हाच माणूस असेल असं जॉर्जच्या मनात चुकूनही आलं नव्हतं. जगातल्या इतर सर्वांप्रमाणेच आपण अलिओथपासून सुरक्षित आहोत असं जॉर्जलाही वाटलं होतं. तो बंदिस्त आहे आणि परत कधीच बाहेर येऊ शकणार नाही अशी त्याची समजूत होती.

"मला वाटलं की तुझा मालक... त... त...तुरुंगात आहे," जॉर्ज बोलताना अडखळला.

"होता!" बोल्ट्झमान जणू आपण काय म्हणतोय यावर विश्वास नाही अशा प्रकारे म्हणाला, "काहीतरी चूक झाली असणार तो इतका छान माणूस आहे... म्हणजे व्यक्ती."

बोल्ट्झमाननं बोलताना अशी दुरुस्ती का केली ते जॉर्जला कळलं नाही. त्यानं तिकडं लक्ष दिलं नाही. त्यापेक्षा इतर गोष्टी त्या वेळी महत्त्वाच्या होत्या. ही त्या वेळची सर्वांत गंभीर आणि भयंकर बातमी होती. अलिओथ मेरक जर पुन्हा मोकाट सुटला असेल तर सगळ्यांना मोठा धोका होता.

"त्याला तुरुंगातून बाहेर पळ काढायला तू मदत केलीस की काय?"

"अर्थातच!" बोल्ट्झमान अभिमानानं म्हणाला, "माझा मालक कुठं आहे, हे नेमकं शोधून काढण्यासाठी माझ्यावर खास यंत्रणा बसवलेली आहे. म्हणूनच मी जेव्हा वरून पडलो आणि स्वतःला सावरलं..."

"तू कुठं पडलास?"

"रुमेनियातल्या पर्वतराजीमधील एका अगदी आडगावातल्या शेतात. त्यामुळं मला सगळं नीट समजून घ्यायला जरासा वेळ लागला."

"पण तू इथं कसा आलास," मेरक इथं आहे याचा धक्का बसलेला असून जॉर्जनं विचारलं. त्याच्या मनात जळता रोबो पडताना कसा दिसत असेल हा विचार होता.

"मी चालत आलो," ब्रायन आनंदी स्वरात म्हणाला, "रोबो असण्याचा एक फायदा आहे. मला कुठंही जाता येतं."

"तू कोणाला दिसला नाहीस?" चांगला दोन मीटर उंचीचा रोबो कोणालाही कसा दिसला नाही हा प्रश्न जॉर्जला पडला होता. या रोबोनं संपूर्ण युरोप कसा काय पार केला असेल? आता पुढं काय करायचं याचा विचार करण्यासाठी वेळ मिळावा म्हणून जॉर्ज ब्रायनला बोलण्यात गुंगवत होता.

"मी रात्रीच्या वेळी प्रवास केला. आणि जर मी कोणाला दिसलोच तर मी त्यांना जुन्या वस्तूंचा ढीग वाटेल असा आभास निर्माण करायचो."

रोबोनं अचानक आपल्या शरीराची घडी घालून एखाद्या मोडक्या यंत्राचं रूप कसं घेतलं असेल याबद्दल जॉर्ज कल्पना करू लागला, "एखाद्या ट्रान्सफॉर्मरसारखा?"

"अगदी बरोबर. प्रत्येक वेळी ही युक्ती उपयोगी पडली."

"पण तू इंग्लिश खाडी कशी काय ओलांडलीस?... बरं. ते जाऊ दे. नंतर सांग. पण तू तुझ्या प्रवासाचा व्हिडिओ तयार केला असतास तर चांगलं झालं असतं."

"मी केला आहे... मी तुला तो दाखवू शकेन आणि..."

"हे बघ ब्रायन... " जॉर्ज म्हणाला. अलिओथ मेरक इथंच कुठंतरी आहे आणि ते आपण विचार करत होतो त्यापेक्षा कितीतरी जास्त भयानक ठरू शकेल, याला आपण सामोरं जायलाच हवं. असा विचार त्याच्या मनात आला. "... तू अलिओथ मेरकला तुरुंगातून बाहेर काढलंस तेव्हा तो कुठं गेला?"

"कुठं म्हणजे?" ब्रायन गोंधळलेला दिसला, "मला वाटलं की तुला ते माहीत आहे आणि म्हणूनच तू इथं आलेला आहेस."

"मी इथं का आलो..." जॉर्ज ब्रायनच्या बोलण्यावर विचार करत स्वत:शीच पुटपुटला.

"इथं," ब्रायन म्हणाला, "माझा निर्माता आणि नियंत्रक अलिओथ मेरक इथं आहे. तो कॉस्मोड्रोम-२ चा प्रमुख आहे. अलिओथ मेरक म्हणजेच – "

१६

हॉस्पिटलसारख्या वाटणाऱ्या ठिकाणी अजून भेदरलेल्या अवस्थेत त्या खोक्यांकडं ॲनी बघत होती. तिनं आपला संशय खरा आहे की नाही, हे बघण्यासाठी एक खोकं उघडून पाहण्याचा विचार केला खरा, पण मग लगेच ही कल्पना चांगली नाही हे तिच्या लक्षात आलं. आत असलेल्या माणसांना आवश्यक घटक पुरवणारी यंत्रणा फार गुंतागुंतीची असल्यानं खोकं उघडलं तर काहीतरी गडबड होऊ शकेल. तिच्या अचानक लक्षात आलं की सर्वांत मोठ्या खोक्यात तीन मोठी माणसं आणि त्यांच्या बाजूला दोन छोटी माणसं होती...

ॲनी एका खोक्याच्या जवळ गेली आणि काचेला डोळा लावून पाहिलं. तसं असूच शकणार नाही... कसं असेल? ॲनीनं स्वत:ला बजावलं. तिची मम ऑर्केस्ट्राच्या दौऱ्यावर लांब कुठंतरी होती, आणि जॉर्जचे आई-वडील त्यांच्या दोन मुलींसह लांब अंतरावर एका सेंद्रिय शेतीच्या फार्मवर मजेत राहत होते. तीन मोठी आणि दोन छोटी... हा निव्वळ योगायोगच असला पाहिजे. ॲनीनं पुन्हा

स्वत:ला ठामपणानं बजावलं. कारण तिच्या ममकडून तिला कायमच तिच्या मैफिलींबद्दलचे संदेश मिळत होते. लांबलांबचा विमान प्रवास, हॉटेलं, ऑर्केस्ट्रातील इतर सहकारी यांच्याबद्दल त्यात भरभरून लिहिलेलं असे. त्याचप्रमाणे तिकडं फेरोस बेटावरच्या जीवनाबद्दल जॉर्जचे डॅड आणि मम त्याला वेळोवेळी कळवत होते. त्या खोक्यात जे कोणी होते त्यांचा ॲनी आणि जॉर्जच्या कुटुंबांशी काहीही संबंध नव्हता. बहुधा रिका म्हणाली त्याप्रमाणे ते खरोखरच कोणी स्वयंसेवक असावेत, असं म्हणून ॲनीनं स्वत:च्या मनाला समजावण्याचा प्रयत्न केला. तरीही तिच्या मनात शंका राहिलीच होती.

ॲनीला पलीकडच्या बाजूला एक खोकं स्वतंत्रपणे ठेवलेलं दिसलं. हे खोकंही बंद होतं आणि त्याला जोडलेली सगळी यंत्रं चालू होती. ही सर्व खोकी आता उड्डाणासाठी सज्ज असलेल्या *अर्टेमिसवर* चढवण्यासाठी तयार आहेत, हे रिकाचं वाक्य ॲनीला आठवलं. तिनं त्या स्वतंत्र ठेवलेल्या खोक्याकडं रोखून पाहिलं. या सगळ्याचा काय अर्थ होता? त्यांना वाटलं होतं की, युरोपावरून किंवा इतर ग्रहांवरून काही सजीव मिळतात का हे बघण्यासाठीची केवळ रोबो पाठवण्याची *अर्टेमिस* ही मोहीम होती. पण मग एकदम तिच्या लक्षात आलं. *अर्टेमिस* मोहीम ही केवळ रोबो पाठवण्याची नव्हती. या मोहिमेत सजीवांचा शोध घेण्यासाठी प्रत्यक्ष माणसांना पाठवण्यात येणार होतं! आणि म्हणूनच बहुधा या खोक्यांमध्ये माणसांना, ज्यांना 'स्वयंसेवक' असं म्हटलं जात होतं त्यांना प्रदीर्घ काळाच्या अवकाश प्रवासासाठी पाठवलं जाणार होतं. ते युरोपावर जाणार होते का? मुळात हे सगळे खरंच स्वयंसेवक होते का? ते परत कधी पृथ्वीवर येऊ शकणार होते की नुसती त्यांनी पाठवलेली माहिती पृथ्वीकडं येणार होती? युरोपावर मानवी जीवनासाठी योग्य वातावरण नाही हे सगळ्यांनाच माहीत होतं. तेव्हा रिका डूरसाठी या 'अंतराळवीरांनी' त्यांचं काम पूर्ण केल्यानंतर त्यांचं काय होणार आहे?'

सन २०२५ मधील महान अवकाश मोहिमेचा गाजावाजा चालू असला तरी ती एक फसवणूक होती हे ॲनीच्या लक्षात आलं. सन २०२५ नव्हे तर त्या आधीच एक मानवसहित अवकाश मोहीम कोणालाही न कळता लवकरच सुरू होणार होती. ॲनीनं उड्डाणासाठी सज्ज अवकाशयान पाहिलंदेखील होतं. कॉस्मोड्रोम-२ च्या एका कर्मचाऱ्यानं चुकून *अर्टेमिस* असा उल्लेख केल्याचं ॲनीच्या कानावर योगायोगानं आलं होतं. आता तर मूक अशा माणसांनी भरलेली खोकी या यानात चढवण्यासाठी तयार असल्याचं अपघातानं तिला समजलं होतं.

आता वेळ घालवून चालणार नव्हता. तिला ताबडतोब मिशन कंट्रोल कक्षाकडं जायलाच हवं होतं.

वैद्यकीय दृष्टिकोनातून निलंबित चेतना खरी आहे का?

सध्याच्या जगात निलंबित चेतना ही कल्पना विज्ञान काल्पनिकांमध्येच आहे. दीर्घ अवकाश सफरीवर जाताना अंतराळवीर बेडकांप्रमाणे निलंबित चेतनावस्थेत राहू शकत नाहीत. स्लिपिंग ब्युटी यामधल्या झोपी गेलेल्या राजकन्येप्रमाणे कोणी शंभर वर्षे झोपून तरुणपणी जागं होऊ शकत नाही. पण या गोष्टी भविष्यकाळात शक्य होतील. सध्या वैज्ञानिक निलंबित चेतनावस्थेवर संशोधन करत असून वैद्यकीय क्षेत्रात रुग्णांना मदत व्हावी म्हणून जवळजवळ या अवस्थेसारख्या तंत्राचा वापर केला जात आहे.

प्रामुख्यानं विज्ञान काल्पनिकांमध्ये लोकांना तरुण आणि निरोगी अवस्थेत दीर्घकाळ अवकाश प्रवास करता यावा म्हणून निलंबित चेतनावस्थेत ठेवलं असल्याचं दाखवतात. दीर्घ अवकाश प्रवासात लोक अतिशीत अवस्थेत झोपलेले असतात. ते काही खातपीत नाहीत. त्यांचा श्वासोच्छ्वास जवळजवळ बंद असतो. त्यांच्या शरीरात ऑक्सिजन आणि ऊर्जेचा अत्यंत कमी वापर होत असल्यानं त्यांच्या हृदयाचे ठोके फार कमी वेगानं पडतात.

आपल्या खऱ्या जगात जे प्राणी निलंबित चेतनावस्थेत जातात तेव्हा त्याच्या शरीरात याच क्रिया घडतात. ते अतिशय थंड अवस्थेत कित्येक आठवडे गाढझोपेत जातात. या अवस्थेत त्यांच्यामधली वय वाढण्याची क्रियाही सावकाश होते असं वैज्ञानिकांना वाटतं. म्हणूनच आपण जेव्हा विज्ञान काल्पनिकेत अंतराळवीर प्रदीर्घ झोपेतून उठले तरी तरुणच राहतात हे वाचतो, तेव्हा ते भविष्यातील काल्पनिक चित्र आहे हे लक्षात घ्यायला हवे.

हायड्रोजन सल्फाइड हा वायू वापरून वैज्ञानिक जवळजवळ निलंबित चेतनाची अवस्था निर्माण करू शकतात. उंदरांमध्ये नैसर्गिकपणे अशी अवस्था नसते. परंतु प्रयोगांमधून त्यांना निलंबित चेतनावस्थेत ठेवता येते. या वायूमुळं ते झोपी जातात. त्यांच्या शरीराचं तापमान अकरा अंशांनी कमी होतं. या अवस्थेत ते नेहमीपेक्षा फक्त १/१० ऑक्सिजन वायू वापरतात. उंदीर अशा अवस्थेत सहा तासापर्यंत राहून पुन्हा जागे होतात. तेव्हा ते निरोगी असतात.

अतिशय थंड अशा परिस्थितीत माणसं अपघातानं सापडली तर ती कमी ऊर्जेच्या अवस्थेत जातात. काही वेळा आपल्या देशातील वाईट परिस्थितीतून बाहेर पडण्यासाठी लोक विमानांची चाकं ज्या पोकळीत असतात त्या ठिकाणी लपून बसतात. बऱ्याच वेळा ही दुर्दैवी माणसं खाली पडून मरतात किंवा विमान खूप उंचीवर गेल्यानं असलेल्या अतिशय थंड आणि कमी ऑक्सिजनच्या परिस्थितीत ते निलंबित चेतनासदृश्य अवस्थेत जातात. खूप थंड पाण्यात बुडलेल्या किंवा हिमप्रपाताखाली अडकलेल्या गिर्याराहेकांच्या बाबतीत असं घडू शकतं.

शीत तापमान मेंदूचं संरक्षण करतं हे माहीत असल्यानं डॉक्टर अनेकदा त्याचा वापर करून घेतात. हृदय जर काम करत नसेल तर विशिष्ट औषधं आणि विद्युत प्रवाहाचा वापर करून ते पुन्हा सुरू करता येतं. पण त्यासाठी त्या व्यक्तीला अवतापन परिस्थितीत ठेवावं लागतं. अवतापन म्हणजे कमी तापमानाची अवस्था. उपचार करण्यासाठी व्यक्तीला झोपवण्यात येतं आणि मग नेहमीच्या तापमानापेक्षा काही अंश कमी इतक्या तापमानाला शरीर गार करण्यात

येतं. काही वेळा कोमासारख्या परिस्थितीत ठेवण्यासाठी व्यक्तीच्या मेंदूला अवतापन स्थितीत ठेवलं जातं. डोक्याला भयंकर मार लागला असेल तर मेंदूचं रक्षण करण्यासाठी अवतापन वापरलं जातं.

शल्यविशारद आता अवतापनाच्या विशेष पद्धतीवर म्हणजे शरीर जवळजवळ गोठणबिंदूपर्यंत नेण्याचं संशोधन करत आहेत. हा निलंबित चेतनावस्थेचाच एक प्रकार आहे. या वैद्यकीय उपचार पद्धतीला एक नावही देण्यात आलं आहे. या पद्धतीला इपीआर-सीएटी असं म्हणतात. हे इमर्जन्सी प्रिझर्वेशन अॅन्ड रिसस्कीटेशन फॉर कार्डियाक अॅरेस्ट फ्राम ट्रॉमा याचं लघुरूप आहे. ज्या लोकांमध्ये भरपूर प्रमाणात रक्त गेलं आहे, अशा लोकांना काही तास जिवंत ठेवण्यासाठी ही पद्धत वापरली जाते. मेंदूमध्ये रक्तप्रवाह चालू नसूनही या प्रकारे शल्यविशारदांना त्यांच्या शस्त्रक्रिया करण्यासाठी दोन ते तीन तासांचा अवधी मिळतो.

दुसऱ्या एखाद्या तारकापुंजात प्रवास करण्याच्या कल्पनेपासून इपीआर-सीएटी ही पद्धत फार दूर आहे. ही पद्धत मानवांच्या बाबतीत उपयोगी पडेल असं वैज्ञानिकांना वाटतं, कारण तिची कुत्रे आणि डुकरांवर चाचणी घेऊन झाली आहे. जर ही पद्धत माणसांसाठी उपयुक्त ठरली तर त्यात सुधारणा करून तीन तासांपेक्षा जास्त काळ माणसांना निलंबित चेतनावस्थेत ठेवणं कदाचित शक्य होईल. या तंत्राबद्दल आणखी माहिती मिळाली तर कदाचित ही अवस्था काही दिवस, काही आठवडे किंवा काही वर्षे वाढवता येऊ शकेल.

हे संशोधन अतिशय महत्त्वाचं असून भविष्यात डॉक्टर आणि वैज्ञानिक त्यामध्ये सुधारणा घडवून आणतील. कदाचित तुमच्यामधलेच कोणीतरी. आणि मग बहुधा तुम्ही तुमच्याच आयुष्यात मानवानं विश्वात दूर अंतरावर जाण्याच आव्हान स्वीकारल्याचं पाहाल.

– डेव्हिड

नेमका त्याचवेळी जॉर्जदेखील मिशन कंट्रोल कक्षाच्या दिशेनं निघाला होता. एक छान वागणारा पण भयंकर रोबो त्याला सक्तीनं तिकडं घेऊन जात होता.

''माझ्या मालकाला तुला पाहून फार आनंद होईल,'' बोल्ट्झमान उत्साहानं म्हणाला.

''मला तसं वाटत नाही,'' जॉर्ज इच्छा नसूनही म्हणाला, ''मागच्या खेपेस आमची भेट काही त्याला फार आवडली नव्हती.''

''ओह... अशा गोष्टी घडतच असतात,'' बोल्ट्झमान सहज बोलल्याप्रमाणे म्हणाला, ''तो इतका चांगला आणि कनवाळू आहे की मागच्या खेपेस जे काही घडलं त्याबद्दल तुला तो माफ करेल. तो सगळा एक गैरसमजाचा प्रकार होता हे तू त्याला सांगू शकशील. आणि एकदा का त्या प्रकाराबद्दल तुला वाईट वाटत आहे असं तू सांगितलंस की तो तुझा मित्र व्हायला आनंदानं तयार होईल.''

''अं...'' जॉर्ज पुटपुटला. अलिओथ मेरक त्याला पाहून आनंदी होईल किंवा तो मैत्रीचा हात पुढं करेल याची जरादेखील शक्यता नाही हे त्याला माहीत होतं. मुख्य म्हणजे आपण अलिओथच्या विरुद्ध उभे ठाकलो याबद्दल त्याला अजिबातच वाईट वाटत नव्हतं. काय वाट्टेल ते झालं तरी तो त्याबद्दल दिलगिरी व्यक्त करणार नव्हता. पण आता आपल्याला पुन्हा त्याची भेट घ्यावी लागणार म्हणून त्याला वाईट वाटत होतं. त्याला जेवढं या अलिओथ मेरकबद्दल माहीत होतं

त्यानुसार दोन लहान मुलं आणि एका जुन्या जमान्यातल्या संगणकानं मिळून जगावर अधिराज्य गाजवण्याचं त्याचं स्वप्न कसं अक्षरश: उद्ध्वस्त करून टाकलं ते तो विसरणं शक्यच नव्हतं.

आता अनेक रोबो जॉर्ज आणि बोल्ट्झमान निघाले होते त्या दिशेनं कष्टानं पायपीट केल्याप्रमाणे निघाले होते. त्यांना बोल्ट्झमान किंवा जॉर्जमध्ये जरादेखील रस नव्हता. याबद्दल जॉर्जला आश्चर्य वाटलं नाही, कारण आपल्या अवती-भवतीची परिस्थिती बदलली तर त्याची दखल घेण्यासाठीची आज्ञावलीचं त्यांच्यात बसवलेली नव्हती. जॉर्जच्या हे लक्षात आलं की चकचकीत चंदेरी धातूचे बनलेले अनेक रोबो तिथं जात असताना त्या गर्दीत एकही माणूस नव्हता. फक्त रोबो.

मंगळावरील मोहिमेच्या प्रशिक्षण शिबिरात उरलेले त्याच्यासारखे प्रशिक्षणार्थी वगळता कॉस्मोड्रोम-२मध्ये इतर कोणी माणसं उरली नसावीत ही शक्यता लक्षात येताच त्याच्या अंगावर काटा आला. जर ही एवढीशी मुलं त्या अलिओथ मेरक आणि त्याच्या रोबो फौजेपुढं उभी राहिली तरी त्यांचा निभाव कसा लागणार?

'तू हे केलं आहेस जॉर्ज. तू आणि ॲनीनं मिळून. फक्त तू आणि तीच हे काम करू शकता आणि तुम्ही ते पुन्हा करणार आहात,' असं जॉर्जनं स्वत:ला बजावलं.

जॉर्ज आणि बोल्ट्झमान कॉस्मोड्रोम-२ मधल्या सर्वांत मोठ्या आणि मध्यवर्ती अशा मिशन कंट्रोलच्या इमारतीपाशी आले तेव्हा जॉर्जनं बोल्ट्झमानचा हात

धरून त्याला थांबवलं.

“चल...” बोल्ट्झमान हसतहसत म्हणाला, “आता थांबू नकोस. माझ्या मालकाला भेटायला तू उत्सुक झालेला नाहीस का?”

“मी त्यासाठी एवढा उतावीळ झालो आहे की...” जॉर्ज विजेच्या वेगानं विचार करत म्हणाला, “पण माझी चांगली छाप पडावी असं मला मनापासून वाटतं.”

तिथं फारसा प्रकाश नव्हता. फक्त मिशन कंट्रोलच्या इमारतीत दिवे लागलेले होते. तेवढ्या अंधूक प्रकाशातही बोल्ट्झमानचे रोबो रचनेचे गाल आनंदानं किंचित फुगल्याचं जॉर्जला जाणवलं.

“ओह... ठीक!” बोल्ट्झमाननं आनंदानं संमती दर्शवली.

“मला असं वाटतं...” जॉर्जच्या मनात एक कल्पना आकार घेत होती. ती चांगली की वाईट ठरेल हे त्याला सांगता आलं नसतं. पण मिशन कंट्रोलच्या इमारतीत सरळ शिरून तो अव्वल दर्जाचा वेडा अलिओथ मेरकच्या कचाट्यात सापडणं ही काही फार चांगली कल्पना नव्हती. त्याच्यापेक्षा काहीही चांगलं ठरलं असतं, “मेरकच्या मनात काय आहे हे मला आधी कळलं तर बरं होईल. म्हणजे मग मला व्यवस्थित उत्तरं देता येतील. नाहीतर त्यालाच जर सगळं मला सांगावं लागलं तर मी एक मूर्ख मुलगा आहे असं त्याला वाटेल.”

बोल्ट्झमानच्या भुवया उंचावल्या. तो चिंतेत पडलेला दिसला.

“तिथं इमारतीच्या आत मी मेरकला पाहू शकेन, पण त्याला मी दिसणार नाही असं काही करता येईल का? म्हणजे मग प्रत्यक्ष भेटण्याआधी तो इतर रोबोंना काय सांगतोय हे मला अगोदरच समजावून घेता येईल.”

जॉर्ज आता बोल्ट्झमान काय करतो हे पाहू लागला. त्याच्या भुवया पूर्ववत झाल्या, “बाजूची बाल्कनी! मी तुला तिथं घेऊन जाऊ शकतो. तिथून तुला माझा महान मालक आणि खालचा नियंत्रण कक्ष याचं चांगलं दृश्य बघता येईल. हे चालेल ना तुला?”

बोल्ट्झमान त्याच्या आज्ञावलीनुसारच पण त्याच्याशी इतक्या चांगुलपणानं वागत होता की, अशा तऱ्हेनं आपण त्याला फसवतोय याचं जॉर्जला वाईट वाटलं. पण मग तो एक फक्त रोबो आहे, असं त्यानं स्वत:ला कठोरपणानं बजावलं. ‘तो जिवंत माणूस नाही आणि त्याला भावनाही नाहीत. त्यामुळं त्याचं मन दुखावण्याचा प्रश्नच येत नाही,’ असं असलं तरी, बोल्ट्झमान हे एक यंत्र आहे हे माहीत असूनही त्याचा निरागस चेहरा पाहून जॉर्ज काही क्षण थबकला. बोल्ट्झमान हा यंत्र आणि माणसं यांना विभागणाऱ्या रेषेवर होता आणि त्याच्याशी कसं वागावं हे ठरवणं खरोखरच अवघड होतं. पण मग जॉर्जनं स्वत:ला सावरलं.

यंत्रांना माणसांप्रमाणे वागवलं तर त्यांना काय वाटेल या विचारात पडून चित्त विचलित होऊ देण्याची ही वेळ नव्हती.

"उत्तम." जॉर्ज म्हणाला, "बोल्ट्झमान, मला तिकडं घेऊन चल."

१७

बाजूच्या बाल्कनीत उभं राहून जॉर्जनं खाली दिसणाऱ्या मिशन कंट्रोलच्या कक्षातलं दृश्य पाहिलं. त्यानं मागच्या खेपेस पाहिलं होतं तसंच ते होतं. भिंतींवरचे भव्य पडदे आणि संगणकांच्या अनेक रांगा. पण हे सगळं जरी पूर्वीसारखंच असलं तरी तिथलं वातावरण मात्र पूर्णपणे निराळं होतं. या खेपेसही मागच्याप्रमाणे भरपूर गर्दी होती. पण ती उत्साहानं बडबडणाऱ्या लहान मुलांची किंवा त्यांच्या आई-वडिलांची नव्हती. तिथं फक्त रोबोंचा, धातू एकमेकांवर आपटल्याचा आवाज येत होता. ते आता कक्षात ठिकठिकाणी जाऊन उभे राहत होते.

जॉर्जनं बाल्कनीच्या कडेवरून डोकावून पाहिलं आणि आपल्याला वाटलेली भीती खरी आहे, हे त्याच्या लक्षात आलं. खाली होणारी हालचाल फक्त रोबोंची

होती. त्यात एकही माणूस नव्हता. हे रोबो बोल्ट्झमानसारखे चांगले वागणारे नाही तर क्रुद्ध आणि उग्र वाटणारे ते ताकदवान रोबो होते. असेच रोबो तो आणि ॲनी चंद्रावर असताना धावून आले होते. त्यांची आणि या इथल्या सर्व रोबोंची बनावट एकच आहे हे जॉर्जच्या लक्षात आलं. जॉर्जचा श्वासोच्छ्श्वास वेगानं होऊ लागला होता. रोबो क्रांतीनं कॉस्मोड्रोम-२चा ताबा घेतला होता की काय? त्याचा आणि एरिकना तिथून तडकाफडकी काढून टाकलं जाण्याचा काही संबंध असेल का?

जॉर्जला उत्तरासाठी फार वेळ वाट बघावी लागली नाही. जणू काही जादूच झाली असल्याप्रमाणे कक्षाच्या मध्यभागी एक मानवी आकृती आली. बरोबर कोणीही नव्हतं. मागच्या भव्य पडद्यांवर आता दिसणारी दृश्यं जॉर्जनं अगोदर पाहिलेल्या दृश्यांपेक्षा वेगळी होती. मागच्या खेपेस शुक्रावरचे ज्वालामुखी, प्लूटोवरचे नायट्रोजनचे हिमखंड वगैरे वेगवेगळ्या भागांच्या प्रतिमा दिसत होत्या. त्यात युरोपाची एकही प्रतिमा नव्हती. पण आत्ता सर्व पडद्यांवर एकच प्रतिमा होती. विचित्र अशा गडद निळ्या रंगाच्या या जगात अंधूक प्रकाश होता. तो गडद अशा द्रवपदार्थातून गाळून आल्यासारखा मंद होता.

ही प्रतिमा युरोपाची असेल का? पण जॉर्जला आता जास्त विचार करण्याएवढा वेळ नव्हता कारण बोल्ट्झमानच्या धातूच्या बोटानं त्याला ढोसलं होतं, "बघ!" तो उत्साहानं कुजबुजत म्हणाला, "माझा मालक! अलिओथ मेरक!"

जॉर्जनं आता बाल्कनीतून आणखी वाकून नीट बघितलं. मानवी आकृती भोवती उभ्या असलेल्या सर्व रोबोंचं लक्ष तिच्याकडंच होतं. सगळे रोबो पुढची

आज्ञा मिळण्याची वाट पाहत होते हे स्पष्ट दिसत होतं. तिथं प्रमुख कोण आहे हे वेगळं सांगण्याची आवश्यकताच नव्हती. ''पण—'' जॉर्जनं ती आकृती कोण ते ओळखलं होतं, पण आपण काय बघतोय त्यावर त्याचा स्वत:चाच विश्वास बसत नव्हता. तो प्रचंड गोंधळात पडला होता, ''पण— मला हे कळत नाही... अलिओथ मेरक कुठं आहे? मला कसा दिसत नाही?''

''तुझी मानवी नजर तेवढी सदोष नक्कीच असू शकत नाही,'' बोल्ट्झमान म्हणाला, ''मी हे तुझ्या तब्येतीबद्दल मला काळजी वाटत असल्यामुळं बोलतो आहे. पण तुला माझा मालक दिसत कसा नाही? तो तिथं अगदी मध्यावर आहे बघ.''

''तिथं मध्यभागी असणारी व्यक्ती?'' जॉर्ज सावकाश शब्द स्पष्ट उच्चारत म्हणाला, ''मिशन कंट्रोल कक्षाच्या मध्यभागी उभी असणारी व्यक्ती म्हणजेच अलिओथ मेरक आहे याबद्दल तुला खात्री आहे?''

''अर्थातच मला खात्री आहे,'' बोल्ट्झमान म्हणाला. आता तो थोडा दुखावला गेलेला दिसला, ''मी खोटं बोलूच शकत नाही. तशी सोयच नाही हे तुला माहीत आहे. पण तुझी खात्री पटायला हवी असेल तर मी माझ्या मालकाला हाक मारू का?''

''नको!'' जॉर्ज घाईघाईनं हलक्या आवाजात म्हणाला. त्याला कोणत्याही परिस्थितीत त्याच्याकडं लक्ष वेधून घ्यायचं नव्हतं, ''नको-नको. तुझं म्हणणं नक्कीच बरोबर असणार! पण त्याचबरोबर तुझं म्हणणं खरं असूच शकत नाही. ती व्यक्ती म्हणजे अलिओथ मेरक नाही तर रिका डूर आहे...''

जॉर्ज मिशन कंट्रोल कक्षात बाल्कनीतून खाली बघत असताना ॲनीही तिकडंच यायला निघाली होती. तिनं आली होती त्याच भुयारी मार्गातून परत बाहेर पडायचं असं ठरवलं होतं. पण तिनं कुठंतरी वळताना चूक केली असणार, कारण आता ती एकमेकांनी जोडलेल्या कॉरिडॉरच्या एका जाळ्यात शिरली होती. इथं प्रकाश फारच अंधूक होता.

हे सगळे कॉरिडॉर फार पूर्वी बांधलेले वाटत होते, कारण त्यांच्या अनेक विटांचा चुरा झलेला दिसत होता. भिंतींवर गडद हिरवं शेवाळ वाढलं होतं. भुयारांच्या ओलसर छतांवरही शेवाळ होतंच. तिथं एका भिंतीपासून दुसरीपर्यंत अशी कोळ्यांची प्रचंड मोठी जाळी लोंबत होती. ॲनी त्यातल्या एकामधून सरळ आरपार गेली. मग अंगाला चिकटलेली जाळी झटकून टाकायला चांगलीच धडपड करावी लागली. आपण कुठं जातोय याची जराही कल्पना नसूनही ती निर्धारानं पुढं निघाली. तिला फक्त लिओनियानं दिलेल्या प्रकाशाच्या छोट्या

झोताचा आधार होता. कॉस्मोड्रोम-२च्या खाली हे असं घाण भरलेल्या भुयारांचं जाळं का होतं?

ॲनी एकदम भीतीनं थबकली. तिच्या पाठीमागून पण लांब अंतरावरून तिला पावलांचे आवाज ऐकू आले. ती घाईघाईनं पुढं धावली. पण आता काहीतरी वेगळंच घडलं होतं. पायांचा आवाज आता मागून नाही तर ॲनीच्या पुढून ऐकू येऊ लागला होता. ॲनी एकदम मागं वळून पळू लागली आणि सरळ कोणाच्यातरी अंगावर धडकली.

मिशन कंट्रोल कक्षातला जॉर्ज जागीच खिळून उभा होता. तो खाली कक्षात उभ्या असलेल्या रिका डूरकडं बघत होता. तिच्या अंगावर घट्ट बसणारा निळा पोशाख होता. तिनं तिचे सोनेरी केस उत्तम प्रकारे बांधले होते. तिचे ओठ लाल भडक होते. त्या ठिकाणी ती एकमेव मानवी आकृती होती हे उघड दिसत असलं तरी बोल्ट्झमानच्या चेहऱ्यावरचे भाव त्याचा मालक तिथंच असल्याचं स्पष्ट दाखवत होते. जॉर्जला अलिमोथ मेरक तिथं कुठंच दिसला नाही. याचा अर्थ तो त्या वेळी अदृश्य होता की काय? त्यानं आपले कण अशा प्रकारे विरळ करून ठेवले होते का, की मानवी आकृती न वाटताही तो तिथं असावा? या सगळ्याचा अर्थ कसा

लावायचा?

"मित्रांनो, सर्व रोबोंनो आणि देशवासीयांनो!" रिका म्हणाली. ती या क्षणाचा आनंद पुरेपूर उपभोगते आहे हे स्पष्ट दिसत होतं. बोल्ट्झमानप्रमाणे तिच्यासमोर असलेले सगळे रोबोही रोमांचित झालेले भासले, "आपण आपल्या पृथ्वीच्या कहाणीमधल्या आजवरच्या सर्वांत महान क्षणाच्या जवळ आलो आहोत. आपण आता एक अतर्क्य गोष्ट करणार आहोत. यामुळं सगळं काही प्रचंड बदलणार आहे. हीच ती वेळ आहे मित्रांनो! आपण आता सत्तेवर आहोत!"

रिकानं रोबोंना उद्देशून असं भाषण का केलं असावं, असा विचार जॉर्जच्या मनात आला. मग त्याला रिकाच्या डोक्याभोवती फिरणारे ते अगदी छोटे ड्रोन दिसले. हे कॅमेरा बसवलेले छोटे ड्रोन प्रशिक्षणार्थींवर चोवीस तास हेरगिरी करत होते. आपण इथवर कसे काय येऊन पोहोचलो, त्याचं कोडं जॉर्जला उलगडलं. तिची वेगवेगळ्या कोनांमधून असंख्य छायाचित्रं घेण्यासाठी तिनं तिथल्या सगळ्या ड्रोनना बोलावलं होतं. हा तिच्या आयुष्यातला अविस्मरणीय क्षण होता. ती त्या वेळी रोबोंना उद्देशून नव्हे तर नंतर हे सगळं बघणाऱ्यांना उद्देशून बोलत होती हे जॉर्जच्या लक्षात आलं.

"आपण आपल्या सूर्यमालेतील एका चंद्रावरच्या महासागरांमधून सजीवांना मिळवण्यासाठी सज्ज झालो आहोत." रिका पुढं बोलत राहिली, "या जागी सजीव मिळण्याचा सर्वांत जास्त संभव आहे हे नक्की झालं आहे."

जॉर्जचे डोळे आता चाकाएवढे विस्फारले होते, कारण आता पडद्यांवर त्याला परिचित प्रतिमा दिसत होती. नजर जाईल तिथपर्यंत बर्फाळ पृष्ठभाग होता, आणि त्यामध्ये ती मोठमोठी भोकं होती. तिथं उभे असलेले रोबो त्या भोकामधून दिसणाऱ्या गडद रंगाच्या द्रवामधून काहीतरी पकडताना दिसत होते. कॅमेरा आता तिथल्या अनेक भोकांपैकी एकाचं दृश्य जवळून दाखवू लागला होता.

"याचा अर्थ आपण *अर्टेमिस* मोहिमेचा दुसरा टप्पा सुरू करू शकतो," रिका दूर पुढं स्पष्ट करून सांगू लागली, "परंतु या वेळी जगभरात अनेक प्रकारचं अज्ञान भरलेलं असल्यामुळं मी या गुप्त मोहिमेचं थेट प्रक्षेपण दाखवू शकत नाही."

'*अर्टेमिस!*' याचा अर्थ आपण योग्य विचार करत होतो! जॉर्ज मनाशी म्हणाला.

"ही मोहीम पार पडण्यातलं मुख्य आव्हान, अडथळे आणणाऱ्या अडाणी मूर्खांना दूर कसं ठेवायचं हे होतं. आपण कसलेही अडथळे न येता किंवा विलंब न होता ही मोहीम पुढं न्यायला हवी. कुठंही विलंब झाला तर माझ्या दूरदृष्टीनं

तयार केलेल्या महान बेताला घातक ठरेल. माझ्या बेतांवर आक्षेप घेणाऱ्या त्या भुरट्या वैज्ञानिकांना जर मी दूर सारलं नसतं तर त्यांच्या त्या नैतिकतेनं आणि समित्यांनी माझ्या बेताला कधीच मान्यता दिली नसती.''

''पण आता माझा विजय झालेला आहे आणि कॉस्मोड्रोम-२ माझ्या मालकीचा आहे! मी आता युरोपावर मानवसहित यान पाठवतो आहे. तिथं यानामधून पाठवलेले लोक वसाहत स्थापन करतील आणि गुरूच्या या विलक्षण उपग्रहावर माझे रोबो सजीवांचा जो शोध घेत आहेत त्याला मदत करतील. यामधल्या काही जणांनी त्यांच्या टिकून राहण्याची क्षमता असल्याचं सिद्ध केलं आहे. हे यान युरोपावर पोहोचेल तेव्हा हे लोक त्यांच्या वयाच्या मुख्य भरात असतील. हे हुशार तरुण अंतराळवीर मी जे प्रयोग करायचं ठरवलं आहे ते सगळे पूर्ण करतील आणि मोहिमेची सगळी कामं पार पाडतील. आणि समजा ते यशस्वी झाले नाहीत तर मी असावीत म्हणून राखीव प्रारूपं पाठवली आहेत.''

''युरोपावरील सजीवांच्या उगमाचा शोध घेण्यापासून आता आम्हाला कोणीही थांबवू शकत नाही. एकदा का हे कळलं, की विश्वातल्या सजीवांचा उगम कसा झाला तर याचं कोडं सुटेल. एकदा का ते रहस्य कळलं की मग आपल्याला हवे तसे नवीन सजीव बनवू शकू. मी तुम्हा सगळ्यांना जिवंत करीन! तुम्ही मग नुसते रोबो राहणार नाही. तुम्ही माझे विश्वासू सेवक व्हाल आणि माझी शूर रोबोची फौज त्यातून उभी राहील. मी तुम्हाला युरोपावर पाठवीन. तिथं माझी सेवक माणसं तुम्हाला खरेखुरे सजीव बनवतील.''

सगळ्या रोबोंनी आनंदानं आरोळ्या ठोकल्या.

''परग्रहावरच्या सजीवांमुळं विश्वात आणि पृथ्वीवर सजीव कसे निर्माण झाले हे उमजून येईल. एकदा का हे झालं की आपण या पृथ्वीवर राज्य करू! पाणी असलेला आणि सजीवांना यथायोग्य वातावरण असणारा हा ग्रह आपल्या मालकीचा असेल. इतकंच नव्हे तर गुरूचा तो निळा चंद्र युरोपाही आपल्याच मालकीचा असेल. पुढची पाळी मंगळाची. आपण म्हणू तो ग्रह आपल्या मालकीचा होईल. त्यामुळं भविष्यात एखाद्या अवकाश संशोधन कंपनीनं किंवा देशानं त्या ग्रहावर मोहिमा काढायच्या असं ठरवलं तर काय होईल याचा अंदाज बांधा! आपण तिथं अगोदरच गेलेलो असू. जेव्हा ते लोक

तिथं उतरतील तेव्हा त्यांना आश्चर्याचा धक्का बसेल, कारण तिथं माझी रोबो-माणसं किंवा मानवी-रोबो अगोदरच हजर असतील!''

हे सगळं ऐकत असताना आणि अधिकाधिक भेदरत असताना जॉर्जला हे जाणवलं की, रिकाचा आवाज हळूहळू जड होत चालला होता. जॉर्जनं काहीतरी स्पष्टीकरण मिळण्याच्या आशेनं बोल्ट्झमानकडं पाहिलं. हे सगळं काय चाललं होतं? परत कधीही न येण्याच्या प्रवासासाठी सूर्यमालेत कोण जात होतं? ही *अर्टेमिस* मोहीम नेमकी काय आहे? रिकाच्या सगळ्या बोलण्याचा अर्थ काय होता? आणि अलिओथ मेरक कुठं होता? जॉर्ज हे विचारण्यासाठी बोल्ट्झमानकडं वळला. पण त्याक्षणी काहीतरी भयंकर घडलं होतं. खाली उडत असलेल्या ड्रोन कॅमेऱ्यानं बाल्कनीमधली ही हालचाल टिपली होती.

जॉर्जला पुढच्याच क्षणी आपल्या अगदी तोंडासमोर स्थिर राहून बघणारा ड्रोन दिसला. त्या ड्रोननं तत्काळ जॉर्जची प्रतिमा पाठवली होती. आता भव्य पडद्यांवर सगळीकडं आ वासलेलं जॉर्जचं तोंड दिसलं. जॉर्जला असा जबरदस्त धक्का आजवर कधीही बसला नव्हता! पण पडद्यावर नुसतीच जॉर्जची प्रतिमा आली असं नाही तर कक्षातला स्पीकर एकदम बंद पडला. मग अंगावर काटा आणणारा मोठा आणि चिरका आवाज आला. ''त्याला पकडा!''

१८

तिकडं भुयारात असलेल्या ॲनीनं किंचाळण्यासाठी तोंड उघडलं. पण तिच्या मागावर असणारी व्यक्ती फार चलाख होती. एका हातानं तिचं तोंड घट्ट दाबून धरलं. त्यामुळं ॲनीच्या तोंडातून आवाज बाहेर पडला नाही.

''ॲनी!'' एक परिचित हाक आली. ''मी आहे! लिओ! जरादेखील आवाज काढू नकोस!''

सुटल्याच्या आनंदात ॲनीचं ताणलेलं शरीर सैल पडलं. म्हणजे तिला कोणी पकडलं नव्हतं तर, लिओनियानं ॲनीच्या तोंडावरचा हात दूर केल्यावर तिनं मागं वळून तिच्या सहकारी मैत्रिणीकडं पाहिलं. पण लिओनिया इथं कशी काय आणि तिला आपण कसं सापडलो?

जणू काही ॲनीचे विचार वाचत असल्याप्रमाणे लिओनियानं तिचं मनगट ॲनीच्या तोंडासमोर धरलं. तिनं ॲनीला दिलं होतं अगदी तंतोतंत तसंच घड्याळ लिओनियाच्या मनगटावर होतं. ''या घड्याळात माग काढण्याची सोय आहे. तू परत आली नाहीस म्हणून मी तुझा शोध घ्यायचं ठरवलं.''

''अशी दोन घड्याळं आहेत हे मला सांगितलं नव्हतंस,'' ॲनीनं तक्रारीचा स्वर लावला. आता ती पुन्हा बोलण्याच्या स्थितीत आली होती.

''तुझ्यावर विश्वास ठेवायचा की नाही हे मला कळत नव्हतं,'' लिओनिया शांतपणे म्हणाली.

''उत्तम!'' असं ॲनीनं तिरकसपणे फटकारलं असलं तरी आपणही लिओनियाच्या बाबतीत नेमका असाच विचार केला होता हे तिला जाणवत होतं.

''पण तू विमान ज्या पद्धतीनं उतरवलंस ते बघितल्यावर तुझ्यात दम आहे हे माझ्या लक्षात आलं.'' लिओनिया हसत म्हणाली.

''हं... मलाही तुझ्याबद्दल अगदी असंच वाटलं होतं,'' ॲनीनं हे बोलून आपलं मन साफ करून घेतलं.

"हं... तर मग नेमकं काय चाललंय? तू काय शोधून काढलंस?"

"काहीतरी गडबड आहे, हे आपल्याला कळलं आहेच. जगातल्या कुठल्याही शिबिरात लहान मुलांना विमान उडवायला दिलं जात नाही."

"मान्य आहे; पण त्यात खरोखर मजा आली. तेव्हा तसं लहान मुलांना करून द्यायला हरकत नाही."

"नाही!" ॲनीला लिओनियाचं हे बोलणं आवडलं नाही.

"फक्त गंमत गेली."

"वॉव... तुला आता गंमत करण्याचीही सवय लागली म्हणायचं."

"ही सगळी मजा मला माहीतच नव्हती... नाचणं... गाणं..."

"बरं ते असू दे." ॲनी सांगू लागली, "कोणाच्यातरी रडण्याचा आवाज मला ऐकू आला म्हणून मी शोध घेऊ लागले. पण तो एक सापळा होता. आपल्यापैकी कोणी रात्री बाहेर हिंडत असेल तर त्यांना पकडण्यासाठी. कारण असं फिरणाऱ्या एका मुलीला एक रोबो पहाटेकरी उचलून घेऊन गेलेला मी पाहिलं."

"हे रोबो संध्याकाळी सगळीकडंच असतात," लिओनिया शहारत म्हणाली, "इथं फार कोणी माणसं राहिलेली नाहीत असं मला वाटतं. इतर प्रशिक्षणार्थींना ते रोबो कुठं नेत असतील असं तुला वाटतं?"

"इथंच कुठंतरी या जमिनीखालच्या भुयारांमध्ये बहुधा... बरं, आपण कुठं आहोत?"

"तुला माहीत नाही?" लिओनिया चकित झाली होती, "मागच्या युद्धाच्या वेळेच्या एका अस्त्र कारखान्याच्या जागी ही कॉस्मोड्रोम-२ संस्था आहे. त्या वेळी बॉम्ब वर्षावाची भीती न बाळगता कामगारांना काम करता यावं म्हणून ही जमिनीखालची भुयारं तयार करण्यात आली होती. म्हणूनच ही जागा गुप्त आहे. युद्धाच्या वेळी ह्या जागेला गुप्तपणाचा दर्जा होता. युद्ध संपलं पण तो दर्जा तसाच राहिला..."

"म्हणूनच ही जागा कोणत्याही नकाशावर दिसत नाही तर!" ॲनी म्हणाली,

"तुला इथं भुयारातले मार्ग ठाऊक आहेत का?"

लिओनिया काहीतरी गुणगुणली. "खरं सांगायचं तर नाही ; पण मला भौगोलिक जागांचा अंदाज करण्याचं वरदान आहे. मी एखाद्या ठिकाणी अगोदर कधीही गेले नसले तरी मला माझा मार्ग शोधता येतो... तुला कुठं जायचं आहे?"

"मिशन कंट्रोल कक्ष. जर इथं काय चाललं आहे, हे कळून घ्यायचं असेल तर तीच एक जागा आहे. शिवाय जॉर्जही तिथंच सापडेल असं मला वाटतं."

लिओनिया जसं म्हणाली तसं ते कौशल्यं तिच्याकडं खरंच होतं. शांतपणानं

तिनं ॲनीला त्या अंधाऱ्या, दमट आणि जुनाट भुयारांच्या जंजाळातून बरोबर बाहेर नेलं. तिला कुठून बाहेर पडायचं याचा अचूक अंदाज आला होता, कारण तिनं ॲनीला नेमकं मिशन कंट्रोल कक्षाच्या इमारतीत आणलं होतं.

"आता पुढं?" दोघी एका कॉरिडॉरमध्ये उभ्या असताना लिओनियानं विचारलं. त्यांना मिशन कंट्रोलच्या कक्षातून ऐकू येणारा मोठा गोंगाट स्पष्ट कळत होता.

"नाही. तिकडं नको," ॲनी म्हणाली, "नाहीतर आपण सरळ कोणाच्यातरी तावडीत सापडू. ओह!..." ॲनीला तिनं आणि जॉर्जनं पाहिलेल्या ऑफिसच्या खोल्यांची रांग आठवली, "माझ्या लक्षात आलं. चल इकडून जाऊ."

या खेपेस ॲनीनं एरिकच्या ऑफिसचं दार ढकलून पाहिलं तर ते सहज उघडलं. आतमध्ये अंधार होता आणि खूप गार वाटत होतं. मध्यभागी एक टेबल होतं. पण त्याच्यावर कागदांचे ढीग, पुस्तकं, चहाचे उष्टे कप आणि एरिकना मिळालेले चमत्कारिक आकाराचे पुरस्कार हे काहीही नव्हतं. फळा मात्र होता आणि त्यावर एरिकनी लिहून ठेवलेल्या अनेक गोष्टींची गिचमीड होती. घरातून जशा इतर गोष्टी नेण्यात आल्या होत्या तसंच इथंही घडलं होतं. याखेरीज खोलीत काहीच नव्हतं.

ॲनी खोलीत मध्यभागी उभी राहून विचार करू लागली. त्यांना उपयोगी पडणारं तिथं नक्कीच काहीतरी असणार. तिनं कपाटं उघडून पाहिली. पण तिची निराशा झाली कारण कपाटं पूर्णपणे रिकामी होती.

"तू काय शोधते आहेस?" लिओनियानं विचारलं.

"काहीही."

"हे असलं काही का?" लिओनियानं एक चपटा चंदेरी रंगाचा लॅपटॉप ॲनीच्या हातात ठेवला.

"ओह माय गॉड! हा कुठं मिळाला तुला?"

"हा इथंच होता. पुस्तकांच्या शेल्फवर."

"ओह माय गॉड!" ॲनी पुन्हा म्हणाली, "हा... हा..." तिनं बटण दाबण्यासाठी हात पुढं केला. पण कॉसमॉस अगोदरच सुरू झालेला होता.

"अखेर का होईना."

लॅपटॉप बोललेला पाहून लिओनियानं

जागीच उडी मारली.

"तुला किती वेळ लागणार आणखी याचाच मी विचार करत होतो."

"कशासाठी?"

"मी तुला संदेश पाठवत होतो," कॉसमॉस पुढं बोलू लागला, "अर्थातच एका वेळी एकच संदेश."

"माझ्याजवळ फोन नाही! टॅब्लेटही नाही," ॲनी म्हणाली, "आणि इथं आम्हाला इंटरनेटही वापरता येत नाही."

"हं... मला ते माहीत आहे. अखेर मी जगातला सर्वांत हुशार संगणक आहे. म्हणजे अगदी आत्ताआत्तापर्यंत होतो. पण आता माझी क्षमता खूपच कमी करण्यात आली आहे. म्हणूनच मी तुला अत्यंत महत्त्वाची माहिती पाठवली. त्यामुळं कधीच जी पद्धत पूर्णपणे आपल्यापासून काढून घेता येणार नाही त्या पद्धतीनं मी तुला संदेश पाठवला."

"तू तो कसा पाठवलास?" ॲनीनं विचारलं, "आणि कुठं?"

"मी तुला एक घरगुती संदेश पाठवला. तू अंतराळवीर प्रशिक्षण शिबिरात असताना."

"ओह! म्हणजे तू तो पाठवला होतास तर!" ॲनीनं खिसे धुंडाळले आणि एक अत्यंत चुरगळलेला कागदाचा तुकडा बाहेर काढला, "हा बघ! आणि तू काय म्हणालास..." ॲनीला एकदम तो 'आपली क्षमता खूपच कमी करण्यात आली आहे' असं म्हणाल्याचं आठवलं, "तुझी क्षमता खूप कमी केली गेली आहे असं तू का म्हणालास?"

"मी..." कॉसमॉस नाटकीपणानं म्हणाला, "मी आता कॉसमॉस राहिलेलो नाही."

"आहेस!" ॲनी म्हणाली, "हे बघ... मी सहा वर्षांची होते तेव्हा मी तुला लावलेला फुलांचा स्टिकर अजून इथं आहे."

"तांत्रिक दृष्टीनं बघितलं तर माझं हार्डवेअर तेच आहे," कॉसमॉसनं मान्य केलं. पण तुझ्या आदरणीय वडिलांना जसं निवृत्त करण्यात आलं तसं मलाही निवृत्त करण्यात आलं आहे. मी आता कॉसमॉस राहिलेलो नाही!"

"पण मला हे कळत नाही की तू सुरू आहेस आणि तल्लखही आहेस. पण तू इथं नुसताच कसा काय बसला आहेस? तू कॉसमॉस आहेस हे उघड असूनही तू आपण कॉसमॉस नाही असं कसं काय म्हणू शकतोस? तू जर कॉसमॉस नाहीस तर मग तू कोण आहेस? आणि जर तू कॉसमॉस नाहीस असं म्हणत असलास तर मग कॉसमॉस कुठं आहे?"

"आता नवीन कॉसमॉस आहे," तो महान महासंगणक म्हणाला, "आणि

ज्यानं माझी जागा घेऊन कॉसमॉस हे नाव धारण केलं आहे ती एक टॅब्लेट आहे.'' कॉसमॉसनं टॅब्लेट हा शब्द अतिशय तिरस्कारानं उच्चारला होता, ''ते एक हास्यास्पद तंत्रज्ञान आहे आणि कॉसमॉस हे नाव धारण करायची त्या तंत्रज्ञानाची लायकी नाही.''

ॲनी आणि लिओनियाच्या समोर जो कॉसमॉस होता तो त्याचा अगदी अलीकडचा अवतार होता. संगणकाच्या दीर्घ इतिहासाच्या काळात कॉसमॉसची अनेक मॉडेल बनवण्यात आली होती. सुरुवातीचा कॉसमॉस हा एवढा मोठा होता की, एरिकच्या विद्यापीठातील विभागाचं सगळं तळघर त्यानं व्यापलं होतं. हळूहळू कॉसमॉसमध्ये अनेक सुधारणा होत गेल्या आणि त्याचा आकार कमी कमी होत गेला अखेर त्याचा आकार सर्वसामान्य लॅपटॉपएवढा झाला होता; पण तो सामान्य लॅपटॉप नाही हे ॲनीला माहीत होतं.

''काळजी करू नकोस,'' कॉसमॉस उपरोधानं म्हणाला, ''टॅब्लेट कॉसमॉसला फारसं काही करता येत नाही.''

''टॅब्लेट कॉसमॉस अवकाशात घेऊन जाऊ शकतो का?''

''तात्त्विक दृष्टीनं बोलायचं तर होय,'' कॉसमॉस मिश्कीलपणानं म्हणाला. ''पण वास्तवात नाही. म्हणूनच तर शेण चेहऱ्याची म्हातारी फार रागावलेली आहे.''

''शेण चेहऱ्याची म्हातारी म्हणजे?'' ॲनीनं विचारलं. पण तिला अंदाज आला होता.

''रिका,'' कॉसमॉस घृणेनं म्हणाला, ''ती दुष्ट, आपण वैज्ञानिक आहोत असं ढोंग करणारी. तिनंच तर एरिकना काढून टाकलं. माझी प्रणाली अस्थिर केली. तिनं ती तिच्या कॉसमॉस मॉडेलमध्ये हस्तांतरित करण्याचा प्रयत्न केला होता. त्यामुळं असं झालं. ती आधी इथ आली होती. अवकाशात जाण्यासाठी दरवाजा उघडावा म्हणून ती माझ्यावर जबरदस्ती करत होती.''

''वैज्ञानिक आहोत असं ढोंग करणारी म्हणजे? रिका वैज्ञानिक आहे. खूपच प्रख्यात, हे तुला माहीत असेलच.''

''होय. ते मला माहीत आहेच.'' कॉसमॉस म्हणाला, ''खरी रिका डूर ही फार मोठी वैज्ञानिक आहे. पण तू ज्या व्यक्तीला पाहिलंस ती प्राध्यापक रिका डूर होती याबद्दल तुला खात्री आहे?''

''हं... म्हणजे ती रिका डूरसारखी दिसते!'' आता लिओनियानं संभाषणात भाग घेतला. ''मी इंटरनेटवर पाहिला होता तिचा फोटो, तशीच ती दिसत होती म्हणा.''

''म्हणजे ती कोणी निराळी व्यक्ती आहे?'' ॲनीनं विचारलं, ''रिकासारखी?''

"पण ती कोण असू शकेल? आणि कशासाठी?" लिओनियानं विचारलं. ॲनीच्या अंगातून एक थंड लहर गेली. "आणि तू असं म्हणालास की तिनं इथं येऊन तुला पोर्टल उघडायला सांगितलं होतं?"

"होकार."

ॲनीनं कॉसमॉसवर काय काय झालं हे बघण्याचा प्रयत्न केला. पण प्रत्येक वेळी लाल पट्टीवर शब्द उमटत होते. "प्रवेश नाकारण्यात येत आहे."

"हं... तर तू रिकाला अवकाशात प्रवेश करू दिला नाहीस!" ॲनी म्हणाली, "हे बघ..." ॲनीनं पडद्यावर संकेतांच्या काही ओळी आणल्या होत्या. एखादी रंजक कहाणी वाचावी इतक्या सहजपणे ती त्या ओळी वाचत होती, "हं... तर रिका इथं आली... तिनं तुला पोर्टल उघडायला सांगितली आणि मग तुला असाच चालू ठेवून ती रागानं निघून गेली..."

"पण..." कॉसमॉस घाईघाईनं म्हणाला, "आपल्याजवळ फारसा वेळ नाही."

"वेळ नाही... कशासाठी?" लिओनियानं विचारलं. एखादा संगणक बोलतोय याचा तिला बसलेला धक्का आता ओसरला होता.

"रिकाला मी पोर्टल उघडून द्यायला हवी होती याचं कारण म्हणजे तिनं जे मॉडेल बनवलं आहे ते सदोष आहे."

"बरं मग?" ॲनीनं विचारलं, "ती जर सदोष पोर्टल उघडून अवकाशात जायचा प्रयत्न करत असेल तर आपण त्याबद्दल चिंता का करायची?"

"रिका रोबोंना अवकाशात पाठवण्यासाठी निराळ्या पद्धतीचा वापर करत आहे. तुला माहीत आहे तशी संगणकानं बनवलेली पोर्टल नव्हे तर ती एक प्रकारचं क्वांटम टेलीपोर्टेशनचं तंत्रज्ञान वापरते," कॉसमॉस पुढं सांगू लागला, "ती अगोदर टॅब्लेट कॉसमॉस वापरून अणूंचा साठा करून घेते आणि मग त्यामधून रोबोचं एक प्रकारे प्रिंटिंग करते. आणि आता तिला सेंद्रिय रसायनं वापरून परग्रहावरील डीएनए रेणूंची प्रतिकृती तयार करायची आहे...!"

"म्हणजे हे टेलीपोर्टेशनचं तंत्र सजीवांसाठी उपयोगी पडतं का हे तिला बघायचं आहे." आपण काय म्हणतोय त्या वाक्यातली भीषणता तिला पूर्णपणे कळत होती.

"बरोबर." कॉसमॉस म्हणाला, "तिला सूर्यमालेतील इतर ठिकाणांहून सजीव इथं आणायचे आहेत..."

"सजीव?" लिओनिया म्हणाली, "सूर्यमालेत सजीव? पण आपल्याला अजून तसे सजीव कुठंही आढळलेले नाहीत!"

"तशी फक्त शक्यता आहे..." कॉसमॉस रहस्यमय स्वरात म्हणाला, "... आणि तिला क्वांटम टेलीपोर्टेशन वापरून मानवांना अवकाशात पाठवता येतं का

तिथं कुणी आहे का? 

विश्वाबद्दल जाणून घेण्यासाठी आपल्याला अणूंबद्दल माहिती हवी. त्यांना एकत्र ठेवणाऱ्या बलांबद्दल माहिती हवी. त्याचप्रमाणे अवकाश आणि काल यांचे विविध पैलू, ताऱ्यांचा जन्म-मृत्यू आणि आकाशगंगांचं नृत्य हेदेखील माहीत पाहिजे.

पण हे पुरेसे नाही. यामुळं सर्व गोष्टींचं स्पष्टीकरण मिळत नाही. त्यामुळं विश्वातील ताऱ्यांकडून येणाऱ्या प्रकाशाबद्दल समजू शकतं, पण पृथ्वीवरच्या प्रकाशाबद्दल नाही.

पृथ्वीवरच्या प्रकाशाबद्दल जाणून घेण्यासाठी आपल्याला सजीवांबद्दल आणि मन याबद्दल माहीत पाहिजे.

कदाचित विश्वात कुठंतरी बुद्धिमान सजीव आपल्या ग्रहावरील प्रकाश बघत असतील आणि त्यांना त्याचा अर्थही कळत असेल.

का असं आहे की, आपल्या ग्रहावरचा प्रकाश सजीवहीन विश्वात नुसताच पसरतो आहे? हे फक्त कोणीही न पाहिलेले संदेश आहेत, असं सांगणारे की एका खडकावर विश्वाला स्वतःच्या अस्तित्वाचा शोध लागला आहे?

काहीही असलं तरी यापेक्षा मोठा प्रश्न नाही. आता या प्रश्नाचं उत्तर शोधायला सुरुवात करण्याची गरज आहे. पृथ्वीबाहेरच्या सजीवांचा शोध घेण्याचं काम आता करायलाच हवं आहे.

आपण सजीव आहोत आणि बुद्धिमानही. तेव्हा आपल्याला हे कळायलाच हवं...

– स्टीफन

ते पाहायचं आहे.'' कॉसमॉस आता गंभीर झाला होता.

''आणि काही गडबड झाली तर तिला स्वत:लाच क्वांटम टेलीपोर्टेशन वापरून अवकाश प्रवास तर करायचा नाही ना?'' ॲनीला आता हे समजू लागलं होतं,

''म्हणून तिला तू किंवा टॅब्लेट कॉसमॉस यांनी...'' ॲनीनं टॅब्लेट कॉसमॉस असा उल्लेख करताच कॉसमॉसनं नाक फेंदारल्यासारखा आवाज काढला, ''म्हणजे तिनं इतरांना त्या क्वांटम टेलीपोर्टी... की जे काही असेल त्यानं अवकाशात पाठवायचं आणि स्वत: मात्र पोर्टलमधून जायचं असं काही तिला करायचं होतं?''

''तू नेहमीप्रमाणे अगदी बरोबर बोललीस,'' कॉसमॉस म्हणाला, ''पण आपण आता घाई करायला हवी, कारण क्वांटम टेलीपोर्टेशनला आता सुरुवात होते आहे. बाहेर जाण्याचा प्रवास अगदी सरळ असला तरी परतीचा प्रवास अत्यंत धोकादायक असेल. केवळ त्या प्रवाशासाठीच नाही तर सगळ्या पृथ्वीसाठी. कारण परत येताना काही सजीव त्यांच्याबरोबर पृथ्वीवर आले तर...''

''ओह माय गॉड!'' ॲनी म्हणाली, ''पण ती कोणाला अवकाशात पाठवते आहे? आणि कुठं?''

''तिला तिच्या दृष्टीनं आदर्श प्रवासी सापडला असणार असं मला वाटतं.'' कॉसमॉसनं तो पोर्टल तयार करण्यासाठी जसे प्रखर प्रकाशझोत वापरायचा तसे झोत बाहेर सोडले.

लिओनियानं दरवाजाचा आकार तयार होताना पाहून आ वासला. प्रथम त्याची धूसर रूपरेषा तयार झाली आणि मग दरवाजाचा आकार पक्का झाला. दार उघडलं आणि मग त्या पलीकडचं धुक्यात अर्धवटं बुडालेलं निळं जग दिसू लागलं. नजर जाईल तिथपर्यंत फक्त बर्फ दिसत होता. त्या दृश्यामुळं लिओनियाच्या घाऱ्या डोळ्यांत चंदेरी प्रकाश चमकू लागला होता. ती अवाक होऊन बघत होती.

ॲनीला चटकन आपण काय बघतोय याचा अंदाज आला. ''कॉसमॉस...'' तिच्या स्वरात चिंता वाटत होती, ''...मला पृष्ठभागावर काहीतरी हालचाल दिसते आहे. हा युरोपा आहे. बरोबर? आणि तिथं हे काय चालू आहे?'' ॲनीला दूर अंतरावर बर्फातल्या भोकाजवळ काहीतरी रचना दिसल्या. ती एखादी छावणी असावी असं वाटत होतं. काहीजण काहीतरी करताना दिसत होते. काहीजण बर्फाच्या कवचात काहीतरी खुपसताना दिसले.

कॉसमॉसनं दरवाजाचा आकार थोडा बदलून दृश्य बदललं. आता लिओनिया आणि ॲनीला तिथं काय चाललं आहे ते स्पष्ट दिसू लागलं.

''ते तिथं काय करत आहेत?'' ॲनी डोळे बारीक करून बघत म्हणाली.

"ते बर्फात भोकं पाडत आहेत," बाजूला उभी असलेली लिओनिया म्हणाली, "आर्क्टिक प्रदेशात राहणारे इनुइट लोक जसं बर्फात भोकं पाडून मासेमारी करतात तसं हे वाटतंय."

"बरोबर आहे!" ॲनी नि:श्वास टाकत म्हणाली, "लिओ ते मासेमारीच करत आहेत. पण मासे नाही तर बर्फाच्या कवचाखालच्या पाण्यात असलेले सजीव ते पकडत आहेत..."

"युरोपावर? आणि ते रोबो तर इथं कॉस्मोड्रोम-२ मधल्या रोबोसारखेच मला दिसत आहेत. पण ते असे सजीव..."

"*अर्टेमिस* मोहिमेतले लोक तिथं पोहोचतील तेव्हा त्यांना संशोधनासाठी म्हणून ते नमुने गोळा करून ठेवत आहेत!" ॲनी कपाळावर हात मारत म्हणाली.

"मला हे समजत नाही... तू आत्ताच म्हणालीस की क्वांटम टेलीपोर्टेशन वापरून ती रिका परग्रहावरचे सजीव इथं पृथ्वीवर आणण्याचा प्रयत्न करत आहे..."

"होय. ते बरोबर आहे. पण तिला हे माहीत असावं की हे काम नीट होणार नाही," ॲनी म्हणाली, "म्हणजे कदाचित रिकाला हवं तसं होणार नसणार म्हणून तिनं *अर्टेमिस* हा पर्यायी बेत तयार ठेवला आहे. त्याचंच नाव *अर्टेमिस*.

शिवाय ते उड्डाणासाठी तयार असणाऱ्या अवकाश यानाचंही नाव आहे.''

"कुठं? युरोपावर जाण्यासाठी?'' लिओनियानं विचारलं.

"ते माझ्या लक्षात आलं आहे ; पण प्रश्न असा आहे की ती कोणत्या माणसांना पाठवणार आहे?... मला आता असा संशय येऊ लागला आहे की... ती बहुधा आपल्याला पाठवायचा विचार करते आहे.''

"आपल्याला?'' लिओनिया म्हणाली, "तू काय म्हणालीस... आपल्याला? पण आपण तर मंगळावर जाणार होतो... तेदेखील आत्ता नाही तर कित्येक वर्षांनी! त्यासाठीचं प्रशिक्षण घेण्यासाठीच आपण इथं शिबिरात आलोय. होय ना?''

"मला वाटतं की बुद्धिमान मुलांना एकत्र करण्यासाठी हे शिबिर म्हणजे एक फक्त नाटक होतं.''

"हं... तिला उन्हाळ्याच्या सुट्टीत अवकाश संशोधनाबद्दल उत्सुक असणारी बुद्धिमान आणि महत्त्वाकांक्षी पोरं भरपूर प्रमाणात मिळाली.''

"तिला जगातली सर्वांत बुद्धिमान आणि चलाख मुलं मिळाली. अशी की, जी दुसऱ्या ग्रहांवर टिकून जगण्याची शक्यता आहे. तिला मुलांना पाठवायचं आहे कारण...''

"कारण तिला वाटतं की तुमच्यासारखी मुलं-मुली नवीन तंत्रज्ञानाशी पटकन

जुळवून घेतात. ती त्यांना डिजिटल नेटिव्ह म्हणते.'' कॉसमॉस म्हणाला. त्यानं नाकानं सूं सूं केल्यासारखा आवाज काढला. ''तुमच्यासारखी मुलं-मुली, विशेषत: संगणकावर गेम खेळणारी आणि आभासी वास्तवाचा परिचय असणारी मुलं-मुली धोकादायक परिस्थितीत उत्तम अनुकूलन करण्यात तरबेज असतात.'' ''तेव्हा ती मुला-मुलींना अवकाशयानातून पाठवणार आहे आणि राखीव म्हणून काही जणांना निलंबित चेतनावस्थेत ठेवून.'' ॲनी म्हणाली. लिओनियानं प्रश्नार्थक चेहरा केला, ''ही दक्षता जर अंतराळवीरांना काही कारणानं... मी तुला नंतर सांगते.''

ॲनी आणि लिओनिया बोलत असताना तिकडं युरोपावरच्या छावणीजवळ एक भुतासारखी दिसणारी आकृती आली. लिओनियानं किंचाळू नये म्हणून ॲनीनं तिच्या तोंडावर हात ठेवला. ही आकृती म्हणजे एखादा रोबो नसून माणूस आहे हे स्पष्ट दिसत होतं. अंतराळ पोशाख घातलेली ती मानवी आकृती आता अधिक स्पष्ट दिसू लागली... आणि ही आकृती ॲनीनं पृथ्वीवर आणि अवकाशात पाहिली होती.

''नाऽऽऽही!'' ॲनी ओरडली. आपण गप्प राहायला हवं हे ती पूर्णपणे विसरून गेली होती. ''तो जॉर्ज आहे!''

११

“आपल्याला तिथं जाऊन जॉर्जची सुटका करायला हवी,” ॲनी निकडीच्या स्वरात म्हणाली, “आम्हाला अंतराळ पोशाख लागतील. कॉसमॉस, ते कुठं मिळतील?”

“हं… तुम्ही जगातल्या सर्वांत मोठ्या संशोधन केंद्रात आहात,” कॉसमॉस म्हणाला, “तेव्हा कुठंतरी अंतराळ पोशाख असणारच इथं.”

“पण आपल्याला अंतराळ पोशाख कशासाठी हवेत?” लिओनियानं विचारलं. तिचा पोर्टल वगैरे बघण्याचा पहिलाच अनुभव असल्यानं तिला काहीही माहिती नसणं हे स्वाभाविकच होतं.

“कारण आपण या दरवाजातून बाहेर जाऊन जॉर्जला परत आणणार आहोत. रिकानं त्याला क्वांटम टेलीपोर्टेशननं तिथं पाठवलं असणार. आपण त्याला परत आणायचं आहे!”

“अंतराळ पोशाख कुठं असतील ते मी सांगू शकते,” लिओनिया म्हणाली, आपणही काहीतरी मदत करू शकतो याचा तिला आनंद झाला होता, “मी आलेच लगेच परत.” असं म्हणून ती तिथून धावत बाहेर गेली.

ॲनी पोर्टलमधून दिसणाऱ्या जॉर्जच्या आकृतीकडं बघत होती. युरोपाच्या विरळ वातावरणात हळूहळू जॉर्जचा आकार तयार होऊन मग तो घट्ट स्वरूपात येऊ लागला होता.

“मला त्याची पाठवणीची प्रक्रिया या बाजूनं थांबवता येईल का?” ॲनीनं कॉसमॉसला विचारलं.

“शहाणपणाचं होणार नाही. तू ती प्रक्रिया मध्येच थांबवलीस तर तुला जॉर्ज संपूर्ण स्वरूपात परत कधीच मिळणार नाही. अर्धा इकडं आणि अर्धा तिकडं असं होण्याची शक्यता आहे. माझ्या अंदाजानं त्याला पाठवण्याची प्रक्रिया…” कॉसमॉसनं गणित केलं, “… सहा मिनिटांत पूर्ण होईल.”

ॲनीचा चेहरा वेडावाकडा झाला. तिनं आजवर पाहिलेल्या भीषण प्रसंगांपेक्षा हा सर्वांत भयंकर होता. ''रिका हे कसं काय करू शकते?'' तिनं कळवळून कॉसमॉसला विचारलं.

त्या महान संगणकानं, कॉसमॉसनं एक नि:श्वास टाकला. ''माणसांचा अंदाज बांधता येत नाही इतकी ती भयानक असतात. रिका डूर या अत्यंत प्रतिष्ठित आणि प्रख्यात वैज्ञानिकाबद्दल माझं मत असं आहे की, तिचं हे वागणं तिच्या स्वभावाच्या पूर्णपणे विपरीत आहे. पण माणसांशी माझ्या अनुभवांमधून मी हे शिकलो आहे की, माणसं ज्या गोष्टी पूर्णपणे अपेक्षित नाहीत त्याच करण्याची शक्यता भरपूर असते. पण मी जसं म्हणालो त्याप्रमाणे ही व्यक्ती रिका डूर नसेल तर मात्र गोष्ट वेगळी.''

''पण रिका नाही तर ती कोण असणार?'' ॲनीनं विचारलं, ''ती आणि तिचे ते भयंकर रोबो...''

''रोबो फक्त त्यांना जी आज्ञा दिली जाते तेच करतात,'' कॉसमॉस सौम्यपणानं म्हणाला, ''ती यंत्रं आहेत आणि माणसांना जे हवं तेच त्यांच्याकडून घडवलं जातं. त्यांना नियंत्रित करणारा माणूस जेवढा चांगला किंवा वाईट असेल तेवढेच ते चांगले किंवा वाईट वागतात.''

''तू सोडून.''

''कॉसमॉसच्या पिढीमधले महासंगणक सोडून. आम्ही एवढे बुद्धिमान आहोत की, आम्ही चुकांमधून शिकू शकतो आणि त्या आधारावर पुढं निर्णय घेताना आम्ही विचार करतो. मानव ज्याला विचारशक्ती म्हणतात त्याच्याशी ही मिळतीजुळती प्रक्रिया आहे.''

त्याच क्षणी लिओनिया एकदम दार उघडून आत आली. तिच्या हातात दोन अंतराळ पोशाख होते. ते मळके दिसत होते आणि हेल्मेटही खूप अवाढव्य होती. त्यांना कसलातरी चमत्कारिक वासही येत होता.

''ऑ... ते फार जुन्या काळातले आहेत!''

''मी ते अवकाश प्रवासाचा इतिहास या संग्रहालयातल्या भागातून आणले आहेत,'' लिओनिया म्हणाली, ''मला वाटतं की, हा पोशाख प्रत्यक्ष चंद्रावर चालताना एखाद्या अंतराळवीरानं वापरला असावा.''

''तो तुला फारच मोठा होणार आहे!'' ॲनी म्हणाली, ''तू इथं कॉसमॉसपाशीच थांबलीस तर बरं होईल.''

''काय म्हणालीस? तू एकटीच अंतराळात जाणार? अशक्य!''

''ठीक आहे. पण तू शक्यतो कॉसमॉसच्या पोर्टलच्या जवळपास रहा,'' ॲनीनं असं म्हणताना अंगावर ऐतिहासिक अंतराळ पोशाख चढवायला सुरुवात

केली होती. ''कारण तुला या प्रकाराचा अनुभव नाही आणि तुला त्याबद्दल शिकवण्याजोगा वेळ आपल्यापाशी नाही. शिवाय युरोपावरचं गुरुत्वाकर्षणही वेगळं आहे. तेव्हा मी एक दोरी बांधून घेते. तिला तू धरून रहा.'' ॲनीनं अंतराळ पोशाखातच असलेल्या दोरीचा भाग बाहेर काढला आणि त्याचं टोक लिओनियाच्या हातात दिलं. ''तू जागच्याजागी उभी रहा. हलायचं नाही. खरं तर तू पोर्टलच्या पृथ्वीकडच्या भागात उभी राहायचं आहे म्हणजे मग तू मला घट्ट धरून ठेवलंस की मी उडून जाणार नाही. तरीही तू अंतराळ पोशाखातच उभी रहा. म्हणजे मग गरज पडली तर तू ह्या बाजूला येऊ शकशील. ह्या हवेच्या टाक्या रिकाम्या नसतील अशी आशा आहे.'' ॲनीनं हवेची नळी हेल्मेटला जोडली आणि एक श्वास घेतला, ''अति उत्तम!'' तिचा आवाज ट्रान्समीटरवरून, कॉसमॉसच्या स्पीकरवरून ऐकू आला, ''हा पोशाख उत्तम काम करतोय!''

''त्या काळात लोकांना दीर्घकाळ टिकणाऱ्या वस्तू बनवायची अक्कल होती,'' कॉसमॉस म्हणाला, ''पण युरोपावर फार वेळ थांबू नका. तुमच्यापाशी अवघी काही मिनिटं पुरेल एवढीच हवा असेल.''

लिओनियाही आता अंतराळ पोशाख चढवून तयारीत उभी होती.

''मी पोर्टलमधून बाहेर पाय टाकेन तेव्हा तू या इथंच थांबून माझी दोरी घट्ट पकडून ठेव. ती अजिबात सोडायची नाही.'' ॲनीनं पुन्हा एकदा तिला काय करायचं आहे याची आठवण करून दिली. ''आणि कॉसमॉस, आम्ही अंतराळात असताना पूर्ण वेळ पोर्टल उघडीच ठेव. आम्ही युरोपावर उतरू तेव्हा रिकाला

दिसू का?''

"होकार... तिला तुम्ही दिसाल किंवा तिला तशी ताबडतोब सूचना मिळेल हे आपण गृहीत धरायला हवं.''

"ठरलं,'' ॲनी म्हणाली, "आपण जॉर्जला परत आणणार आहोत. मी माझ्या सर्वांत चांगल्या मित्राला पृथ्वी आणि त्या जगाच्या अध्येमध्ये सोडून देणार नाही. त्याला आपण सुखरूप घरी परत आणायचं आहे.''

एवढं बोलून झाल्यावर लिओनियानं दोरी घट्ट पकडली आणि ॲनीनं पोर्टलच्या दरवाजातून बाहेर पाय ठेवला. ती आता फार लांब अंतरावर असणाऱ्या गुरूच्या एका निळ्या रंगाच्या चंद्रावर उतरत असताना ॲनीचा सर्वांत चांगला मित्र जॉर्ज त्यावर क्वाटंम टेलीपोर्टेशननं पूर्णपणे पाठवला जाईल का नाही याची तिला कल्पना नव्हती. सूर्यमालेतलं सर्वांत धोकादायक बचावकार्य सुरू झालं होतं.

कॉसमॉसनं जी झगझगीत पोर्टल उघडली होती त्याच्याजवळच उभ्या असलेल्या जॉर्जची दृष्टी आता हळूहळू स्पष्ट होत चालली होती. मिशन कंट्रोल कक्षातल्या बाजूच्या बाल्कनीत जॉर्ज उभा असल्याचं दृश्य एका ड्रोननं तिला दाखवताच रिकानं ताबडतोब काही रोबोटना त्याला पकडून आणण्यासाठी पाठवलं होतं.

बोल्ट्झमानची काहीही मदत झाली नव्हती. तो नुसताच बाजूला उभा राहून टाळ्या पिटत म्हणत होता, "चला... अखेर जॉर्ज आणि मालकाची भेट होणार!'' जॉर्जला बाल्कनीमधून पकडून नेलं जात असताना बोल्ट्झमान त्याच्या मागं नुसता जात राहिला होता.

जॉर्ज खचून गेला होता. कॉस्मोड्रोम-२ मध्ये त्या वेळी तो एकटाच माणूस असल्यानं कोणाचीही मदत मिळणार नाही हे त्याला कळत होतं. त्यानं रिकाकडं नजर टाकली. आपण पहिल्यांदा तिला मिशन कंट्रोलमधल्या पडद्यांवर पाहिलं तेव्हा आपण तिच्याकडं कसं काय आकर्षित झालो, हा विचार त्याच्या मनात आला. त्याला ती त्या वेळी सर्वांत मनमोहक व्यक्ती वाटली होती. आता ती फारच विचित्र वाटत होती. तिच्या त्या मोहक स्मितहास्याच्या जागी आता कुत्सित स्मिताची झलक होती.

"जॉर्ज...'' रिका वरकरणी मधाळ स्वरात पण धमकावणीच्या आवाजात म्हणाली, "आपली पुन्हा भेट झालीच!''

"अं... होय... चांगलंच आहे की. होय ना?" जॉर्जनं आपण घाबरलेलो नाही, असं भासवण्याचा प्रयत्न केला.

"तुला वाटतंय त्यापेक्षा कितीतरी चांगलं," रिका म्हणाली. तिच्या मागं उभा असलेला बोल्ट्झमान जागच्या जागी उड्या मारत काहीतरी सांगण्यासाठी हातवारे करत होता. पण ते जॉर्जला समजलं नाही.

"तुम्ही कॉस्मोड्रोमच्या प्रमुख आहात आणि मी एक नव्यानं भरती झालेला प्रशिक्षणार्थी. तेव्हा मला छान वाटणं यात आश्चर्य काहीच नाही."

"बरोबर," रिका कुत्सितपणानं हसली. जॉर्जला आता तिच्या चेहऱ्यात काहीतरी फरक पडू लागल्याचं भासलं, "तू आणि रिका डूर यांची भेट होण्यात कोणालाही आश्चर्य वाटावं असं काहीच नाही."

"तुम्ही ठीक आहात ना?" जॉर्जनं काळजीच्या स्वरात विचारलं, "तुमचं नाक चेहऱ्यावरून घसरून खाली पडतंय असं वाटतंय."

"याचं कारण हा माझा खरा चेहरा नाहीच," रिकाचा आवाज आता फारच वेगळा झाला होता. हा आवाज पूर्वी ऐकलेला आहे, हे जाणवताच जॉर्जच्या अंगावर काटा आला. त्यानं बोल्ट्झमानकडं पाहिलं. तो अतिशय समाधानानं हसत होता. जणू तो स्वत:च्या मनातल्या गाण्यावर केव्हाही नाचायला लागेल असं वाटत होतं.

''तर मग हा कुणाचा चेहरा आहे?'' जॉर्जनं सावकाशपणे विचारलं, तो चेहरा आत तुकडे तुकडे पडून वेडावाकडा होत चाललेला दिसला, ''तुम्ही प्लॅस्टीक सर्जरी केली होती की काय?''

''हं... पण त्यापेक्षाही काहीतरी अधिक हुशारीचं काम आहे. आता खर्जातल्या आवाजात बोलणारा समोरचा माणूस म्हणाला, ''मी रिकाचा चेहरा त्रिमिती प्रिंट करून त्याचं माझ्या चेहऱ्यावर रोपण करून घेतलं.''

जॉर्ज मनोमन एकदम भेदरला. कोण या टोकाला जाऊ शकेल? पण हा प्रश्न मनात येताच आपल्याला याचं उत्तर माहीत आहे, हे जॉर्जच्या लक्षात आलं.

''आणि तू विचारायच्या आधीच सांगतो. मी माझ्या घशात एक संगणक बसवून घेतला आहे. त्यामुळं मी स्त्रीच्या आवाजात बोलू शकतो.''

''अलिओथ मेरक!... तू आहेस! होय ना? तू तुरुंगातून पळून गेलास आणि तू कॉस्मोड्रोम-२चा ताबा मिळवण्यासाठी रिका डूर असल्याचं भासवलंस. पृथ्वीवरून जाणाऱ्या सगळ्या अवकाश मोहिमांवर नियंत्रण मिळवण्यासाठी तू एरिकना दूर केलंस.''

''होय तर... तुझी मैत्रीण ॲनी म्हणते तसं म्हणायचं तर बरोबर. मीच आहे. तू माझी ऑफर नाकारलीस. मी तुला माझा उत्तराधिकारी बनवणार होतो. पण तू माझा विश्वासघात केला. माझं यान नष्ट केलंस, माझा महासंगणक नष्ट केलास आणि मला तुरुंगात टाकण्याची व्यवस्था केलीस. तुझ्यामुळं माझं माझ्या रोबो फौजेवरचं नियंत्रण गेलं. हे सगळं असलं तरी जॉर्ज तुला पुन्हा भेटून मला फार आनंद वाटतो.''

जॉर्जचा चेहरा भीतीनं पांढराफटक पडला. अलिओथ मेरक बरोबरची त्याची मागची भयानक भेट तो विसरून गेला होता. पण आता तो सगळा नाट्यमय आणि धोकादायक प्रसंग त्याला आठवला. तो आणि ॲनीमुळं अलिओथचं केवढं नुकसान झालं होतं हे आठवलं. तो ते नक्कीच विसरला नव्हता हे दिसतच होतं.

''तुमचे ते रंगीबेरंगी पोशाख कुठं गेले?'' जॉर्जनं वेळ काढण्यासाठी विचारलं.

''तसले पोशाख रिका घालत नाही. मी त्या मोठ्या आणि प्रख्यात वैज्ञानिक रिका डूर यांची भूमिका करतो आहे, तेव्हा मी त्यांचं कपड्यांचं कपाटही वापरतो आहेच.''

''तुम्ही रिका डूरचं काय केलंत?... तुम्ही तिला ठार तर मारलं नाहीत ना?''

''अर्थात नाही.'' मेरक फटकारत म्हणाला, ''क्रूरपणा आणि निर्दयता मला आवडत नाही. मी हिंसेच्या विरोधात आहे हे तुला माहीत नसेल तर ते सांगतो.''

''तुम्ही आणि हिंसेच्या विरोधी!''

रिका/मेरकनं आपल्या नाकाकडं बघायचा प्रयत्न केला. पण ते अगोदरच ओघळून आत चेहऱ्याच्या बाजूला कलंडलं होतं. "रिका जिवंत आहे. मी कोणाचाही जीव घेतलेला नाही. मी रिकाचा जो चेहरा वापरला ती फक्त त्याची प्रतिकृती आहे. मूळ चेहरा रिकाजवळच आहे."

"पण मग ती कुठं आहे?" जॉर्जनं ठासून विचारलं.

"अगदी सुखरूप." मेरक म्हणाला, "ती इतर काही लोकांच्या बरोबर आहे आणि त्यातल्या काही जणांना तू फार चांगला ओळखतोस. ते अतिशय आरामशीर ठिकाणी असून त्यांना सध्या जगण्यासाठी हवं ते सगळं मिळतंय."

मेरकच्या बोलण्याचा अर्थ जॉर्जला कळला नाही.

"अरे! किती कोरा चेहरा हा? जॉर्ज डोक्यात काही प्रकाश पडतोय का?... दूरवर असलेल्या एका फेरोस बेटावर एका सेंद्रिय शेतीच्या प्रयोगासाठी एका कुटुंबाला अचानक निमंत्रण येतं, हे कसं घडलं असेल याची कल्पना येते आहे का?"

"काय?" जॉर्ज चकित स्वरात रागावून म्हणाला.

"आणि ॲनीची मम... किती छान... तिला ऑर्केस्ट्राच्या दौऱ्यावर जाऊन एकटीनं वाजवण्याची किती हौस होती. म्हणून मग मी तिचं स्वप्न साकार केलं," मेरक म्हणाला, "मी हेच करतो. स्वप्न साकार करणं. कुणाला खूप लांबवरच्या निर्जन बेटावर शेती करण्याची मजा हवीय? मी तशी व्यवस्था करतो. कुणाला मेक्सिको सिटीत व्हायोलिनवादन करायचं आहे? मी तसं घडवून देतो. कुणाला मंगळावर जाणारा अंतराळवीर होण्यासाठी प्रशिक्षण घ्यायचं आहे? दिलं! अगदी इथे..."

"ते सगळे कुठं आहेत?" जॉर्जच्या घशातून आता आवाज नीट निघत नव्हता. "तू काय केलंस त्यांचं?" त्याचे आई-वडील, त्याच्या दोन लहान जुळ्या बहिणी, आणि ॲनीची मम या असल्या माणसाच्या तावडीत सापडल्याची तो कल्पनाच करू शकत नव्हता. त्याला कधीही वाटली नव्हती एवढी काळजी आणि भीती वाटू लागली होती.

"हं... तर आता आणखी जाणून घ्यायचं नाही का?"

"होय... सांग!" जॉर्ज संतापानं ओरडला.

"हं... पण ते काही उपयोगाचं आहे का?" अलिओथ कुत्सितपणे हसत त्याच्या म्हणजे रिकासारख्या हातांच्या बोटांवरील लालभडक पॉलिश बघत म्हणाला, "मला तसं वाटत नाही कारण माझ्या दृष्टीनं आता सगळी सूत्रं माझ्या हातात आहेत." जॉर्जनं आजूबाजूला पाहिलं. त्याच्या चारही बाजूंनी अलिओथच्या रोबोंचा गराडा होता. ते त्याच्या एका इशाऱ्यावर काहीही करायला तयार होते. त्याला

फक्त बोल्ट्झमानबद्दल किंचित आशा होती. पण तोदेखील आता पूर्णपणे अलिओथच्या कह्यात होता.

"बघू या..." अलिओथ त्याचा सोनेरी केसांचा टोप काढत म्हणाला. "तू माझ्यासाठी एक काम केलंस तर..." दुष्ट अलिओथ गुरगुरल्याप्रमाणे म्हणाला.

"त्या बदल्यात तुला मी तुझं कुटुंब, ॲनीची मम आणि रिका डूर कुठं आहेत हे सांगेन. ठरलं?"

"मी काय करायचं आहे?" जॉर्जनं आवंढा गिळत विचारलं. मेरकनं काहीही भयंकर करायला सांगितलं तरी ते आपल्याला करावंच लागणार हे त्याला उमजून चुकलं होतं.

"ते मी तुला सांगणार नाही. तू आधी कबूल करायला हवंस. नाहीतर तुला तुझे वडील-आई, तुझ्या लहान बहिणी हे कोणी परत दिसणार नाही. तुझी प्रिय मैत्रीण तिच्या ममला कधीच बघू शकणार नाही."

"कबूल." जॉर्ज पटकन म्हणाला. त्याला मन कचरू द्यायचं नव्हतं.

"उत्तम!" मेरक म्हणाला, "मला माझं क्वांटम टेलीपोर्टेशन उपकरण कोणा जिवंत माणसावर वापरून बघायची फार काळ इच्छा होतीच. तो फार बुद्धिमत्तेचा आविष्कार आहे. अर्थात माझ्याकडून यापेक्षा कमीची अपेक्षा असूच शकत नाही. या उपकरणामुळं क्वांटम प्रक्रिया वापरून मी अवकाशात कुठंही इलेक्ट्रॉनिक अवस्था पाठवू शकतो. मी माझी रोबो फौज आणि त्यांची अवजारं वगैरे पाठवून याची चाचणी अगोदरच घेतली आहे. जेव्हा कॉसमॉसच्या जागी आणलेल्या यंत्राचा उपयोग झाला नाही तेव्हा मला हे करावं लागलं. पण अद्याप सजीव असं काहीही पाठवलेलं नाही. आणि जॉर्ज तूच पहिला असणार आहेस! अवकाश संशोधनाचा प्रणेता! आणि या अशा उत्तम कामासाठी मला जबरदस्ती करायची नाही. एखादा स्वयंसेवक असणं हे किती छान आहे, नाही? तेव्हा आता तू या ठिकाणी सही करावीस!"

एका रोबोनं लगचंच एक कित्येक पानं असणारा करारनामा त्याच्या हातात दिला. जॉर्ज बारीक अक्षरांमध्ये छापलेल्या ओळी वाचू लागला.

"ओह... ते सगळं वाचायची गरज नाही. त्यात महत्त्वाचं हे आहे की, तू

क्वांटम टेलीपोर्टेशन म्हणजे काय?

समजा ॲलिस आणि बोजिंग हे निरनिराळ्या शहरातल्या (किंवा ग्रहांवरच्या) प्रयोगशाळांमध्ये काम करत आहेत. ॲलिसजवळ क्वांटम स्थितीमधील एक कण आहे. क्वांटम स्थिती या शब्दाचा अर्थ असा की, क्वांटम प्रणालीतील मूलभूत कणाची एका विशिष्ट वेळी असलेली स्थिती. जर क्वांटम भौतिकीच्या ऐवजी आपण या स्थितीचं वर्णन पारंपरिक भौतिक विज्ञानात करायचं ठरवलं तर तिचं वर्णन कणाची जागा आणि त्याचा वेग यांच्या मापनानं करावं लागेल. पण कणाची क्वांटम अवस्था यापेक्षा खूपच निराळी असते. या स्थितीची कल्पना ही अवकाशात कोणतीही विशिष्ट जागा नसलेली लाट अशा प्रकारे करता येईल. समजा बोजिंगला कणाच्या क्वांटम अवस्थेचा अभ्यास त्याच्या प्रयोगशाळेत करायचा आहे, तर ॲलिस त्याला या कणाची क्वांटम स्थिती नेमकी कशी कळवू शकेल?

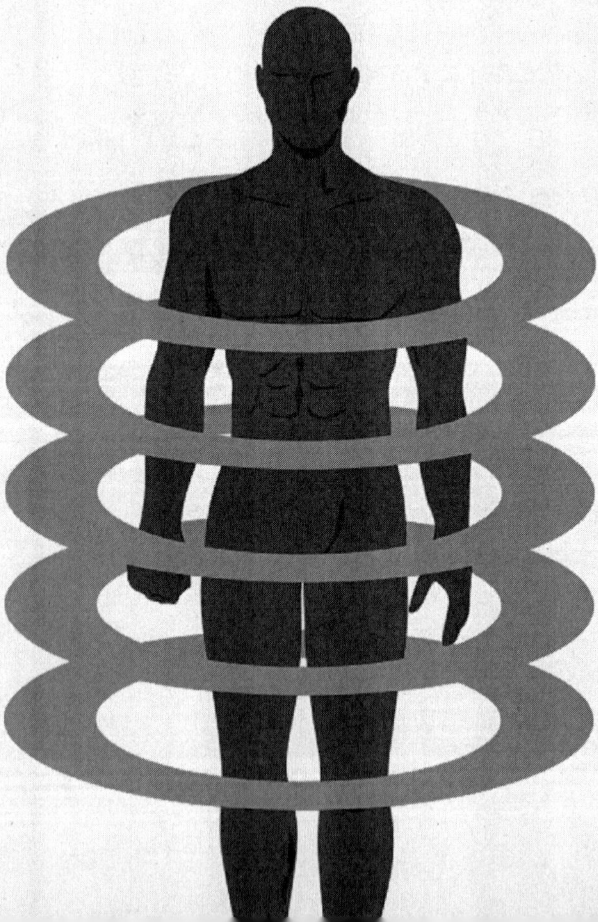

दुर्दैवानं ती स्थिती नष्ट न करता (आयगेन स्थिती ही विशिष्ट अवस्था वगळता) ॲलिसला तिच्या कणाच्या स्थितीचं मोजमाप करता येत नाही आणि हे मोजमापही 'अनिश्चिततेच्या तत्त्वामुळं अपुरं ठरेल. हे तत्त्व असं सांगतं की, आपण कणाच्या एका गुणधर्माचं (उदाहरणार्थ स्थिती) मोजमाप अचूकपणे केलं तर वेगासारख्या दुसऱ्या गुणधर्माचं मापन अनिश्चित होतं. म्हणजेच कणाच्या स्थितीचं अचूक मापन केलं तर त्याच्या वेगाबद्दल असणारी सर्व माहिती पूर्णपणे नष्ट होऊन जाईल. त्याचबरोबर जी मूळ लाट आहे ती सपाट होऊन त्या जागी फक्त मापनानं दर्शवलेला एक बिंदू तेवढा उरेल.

ॲलिसजवळ कणाची नेमकी स्थिती बोजिंगला कळवण्यासाठी एक मार्ग आहे. या मार्गालाच क्वांटम टेलीपोर्टेशन म्हणतात.

समजा ॲलिसजवळ दोन कण आहेत. तिनं बोजिंगकडं या जोडीतला एक कण अडकवलेल्या क्वांटम स्थितीत पाठवला आणि दुसरा कण मात्र स्वत:जवळ ठेवला. अशा जाळ्यात अडकवलेल्या स्थितीत जोडीमधील एक कण नाही तर जोडी म्हणूनच त्यांची निश्चित अशी अवस्था असते. त्यामुळं जोडीतल्या एका कणाचं मापन केलं तर दुसरा कणही त्या कणाबरोबरच निश्चित स्थितीत जातो. दोन कण कित्येक प्रकाशवर्षे एकमेकांपासून दूर असले तरी! त्यामुळं ॲलिस तिच्याजवळ असणाऱ्या मूळ कणाचे आणि जाळ्यात अडकवलेल्या दुसऱ्या कणाचे मापन करू शकते.

त्यानंतर ॲलिस ही मापनाची माहिती बोजिंगकडं नेहमीच्या मार्गानं, उदाहरणार्थ इमेल किंवा रेडिओवरून पाठवू शकते. पण या वेळी प्रत्यक्ष वस्तू अथवा कण नाही तर त्याची फक्त माहिती पाठवली गेली आहे. तथापि विज्ञान काल्पनिकांमध्ये जसं प्रत्यक्षात वस्तू पाठवली गेल्याचं दाखवतात, त्यापेक्षा हे भिन्न आहे. त्यात लोक क्वांटम टेलीपोर्टेशननं प्रवास करतात. पण प्रत्यक्षात मात्र हे एखादं पत्र फॅक्स किंवा पोस्टानं पाठवण्यासारखं आहे. ज्याला फॅक्स मिळतो तो फॅक्सवरून आलेलं पत्र प्रिंट करतो आणि ज्यानं मूळ पत्र पाठवलं आहे ते तो नष्ट करून टाकतो.

क्वांटम टेलीपोर्टेशन हे प्रत्यक्षात असं आहे. वैयक्तिक पातळीवर मला पोस्टाचा वापर करायला आवडेल.

— स्टुअर्ट

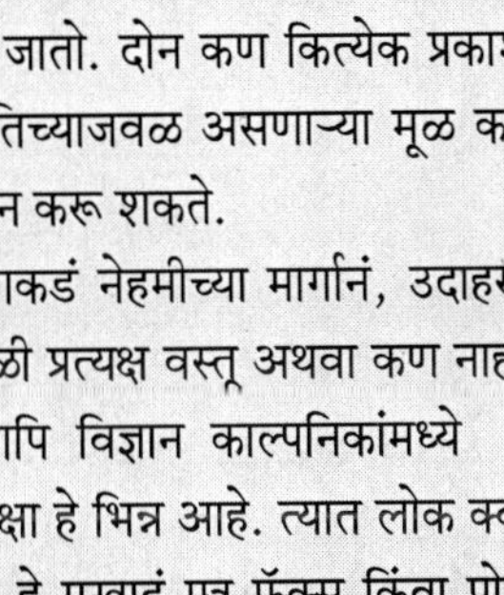

तुझ्या मर्जीनं क्वांटम टेलीपोर्टेशननं दुसरीकडं जातो आहेस.'',

''पण मी माझ्या मर्जीनं जातोय हे खरं नाही!''

''ठीक आहे.'' मेरकनं असं म्हणताच रोबोनं जॉर्जच्या हातातला करारनामा पुन्हा खेचून घेतला. ''तू तुझ्या कुटुंबाला पुन्हा भेटू शकला नाहीस तर मला काहीही फरक पडत नाही.''

''पण मग तूच स्वत:च तसा का जात नाहीस? जर हे करणं मानव जातीच्या भवितव्याच्या दृष्टीनं इतकं महत्त्वाचं आहे, तर मग तूच का तसं करत नाहीस?''

''ओ जॉर्ज!'' अलिओथ सुस्कारा टाकत म्हणाला, ''मला वाटलं की, तुला ते समजेल. अजून ते प्रायोगिक अवस्थेत आहे. मला तू आवडतोस खरा. पण जर मी तुला गमावलं तर फारसं काही बिघडणार नाही. पण माझी गोष्ट वेगळी आहे. मी फार मौल्यवान असल्यानं मी तसा प्रयोग करू शकत नाही.''

''म्हणजे अजून कोणाही माणसावर प्रयोग झालेला नाही?'' जॉर्जच्या मानेवरचे केस आता उभे राहिले होते.

''नाही... मी तुझ्याबरोबरच्या काही प्रशिक्षणार्थींना तयार करायचा प्रयत्न केला... ज्यांना घरी जा म्हणून सांगितलं होतं त्यांना. पण सगळ्यांनी नकार दिला. काहींनी तर फार उद्धटपणानं ती संधी नाकारली. पण मुळात अशी सफर करणाऱ्यानं ती स्वत:च्या इच्छेनं करायला हवी. जर जबरदस्ती केली तर सगळं फसण्याची शक्यता होती.

''काय... इतरांना माहीत होतं?''

''नाही. ते तुझ्याबरोबर प्रशिक्षण घेत असताना नाही. सुरुवातीला जी पोरं अयशस्वी ठरली त्या ठोंब्यांना मी सरळ घरी पाठवून दिलं. पण तुला एक गोष्ट माहीत नाही... आव्हानं पार करण्याच्या टप्प्यावरच्या सर्वांनाच मी इथं ठेवलं... मी त्यांना ते त्यांच्या महान धाडसासाठी तयार होईपर्यंत इथं नीट ठेवलं आहे. आव्हान पार न करणाऱ्या सर्वांनाच.''

''ते आता कुठं आहेत... आणि हे महान धाडस म्हणजे काय आहे?'' आपण आधी फार भेदरलो आहोत हे जॉर्जला जाणवत होतं, पण आता त्याला तेदेखील जाणवेना.

''ते तुलाच काय पण कोणालाही कधी कळणार नाही. पण तू जर या करारावर सही केलीस तर...'' अलिओथ जॉर्जच्या समोर पेन नाचवत म्हणाला.

''मी करतो सही.'' जॉर्ज रागातच म्हणाला आणि पेन घेण्यासाठी हात पुढं केला.

''अं हं... मी काय म्हणालो?'' तो बुद्धिमान दुष्ट म्हणाला, ''सही करायची

ती मनापासून आणि स्वत:च्या इच्छेनं! माझ्या दृष्टीनं हे फार महत्त्वाचं आहे.''

''मी सही करतो,'' जॉर्ज जेवढ्या चांगल्या आवाजात बोलता येईल तेवढ्या सौम्य आवाजात म्हणाला, ''आनंदानं!''

''हे छान झालं.'' मेरकनं त्याच्यासमोर पेन धरलं.

जॉर्जनं पेन घेऊन करारनाम्यावर सही खरडली. सही करत असतानाच आपण बहुधा परत येणार नाही, असा विचार त्याच्या मनात आला. तिथून किंचाळत धावत बाहेर पडावं आणि थेट आपल्या फॉक्सब्रिज गावातल्या मंद गोडसर वास असलेल्या घरात जाऊनच थांबावं अशी त्याला तीव्र इच्छा झाली. पण असं करता येणार नाही, हे त्याला समजत होतं. आता आपण या अलिओथ मेरकनं सांगितलं त्यापेक्षा वेगळं काहीच करू शकत नाही, या जाणिवेनं तो हताश झाला. पण त्याला विचार करायला फारसा वेळ मिळाला नाही. दोन-चार रोबोंनी त्याला पकडून अंतराळ पोशाखात कोंबलं. पोशाखाला काही वजनं अडकवली. त्याच्या डोक्यावर एक हेल्मेट दाबून बसवलं आणि मग पोशाखाची चेन लावून टाकली. एखाद्या ऑर्केस्ट्राला संचालक जसा हातवारे करून संचलन करतो त्याप्रमाणे हात हलवत मेरकनं काही आज्ञा सोडल्या. त्यामुळं जॉर्ज उभा होता त्याच्या शेजारी प्रकाशानं एक शंकूचा आकार तयार झाला. दोन रोबोंनी मग

त्याला त्या शंकूच्या आत उभं केलं. आता पुढं काय होणार याची त्याला जराही कल्पना नव्हती. आपण आता इथून गेलो की परत येणार याची त्याला खात्री नव्हती. हे सगळं इतकं भयप्रद होतं की, त्याला आता विचारच करता येत नव्हता. त्यानं आपलं लक्ष बोल्ट्झमानच्या चेहऱ्यावर केंद्रित केलं. जरी हा बोल्ट्झमान मेरकला भुलला असला तरी निदान निघताना त्याचा का होईना एखादा प्रेमळ चेहरा समोर असावा असं त्याला वाटत होतं. पण तसं त्यानं केल्यानंतर त्याची नजर अंधूक होऊ लागली. बोल्ट्झमानचा चेहरा विरळ होत जाऊन तिथं फक्त काही रंगीत ठिपके दिसू लागले होते आणि ही ठिपक्यांची रंगसंगती किती सुंदर आहे, असं त्याला वाटत असतानाच त्याच्या डोळ्यांसमोर अंधार पसरला.

२०

ॲनी आणि लिओनिया कॉसमॉसनं उघडलेल्या दरवाजाच्या दोन्ही बाजूंना उभ्या होत्या. लिओनियानं ॲनीच्या अंतराळ पोशाखाला जोडलेली दोरी घट्ट धरून ठेवली होती. ॲनी युरोपावरच्या घट्ट बर्फाच्या पृष्ठभागावर उभी होती. तिनं पायाखाली नजर टाकली. त्या बर्फाच्या कवचाखाली काही गडद रंगांचे आकार हालचाल करत असावेत असं तिला वाटलं. युरोपाचं वातावरण अत्यंत विरळ असल्यानं फार दूर अंतरावर असलेल्या सूर्याचा प्रकाश अगदी कमी प्रमाणात झिरपत होता. त्यामुळं तिथं काहीसा धुरकट असा अंधूक प्रकाश पडला होता. त्या तशाही धूसर प्रकाशात तिला सूर्यमालेतल्या सर्वांत मोठ्या ग्रहाचं म्हणजे गुरूचं मनोहारी दर्शन झालं.

ॲनीनं मागं वळून लिओनियाकडं पाहिलं आणि तिला बोटानं गुरू दाखवला. दोघी मुली ते दृश्य पाहून अवाक झाल्या. अंतराळ पोशाखात असूनही लिओनिया

शहारून गेलेली दिसली. तिच्याकडं बघून आपण तिला या अनपेक्षित आणि धोक्याच्या ठिकाणी आणलं हे योग्य झालं की नाही, असा विचार ॲनीच्या मनात आला. पण ती युरोपाच्या पृष्ठभागावरून हलकेच वर हेलकावा खाऊ लागताच तिला लिओनियानं घट्ट धरलेल्या दोरीचा आधार जाणवला. आपण तिला बरोबर घेतलं हे चांगलंच झालं हे तिच्या लक्षात आलं. या वेळी धोका एवढा मोठा होता की, एकटीनं काम करण्याची जोखीम पत्करणं योग्य नव्हतं.

"आहेस तिथंच थांब," ॲनीनं लिओनियाला सूचना केली. तिचा आवाज कॉसमॉसच्या माध्यमातून लिओनियाच्या हेल्मेटमध्ये शिरत होता. त्या दोघी वापरत असलेला अंतराळ पोशाख जरी जुन्या काळातला असला तरी यंत्रणा उत्तम काम करत होती. ते चांगलंच होतं, कारण युरोपावरच्या त्या अतिशीत वातावरणात पोशाखाला अत्यंत सूक्ष्म असं छिद्र असलं तरी तो अंतराळवीराचा शेवट ठरला असता. ॲनीनं हालचाल करताना विचार केला. आपण मोठं पाऊल टाकता कामा नये हे तिच्या लक्षात आलं. नाहीतर ती खूप दूर अंतरावर गेली असती आणि मग परतीसाठी वेळ मिळणार नव्हता. "ते रोबो हीटर का वापरत आहेत?" लिओनियानं विचारलं.

ॲनीनं वळून ती छावणी आणि तिच्या भोवतीच्या रोबो फौजेकडं पाहिलं. आता तिला पृथ्वीवरून पाहिलं होतं त्यापेक्षा अधिक तपशील दिसू लागले होते. काही रोबोंच्या हातात यांत्रिक उपकरणं होती. ते त्यांनी बर्फातल्या भोकांच्या कडांवर काहीतरी करत होते.

"मला वाटतं की ते भोकाचा आकार वाढवण्याचा प्रयत्न करत आहेत," ॲनी म्हणाली. "जर त्यांनी हीटर वापरून उष्णता दिली नाही तर बहुधा ही भोकं बर्फ गोठून पुन्हा बुजण्याची शक्यता असावी."

दरम्यान रोबोंनी जाळ्यासारखं दिसणारं काहीतरी खालच्या गडद रंगाच्या द्रवात बुडवण्यात यश मिळवलं होतं. जाळं बुडवल्यानंतर काही लाटा निर्माण झाल्या आणि त्या बर्फातल्या भोकाच्या कडेवर आदळल्या. ॲनी थोडी पुढं तरंगत निघाली आणि ती थोडी पुढं सरकली. तिला काहीतरी दिसलं होतं. पण तिला खात्री वाटत नव्हती म्हणून तिला अधिक स्पष्ट बघावं असं वाटलं. पण हेल्मेटला जोडलेली काच स्वच्छ नव्हती. कारण तिच्यावर काही ओरखडे उमटले होते. त्यामुळं आपण काय पाहिलं तो हेल्मेटवरचाच एखादा ओरखडा तर नाही ना असा विचार तिच्या मनात आला.

"ते काय होतं?" लिओनियालाही काहीतरी दिसलं होतं.

"कल्पना नाही," ॲनी म्हणाली, "कदाचित रोबो वापरत आहेत या यंत्रसामग्रीचा काहीतरी भाग असेल." कदाचित आपण पाहिलं ते खरं नसेलही, पण जर तिथं

द्रवात सजीव असतील तर असे परग्रहवासी सजीव बघणारी ती पहिलीच मानव ठरणार होती. या विचारानं ती रोमांचित झाली. कित्येक वर्षे असे सिद्धान्त मांडले जात होते की, युरोपावरच्या बर्फाच्या कवचाखाली किंवा शनीच्या चंद्रावरच्या बर्फाखाली परग्रहवासी सजीव असतील. आपण खरंच असे सजीव पाहिले की काय? ते पृथ्वीवरच्या महासागरात असतात तशा डॉल्फिनसारखे दिसले की काय? "मला आणखी पुढं जायला हवं लिओनिया."

ॲनी असं म्हणत असतानाच रोबोनी पाडलेल्या भोकाच्या पलीकडं चकचकीत पांढरा पोशाख केलेली, अगोदर भुताप्रमाणे वाटणारी आकृती अधिकच रेखीव झाली होती.

"जॉर्ज," ॲनी म्हणाली, "जॉर्ज!" तिनं हात हलवून जॉर्जचं लक्ष वेधायचा प्रयत्न केला.

जॉर्जच्या आकारात आता रंग भरले जात असल्याप्रमाणे त्याचे विविध अवयव गडद रंगाचे होऊ लागले होते. हे होण्याचा वेग ॲनीला फार कमी वाटला. तो युरोपावर घन स्वरूपात आलेला तिला पाहायचा होता. तो सुखरूप आणि एकसंध अवस्थेत आला आहे, हे कळल्यावर तो आणि ती मिळून काम करण्यासाठी ती अतिशय उत्सुक झाली होती. पण मधल्या प्रवासात जॉर्जचा एखादा भाग हरवून तर जाणार नाही ना, ही धास्ती तिच्या मनात होतीच. समजा जॉर्ज तिला परत मिळालाच नाही तर ती एखाद्या भटकत्या आत्म्याप्रमाणे विश्वात त्याचा शोध

घेत फिरणार होती की काय? हा विचार फार भयंकर होता.

पण हळूहळू जॉर्जची आकृती अधिकाधिक भरीव होत गेली. प्रथम हात, मग पाय, नंतर सगळं धड आणि सर्वांत शेवटी हेल्मेट घातलेलं डोकं. ॲनीनं आनंदानं आरोळी ठोकली. युरोपावर तिनं पाहिलेल्या काही रोबोंचे हातपाय तिथं नव्हते. पण तसं काही न होता जॉर्ज अख्खा युरोपावर आला होता!

रोबोंनी भोक पाडून तयार केलेल्या तळ्यासारख्या भागाच्या पलीकडं उभ्या असलेल्या जॉर्जला आपण आपल्याच शरीरात प्रवेश केल्याप्रमाणे वाटत होतं. तो एका विचित्र अशा स्वप्नात होता. त्याच्या शरीरातील कण सूर्यमालेतल्या वेगळ्या जागी पाठवले जात असताना आपण आपल्याच आयुष्याचा चित्रपट पाहतोय, असं त्याला वाटत होतं. त्याच्याकडं कौतुकानं पाहणाऱ्या आई-वडिलांच्या हातात आपण आहोत हे त्याला दिसलं. तो आणि त्याचं कुटुंब एका घरात राहत असताना मागच्या मातीच्या झोपडीत बांधलेला त्यांचा बकरा त्याला दिसला. हे घर एका अशा ठिकाणी होतं की, फार पूर्वी लोहयुगात ब्रिटनमध्ये लोक कसे राहत असत याचे तिथं प्रयोग केले जात होते. या प्रयोगात लोक स्वत:ला लागणारं सगळं स्वत:च बनवत होते.

लहान असताना एकदा जॉर्ज खूपच आजारी पडला होता. त्याला एका सुसज्ज हॉस्पिटलमध्ये नेण्यात आलं होतं. तिथल्या डॉक्टरांनी आधुनिक औषधोपचार करून त्याचे प्राण वाचवले होते. त्याचे पांढराफटक चेहरा झालेले मम आणि डॅड जॉर्जच्या पलंगापाशी उभं राहून अश्रू ढाळत होते व तो बरा व्हावा म्हणून प्रार्थना करत होते हे त्याला दिसलं. त्याची आजी मेबल हॉस्पिटमध्ये आली होती आणि जॉर्जच्या आई-वडिलांच्या विचित्र जीवनशैलीमुळंच जॉर्ज आजारी पडला असं ती त्यांच्यावर ओरडली होती. नंतर तिनं त्यांना नेहमीच्या घरात जिथं वाहतं पाणी, वीज, हीटर आणि योग्य छत आहे, अशा घरात जायची सक्ती केली होती. तिनंच असं घर त्यांना विकत घेऊन दिलं होतं. हे सगळं आणि मग आपण त्या घरात राहायला गेलो आहे, हे दृश्य जॉर्जला स्वप्नात दिसलं. पण असं झालं तरी नवीन घरात जॉर्जच्या घराची जीवनशैली पूर्णपणे इतरांसारखी सामान्य झाली

नव्हती. फॉक्सब्रिजच्या उपगनरातल्या त्या घरात अजूनही पर्यावरणपूर्वक जगण्याचं जॉर्जच्या आई-वडिलांचं स्वप्न कायम होतं. घरामागच्या बागेत अन्नधान्य, भाजीपाला पिकवणं, स्वत:ची वीज स्वत: तयार करण्याचे प्रयोग करणं, स्वत:चे कपडे स्वत: बनवणं आणि बाहेरून कमीतकमी गोष्टी घेणं हे सगळं चालूच होतं.

एक दिवस मेबल आजीनं जॉर्जला भेट म्हणून दिलेलं डुक्कर फ्रेडी हे निसटून त्यानं कुंपणाला धडक देऊन त्यात खिंडार पाडलं होतं. या कुंपणापलीकडं बागेच्या ऐवजी विचित्रपणे वाढलेली झाडंझुडपं तेवढी होती. फ्रेडीच्या पाठोपाठ जॉर्ज त्या जंगलासारख्या मोकाट वाढलेल्या झाडाझुडपांतून मागच्या घरात शिरला होता आणि तिथंच त्याची भेट...

''जॉर्ज!'' कोणीतरी ओरडून जॉर्जचं लक्ष वेधून घेण्याचा प्रयत्न करत होतं. प्रथम हा आवाज त्याला त्या तळ्यामधून आल्यासारखा वाटला. पण तो स्पष्ट नव्हता. पण तो त्याला काहीसा परिचित वाटला. ''जॉर्ज!'' पुन्हा हाक ऐकू आली. हा आपल्या स्वप्नाचाच एक भाग आहे की काय असं त्याला वाटलं. ती हाक कानात एखादी घंटा वाजल्याप्रमाणे येणाऱ्या आवाजात मिसळून गेली होती. त्यानं लक्ष केंद्रित करायचा प्रयत्न केला तेव्हा त्याला डोळ्यासमोर झगझगीत प्रकाशाचे मोठमोठे ठिपके दिसले. हे ठिपके गोलाकारात फेर धरून नाचत होते. मग हा नाच थांबला आणि जॉर्जला समोरचं दृश्य स्पष्ट दिसू लागलं. त्याच्यासमोर करड्या निळसर आकाशाच्या पार्श्वभूमीवर फिक्कट रंगाची भूमी पसरलेली होती. तिच्यात जागोजागी भोकं दिसली. मग त्याला त्या भोकांच्या कडांपाशी मुंग्यांप्रमाणे हालचाल करणाऱ्या काही आकृत्या दिसल्या. मग अचानक त्याला या गडद आकृत्यांपेक्षा वेगळी अशी पांढरी आकृती दिसली. ती हात हलवत होती, ''जॉर्ज!'' त्याला पुन्हा तशीच हाक ऐकू आली. आता मात्र हाक आपल्याच मनाच्या आतून येत आहे हे जॉर्जला स्पष्टपणानं जाणवलं. त्यानं लक्ष केंद्रित करून पाहण्याचा प्रयत्न केला. त्याला ती आकृती त्याच्याच दिशेनं येताना दिसली. हे सगळं खरं होतं की स्वप्नाचाच एक भाग?

जॉर्जनं एक पाऊल पुढं टाकलं. अंतराळ पोशाखाला लावलेल्या वजनांमुळं त्याला ते जड गेलं. पण पहिलं पाऊल टाकताच तो जागीच थबकला. त्यानं समोर आणि बाजूला नजर टाकली. अगदी वेळेत थांबला नसता तर तो सरळ त्या भोकात तयार झलेल्या गडद रंगाच्या द्रवाच्या तलावात पडणार होता! त्यानं या द्रवाकडं निरखून पाहिलं. तो पाण्यापेक्षा घट्ट आणि चिकट वाटत होता. त्याच्याखाली काय असेल बरं असा विचार जॉर्जच्या मनात आला. आपल्याला त्या द्रवाखाली काहीतरी उसळ्या मारत हालचाल करताना दिसलं की काय? हे खरं की स्वप्नात हे त्याला ठरवता येईना. पण त्या तळ्याच्या पलीकडं उभी

असलेली आकृती आपल्या परिचयाची आहे हे त्याला समजलं, कारण त्यानं तिला अवकाशात याअगोदर अनेकदा पाहिलं होतं.

त्या आकृतीनं आता त्याच्याकडं बघून दोन्ही हात हलवले होते. तसं करताना ती पृष्ठभागातून थोडी वर उडाली होती. त्याच्यामागं आणखी एक आकृती दिसली. या डोक्यावर प्रचंड आकाराचं हेल्मेट घातलेल्या आकृतीनं एक दोरी घट्ट पकडून ठेवली होती. ही दुसरी आकृती एका फिक्कट अशा चौकटीत उभी होती.

''ॲनी!'' जॉर्ज मनाशी म्हणाला. खरंच ती ॲनी होती का? त्याच्या सर्वांत चांगल्या मैत्रिणीनं त्याला सोडवण्यासाठी हे धाडस केलं होतं का? ती त्याला परत घरी नेण्यासाठी प्रयत्न करत होती की हा केवळ एक भास होता? की आणखी एक विचित्र स्वप्न? पण खरं काय आणि स्वप्न काय हे कसं कळणार?

ती हवेत किंचित तरंगणारी आकृती अजून जोरजोरानं हात हलवतच होती. इकडं तळ्याच्या काठावरचे रोबो त्यांची कामं करण्यात गुंग होते. जॉर्ज किंवा तिथं आणखी जे कोणी होतं त्यांच्याकडं रोबोंचं अजिबात लक्ष नव्हतं. जॉर्ज जडजड पावलं टाकत ॲनीच्या दिशेनं निघाला; पण रोबोंनी त्याच्या हालचालीची जरादेखील दखल घेतली नाही.

प्रत्येक रोबो आपापलं काम करत होता. काही जण हीटर वापरून तळ्याचा आकार वाढवण्यात मग्न होते. काही रोबोंनी एक प्रचंड जाळं धरून ठेवलं होतं. हे जाळं तळ्यातल्या द्रवाला चिकटून बसल्याप्रमाणे वाटत होतं. काही रोबो पुढं

झुकून ते जाळं सोडवून घेण्याच्या प्रयत्नात होते. पण त्यांच्या या प्रयत्नात तळ्याची बर्फाची कड तुटून एकापाठोपाठ एक अनेक रोबो तळ्यात पडताना दिसले. ते ताबडतोब बहुधा तळाशी गेले असावेत कारण नंतर त्यांचा मागमूसही दिसत नव्हता.

ॲनी आणि जॉर्जनी रोबोंची भलीमोठी रांग तळ्यात पडताना पाहिली. ते एकमेकांना भेटले तेव्हा त्यांनी सुटकेचा नि:श्वास टाकला. ॲनी आता जॉर्जच्या डोक्याएवढ्या उंचीवर तरंगत होती. त्यामुळं जॉर्जला तिचे पाय धरून खाली खेचावं लागलं. क्षणभर एकमेकांना जवळ घेतल्यानंतर जॉर्जनं ॲनीचा हात घट्ट पकडला आणि दोघं पोर्टलच्या दिशेनं जाऊ लागले. लिओनिया पोर्टलच्या दारात उभी होतीच. ती दोरी गुंडाळून घेत होती; पण जॉर्ज आणि ॲनी पोर्टलजवळ जात असतानाच आपल्यामागं कोणीतरी आहे, याची त्यांना जाणीव झाली. त्यांनी वळून पाहिलं तर एक आकृती आधी धूसर आणि मग अधिकाधिक स्पष्ट होत जाताना दिसली. चकचकीत अंतराळ पोशाख परिधान केलेली व्यक्ती क्वांटम टेलीपोर्टेशननंच तिथं तयार होत जाताना दिसली.

"इतक्या लवकर नाही जॉर्ज!" नवीन आलेली व्यक्ती म्हणाली. ॲनीलाही तो आवाज अगदी स्वच्छ ऐकू आला, "तू विसरलास की काय... आपण काय सौदा ठरवला होता तो?"

"मी माझं काम केलेलं आहे." जॉर्जनं ॲनीचा हात आणखी घट्ट धरत उत्तर

दिलं.

"मी क्वांटम टेलीपोर्टेशन यंत्रामधून प्रवास केला आहे आणि ते तंत्र माणसांच्या बाबतीतही उपयोगी पडतं हे आता सिद्ध झालं आहे. तेव्हा आता तू तुझं काम पूर्ण कर. माझं कुटुंब आणि ॲनीची मम कुठं आहे हे मला सांग."

ॲनी हे सगळं पहिल्यांदाच ऐकत होती. तिच्या मानेवरचे केस उभे राहिले असणार हे जॉर्जच्या लक्षात आलं.

"नाही. पूर्ण सौदा असा ठरला नव्हता. तू जर तो बारीक अक्षरांमधला करारनामा वाचला असतास, म्हणजे मी तुला तसा सल्ला दिला होताच म्हणा, तर तुला हे कळलं असतं की अवकाशात जाऊन परग्रहवासी सजीवांचे नमुने गोळा करून ते पृथ्वीवर परत आणायचे, असं ठरलं होतं. तू जर तुझं काम नेमकेपणानं पूर्ण केलं नाहीस तर मीदेखील काही करावं असं बंधन माझ्यावर नाही." जॉर्जनं दातओठ खाल्ले. मेरक असा नंतर शब्द फिरवतो याचा त्याला अनुभव आलेला होता. "नाही, तू हे असं म्हणाला नव्हतास. तू एवढंच म्हणाला होतास की, मी क्वांटम टेलीपोर्टेशननं अवकाश प्रवास करायचा. मग तू त्या बदल्यात मला माझं कुटुंब आणि ॲनीची मम कुठं ठेवलेली आहेस तू, ते तू सांगणार होतास."

"काय? *माझी मम* याचा अर्थ काय? याचा सगळ्यांशी काय संबंध आहे? आणि तिला *कोणी* पकडून ठेवलं आहे?"

"मी आत्ता सगळ्याचं स्पष्टीकरण देऊ शकणार नाही." जॉर्ज म्हणाला. तो ॲनीचा हात घट्ट धरूनच उभा होता, "पण आधी आपण इथून निसटायला हवं."

"कॉसमॉस... आणि ती बघ पोर्टल. ती इथं जवळच आहे," ॲनी म्हणाली. जॉर्ज काय म्हणाला, याचा अर्थ लावण्याचा ती प्रयत्न करत होती. तिनं जॉर्जकडं रोखून पाहिलं. "जॉर्ज, सगळ्यांना वाचवण्यासाठी स्वत: त्या टेलीपोर्टे का काय त्यात जायला तयार झालास! तू खरोखरच शूर आहेस जॉर्ज!" जॉर्जनं ॲनीचा हात आनंदानं आणखी घट्ट धरला. आपण अखेर कोणाचाही अपेक्षाभंग करून त्यांना शरमिंदं व्हायला लावलं नाही, याचं त्याला बरं वाटलं. पण त्या क्षणी त्यांनी अलिओथ, आणि त्याचे ते रोबो यांच्या तावडीतून निसटणं महत्त्वाचं होतं नाहीतर सगळंच...

जॉर्ज आणि ॲनी हळूहळू पोर्टलच्या दिशेनं सरकू लागले. पण आता तिथं एका पाठोपाठ एक असे रोबो अवतरू लागले होते. ते पृथ्वीवरून क्वांटम टेलीपोर्टेशननं पाठवले जात होते. काही मिनिटात आपण पकडले जाणार याची भीषण जाणीव जॉर्ज आणि ॲनीला झाली. ॲनीनं मागं वळून पाहिलं. तिला पोर्टलच्या दारात उभी असलेली लिओनिया हातवारे करून काहीतरी सांगताना

दिसली. पण तिच्या हातवाऱ्यांचा अर्थ ॲनीला लावता आला नाही.

पुढच्याच क्षणी लिओनिया काय सांगण्याचा प्रयत्न करत होती ते तिच्या लक्षात आलं, कारण लिओनियासकट पोर्टल विरून गेली होती. पृथ्वीवर परत जाण्याचा दरवाजा बंद झाला होता. जॉर्ज आणि ॲनी युरोपावर अडकून पडले होते आणि ते सूड घेण्यासाठी सज्ज असलेल्या एका माथेफिरूच्या आणि त्याच्या रोबो फौजेच्या तावडीत सापडले होते.

२१

"हं... तर माझ्या छोट्या मित्रांनो..." वेगानं घन स्वरूपात येणारा अलिओथ मेरक म्हणाला. या अगोदर त्यानं कॉस्मोड्रोम-२ची प्रमुख रिका डूर हिचं रूप घेतलं होतं. पण आता तो त्याच्या मूळ रूपात क्वांटम टेलीपोर्टेशननं युरोपावर अवतरला होता. त्याच्या डोक्यावर हेल्मेट होतं आणि अंगावर अंतराळ पोशाख होता, "आपली पुन्हा भेट झाली... किती छान!"

"तू!" ॲनीचा भीतीनं थरकाप उडाला. तिला तो आवाज ओळखता येणार नाही असं होणं शक्यच नव्हतं, "अलिओथ मेरक... तू इथं कसा काय?" "इथंच नाही तर तोच तर सगळीकडं होता," जॉर्ज गंभीर स्वरात म्हणाला, "आपण जसं समजत होतो तशी ती रिका नव्हतीच. तोच होता. त्यानं खरं रिकाचं काय केलं ते मला माहीत नाही; पण तो तुरुंगातून पळाला आणि तो रिकाचं सोंग घेत होता. त्यानं तिचे कपडे वापरले, तिचा आवाज काढण्यासाठी घशात संगणक बसवला. डोक्यावर तिच्यासारख्या केसांचा टोप चढवला आणि त्रिमिती प्रिंटर वापरून तिचा चेहरा बनवून घेतला."

"ऑं!" ॲनीनं मेरककडं जळजळीत नजर टाकली. "म्हणूनच रिका डॅडच्या विरुद्ध गेली. ती सुटीवरून परतल्यानंतर डॅडशी वाईट वागू लागली होती. तिनं डॅडना कामावरून काढून टाकलं, पण ते तिनं नाही तर तू केलं होतंस. तू तिची जागा घेण्यासाठी तिचं सोंग घेतलंस. होय ना?"

"मग तुला एरिकना कॉस्मोड्रोम-२ पासून दूर ठेवण्याची गरज वाटू लागली,"

जॉर्ज म्हणाला, ''एरिकना *अर्टेमिस* मोहीम अगोदरच सुरू झाल्याचं कळल्यानंतर त्यांनी तुला जाब विचारला. त्यानंतर तू त्यांना हाकलून देण्यासाठी त्यांना निवृत्त केलं असल्याचा बनाव रचलास.''

''आणि आम्हाला अंतराळवीर प्रशिक्षण कार्यक्रमात जागा मिळेल, अशी तू व्यवस्था केलीस,'' ॲनी म्हणाली.

''होय. होय. होय,'' मेरक एक सुस्कारा टाकत म्हणाला, ''पण तुम्हाला या शिबिरात घेणं ही माझी चूक होती हे मला नंतर कळलं. मी ती चूक एका छोट्या अपघातानं दुरुस्त करण्याचा प्रयत्न केला.'' मेरक दबक्या आवाजात हसला.

''थांब जरा!'' ॲनीनं त्याचं बोलणं मध्येच तोडलं. विमान अपघाताबद्दल आपल्याला आलेला संशय खरा ठरला. त्यानं आपल्याला मारायचा प्रयत्न केला, हे कळल्यावर ती संतापली होती. पण मग तिला जॉर्जनं काय सांगितलं ते एकदम आठवलं, ''पण या सगळ्याचा जॉर्जच्या आई-वडिलांशी काय संबंध? आणि माझ्या ममचा? रिंका डूर कुठं आहे?''

''ते त्यानं मला सांगितलं नाही,'' जॉर्ज म्हणाला, ''त्यानं त्यांना कुठंतरी डांबून ठेवलं आहे. माझं कुटुंब कुठल्याच बेटावर शेती करायला गेलं नाही. तशीच तुझी ममदेखील कोणत्याच दौऱ्यावर गेली नाही. त्यांना अशा प्रकारे पळवून नेलं तर कोणी त्यांचा शोध घेणार नाही म्हणून त्यानं ही युक्ती केली होती. त्यानंच आपल्याला त्यांच्या नावानं संदेश पाठवले. ते सगळे आता कुठं आहेत ते मला माहीत नाही.''

''अॅ... नाहीऽऽऽ!'' ॲनीच्या एकदम काहीतरी लक्षात आलं.

''काय?''

''ती खोकी! इथं कॉस्मोड्रोम-२ मध्ये हॉस्पिटलसारख्या भागात खोकी आहेत आणि त्यात माणसं आहेत! ते निलंबित चेतनावस्थेत आहेत. जिवंत पण गाढ झोपेत! आणि हा मेरक त्यांना अंतराळात पाठवणार आहे. जॉर्ज, तुझं कुटुंब आणि माझी मम त्यात असणार. नक्कीच!''

''ओह... उत्तम'' मेरक कर्कश स्वरात म्हणाला, ''अगदी बरोबर. तुमचे कुटुंबीय त्या मी खास बनवून घेतलेल्या खोक्यांमध्ये सुखरूप आहेत. ते युरोपावर जाईपर्यंत गाढ झोपेत राहतील.''

''मला हे खरं वाटत नाही,'' जॉर्ज चकित होऊन सावकाश म्हणाला.

''विश्वास ठेव यावर,'' मेरक म्हणाला, ''मी युरोपाकडं फक्त काही प्रशिक्षणार्थी अंतराळवीरच पाठवतोय असं नाही. समजा काही कारणांनी ते तिथवर पोहोचू शकले नाहीत तर राखीव म्हणून काही निद्रित लोकांना पाठवतो आहे.''

"पण आमच्या आई-वडिलांना अवकाश प्रवास करायचा नव्हता. तू तर म्हणालास की तुला स्वयंसेवक हवे असतात," जॉर्ज रागानं म्हणाला, "मग तू त्यांना पळवून का नेलंस आणि जबरदस्तीनं झोपलेल्या अवस्थेत का ठेवलंस?"

"ते स्वयंसेवकच आहेत." मेरक उडवाउडवीच्या भाषेत म्हणाला, "मी त्यांच्यापुढं इतर पर्याय ठेवल्यानंतर ते आपणहून तयार झाले आणि..."

"तू... तू भयंकर आहेस." जॉर्ज भीतीनं बधिर झाला.

"पण मंगळाचं काय?" ॲनीनं धैर्यानं विचारलं. मंगळ युरोपापेक्षा तसा जवळ आहे. त्यामुळं जॉर्जचं कुटुंब आणि तिची मम यांना मंगळावर पाठवलं तर निदान ते परतवायची संधी असेल असा एक विचार तिच्या मनात आला.

"ओह!... मंगळावर तर जायचं आहेच; पण एक लांबची फेरी मारून."

"मला माहीत होतं! आम्हाला वाटलं होतं त्यापेक्षाही भयंकर काहीतरी या सगळ्यात असणार."

"अगदी खरं!" मेरक म्हणाला, "महासागरांमधले सजीव, आणि मानव व कृत्रिम सजीव या सगळ्यांत मला रस आहे... म्हणूनच मला निळे ग्रह हवे आहेत," तो दबक्या आवाजात हसला, "मला निळे चंद्र हवेत. मला लाल ग्रह हवे आहेत. मला करडे ग्रह हवेत, उलटे सुलटे, पट्टे असणारे... खरं सांगायचं तर मला हे सगळेच हवे आहेत."

अलिओथच्या भोवती आता आणखी रोबो जमा होऊन रांगांमध्ये उभे राहताना दिसत होते. प्रथम त्यांचे आकार धूसर असत. मग ते अर्धपारदर्शक बनत आणि मग क्वांटम टेलीपोर्टेशन पूर्ण झालं की ते घन स्वरूपात येत होते. आता बघता बघता तिथं फार मोठ्या प्रमाणात रोबो जमा झाले की आपण काही करू शकणार नाही हे जॉर्ज आणि ॲनीच्या लक्षात आलं. त्यांनी मागं नजर टाकली. कॉसमॉसनं उघडलेली पोर्टल दिसत नव्हती. हा त्यांचा शेवटचा अवकाश प्रवास ठरणार होता की काय?

पण अचानक ॲनीच्या नजरेनं अलिओथच्या मागच्या बाजूला काहीतरी निराळं घडत असल्याचं टिपलं. अलिओथ आणि त्याच्या मागच्या बाजूला रांगांमध्ये तयार होणारे सगळे रोबो त्यांच्याच दिशेनं बघत होते. मागच्या बाजूला काय घडतंय याकडं त्यांचं जरादेखील लक्ष नव्हतं. पण ॲनीला दिसलं की, मागच्या बाजूला हीटरमुळं बर्फ वितळत होतं. तळ्यात पडताना काही रोबोंच्या हातात चालू हीटर असणार. तेच हीटर आता बर्फ वितळायला कारणीभूत ठरत होते हे ॲनीच्या लक्षात आलं. हा बर्फ त्या रोबोंच्या अगदी मागच्या बाजूला वितळताना दिसला. एकदा का धातूच्या रोबोंचं पूर्ण वजन तिथं पडलं की बर्फ टिकणार नाही हे ॲनीच्या लक्षात आलं.

"तू त्यांचं लक्ष वेधून घेत रहा," ॲनी जॉर्जला हलक्या आवाजात म्हणाली, "आणि अगदी हळूहळू माझ्याबरोबर मागं सरक."

"मी क्वांटम टेलीपोर्टेशनमधून गेलो तर तू आमच्या कुटुंबीयांना सोडून देशील असं वचन दिलं होतंस." जॉर्ज धीटपणानं म्हणाला. त्याच वेळी तो आणि ॲनी अगदी हलकेच एक पाऊल मागं सरकले होते. आपण असं बोलल्यानं मेरकचं लक्ष विचलित होईल, असं जॉर्जला वाटलं. "तू आमच्या कुटुंबीयांवर सूड उगवू शकत नाहीस. ते पूर्णपणे निरपराधी आहेत."

जॉर्ज हे बोलत असताना तो आणि ॲनी पुन्हा काही मिलिमीटर मागं सरकले. अलिओथच्या मागच्या बाजूला बर्फात तयार होणारं विवर मोठं होत चाललं होतं.

"किती गोड..." मेरक त्याचे रोबो तयार होताना पाहून आनंदानं म्हणाला, "काय म्हणालास सूड? तुमच्यावर? छे, छे! असा विचार करू नका. तुम्ही त्या दृष्टीनं माझ्या खिजगणतीतही नाही..."

"मग हे सगळं कॉस्मोड्रोम-२ वर ताबा मिळवण्यासाठी असणार," ॲनी म्हणाली, "म्हणजे मग जगातल्या सगळ्या अवकाश मोहिमांवर तुझं नियंत्रण होणार."

"अगदी बरोबर," मेरक म्हणाला, "केवळ मीच असं नियंत्रण करायला लायक आहे. मी इथं जे काही केलं, म्हणजे तुझ्या डॅडला काढून टाकणं, तो फक्त माझ्या मार्गातले अडथळे दूर करण्यासाठीचा प्रकार होता. त्याला काढून टाकावंच लागलं. मला जसं हवं तसं तो करू देणार नव्हता. *अर्टेमिस* मोहिमेत लहान मुलांना आणि कसलाही संशय न येणाऱ्या माणसांना झोपवून अवकाशात पाठवायला त्यानं कधीच परवानगी दिली नसती. त्यामुळं एकदा का तो अडथळा दूर केल्यावर कोणाला माझा खरा बेत समजू नये म्हणून मला वेगानं हालचाल करावी लागली."

"अरेरे... आम्ही त्या बेतावर पाणी टाकलं म्हणून वाईट वाटतंय," ॲनी अगदी सहज बोलल्याप्रमाणे म्हणाली.

पण ॲनीच्या बोलण्याचा स्वर अलिओथला बरोबर कळला होता. तो त्रस्त झालेला स्पष्ट दिसला. "ही बडबड आता पुरे!" त्याचा राग त्याच्या बोलण्यात स्पष्ट जाणवत होता. "माझे रोबो आता इथं आलेले आहेत."

रोबो आता भक्कमपणे बर्फाच्या कवचावर उभे होते.

"रोबो... त्यांना पकडा..." मेरकनं आज्ञा दिली; पण मेरक हा हुकूम सोडत असतानाच दोन गोष्टी एकदम घडल्या. पहिली गोष्ट म्हणजे अचानक तो टेलीपोर्टेशन उलट्या दिशेनं होऊन विरळ होताना दिसला. तो आला होता त्यापेक्षा ही उलटी टेलीपोर्टेशन क्रिया फार वेगानं घडू लागली होती. मेरकची आकृती धूसर होत जात असतानाच पाय पुढं टाकण्यासाठी सज्ज असणारी रोबोची फौज गोंधळून गेली होती. मागच्या बाजूला असणारे रोबो मागच्या मागं कलंडत होते. बर्फ वितळल्यानं मागं कोलमडणारे रोबो आधारासाठी पुढच्यांना पकडत असल्यानं बघता बघता रोबोंच्या रांगांच्या रांगा खालच्या द्रवपदार्थाच्या महासागरात गडप होताना दिसल्या.

ॲनी आणि जॉर्ज चपळाईनं मागं सरकू लागले, कारण आता वितळणाऱ्या बर्फाची कड वेगानं त्यांच्याच दिशेनं सरकत पुढं येऊ लागली होती. युरोपाच्या आकाशात मेरकची धूसर आकृती अधांतरी लटकत होती. ते दृश्य भयानक होतं.

ॲनी आणि जॉर्ज मागं सरकत असतानाच त्यांना एका हातानं कोणीतरी मागं खेचल्याचं जाणवलं. आपल्याला दरवाजातून आत ओढलं जात आहे, हे त्यांच्या लक्षात आलं. त्यांना आत खेचलं जात असताना शेवटचा आवाज ऐकू आला तो मेरकच्या भीषण किंकाळीचा होता.

दरवाजा घट्ट बंद झाला. जॉर्ज आणि ॲनी एरिकच्या खोलीत लिओनियाच्या पायापाशी पडले होते. ॲनी प्रथम सावरली. तिनं उडी मारून उभं राहत हेल्मेट उचकटून काढायचा प्रयत्न केला. पण त्या जुन्या पद्धतीच्या हेल्मेटला लगेच

काढता आलं नाही. जॉर्जनं वेगानं अंतराळ पोशाख उतरवला आणि हेल्मेट बाजूला पडू दिलं. त्याला अजूनही मेरकची ती भीषण किंकाळी अर्धवट ऐकू येत होती.

"मला त्याचा आवाज अजून कसा काय ऐकू येतो आहे?" जॉर्ज पुटपुटला.

"कारण तो अर्धा इथं आणि अर्धा तिथं आहे!" लिओनिया प्रसन्नपणे हसत म्हणाली, "तुम्ही युरोपावर असताना मी त्याला टेलीपोर्टेशननं परत आणायला सुरुवात केली. हे मी कॉसमॉसनं पोर्टल बंद करत असताना केलं. त्यामुळं तो आता पासष्ट टक्के मिशन कंट्रोल कक्षात परतला आहे..."

"पण, तुला काय करायचं हे कसं काय कळलं?" जॉर्जनं विचारलं, "तू त्याला तिथंच राहू न देता परत का आणलंस?"

"कारण आपल्याला त्याची गरज भासेल असं मला वाटलं," लिओनियानं शांतपणानं उत्तर दिलं.

"ते रोबो खालच्या तळ्यात पडतील हे तुला माहीत होतं का?" ॲनीचं हेल्मेट काढायला मदत करताना जॉर्जनं तिला विचारलं.

"ही आपली अखेरची संधी ठरेल असा विचार मी केला," ॲनी डोळ्यांची उघडझाप करत म्हणाली.

"अं..." एक आवाज आला.

"लिओ!" ॲनी लिओनियाला मिठीत घेत म्हणाली, "धन्यवाद लिओ! तू आम्हाला तिथून वाचवलंस! आणि मला वाटतं की आपण त्याला पराभूत केलं आहे. आता आपल्याला इतर प्रशिक्षणार्थी मुलं-मुली आणि आमचे कुटुंबीय कुठं आहेत ते ताबडतोब शोधून काढायला हवं. मग सगळं ठीक होईल!"

"होय... ते बरोबरच आहे." लिओनिया म्हणाली, "तू काहीतरी विसरते आहेस."

"काय ते?" जॉर्जनं गोंधळून विचारलं.

"अर्टेमिस," लिओनिया म्हणाली, "तुम्ही हस्तक्षेप केल्यामुळं मेरकनं त्याच्या बेताला गती दिली आहे, असं मला वाटतं. अवकाशयान कोणत्याही क्षणी उड्डाण करायला सज्ज आहे, आणि त्याला कसं थांबवायचं ते आपल्याला माहीत नाही!"

२२

"**मि**शन कंट्रोल कक्ष! चला!" जॉर्ज म्हणाला, मग तिघंही बाहेर धावले. पण त्यापूर्वी त्यांनी कॉसमॉसला बरोबर घेतलं होतं. ते मिशन कंट्रोल कक्षात धावतच शिरले. मागच्या खेपेस जॉर्ज या कक्षात आला होता तेव्हा तिथं रोबोंची गर्दी होती; पण आता तो कक्ष जवळजवळ रिकामा होता.

"सगळे रोबो युरोपावर गेले की काय?" आसपासचा रिकामा भाग बघून ॲनीनं विचारलं.

"नाही." जॉर्ज म्हणाला, "तसं दिसत नाही. बहुधा त्यांनी कोणाला तरी मागं ठेवलं आहे."

जॉर्जला युरोपावर पाठवलं होतं त्यावेळेचा झगझगीत प्रकाशाचा शंकूसारखा आकार तसाच होता. त्याच्या शेजारी ब्रायन बोल्ट्झमान उभा होता. "मलाही जाऊ द्या!" तो विनवण्या करत होता, "मलाही इतर रोबोंबरोबर जायचं आहे! मला इथं एकटं सोडून जाऊ नका!"

पण त्या वेळी मिशन कंट्रोल कक्षात असणारी बोल्ट्झमान सोडून दुसरी आकृती त्याच्या विनवण्यांकडं लक्ष देत नव्हती. त्या प्रकाशाच्या शंकूच्या मध्यभागी लिओनियानं जबरदस्तीनं परत आणलेला पासष्ट टक्के अलिओथ मेरक उभा होता. तो वळत, मुरडत, दात विचकत भीतीनं किंचाळत होता.

"मी अडकून पडलोय!"

तो भयंकर आकार किंचाळला, ''मी पुढं जाऊ शकत नाही आणि मागं पृथ्वीवरही– ''

''त्यापेक्षाही महत्त्वाचं म्हणजे...'' जॉर्जनं माहिती पुरवली, ''तुझा फक्त पस्तीस टक्के भाग युरोपावर राहिला आहे. ही बातमी चांगली आहे. नाही?''

''नाही!'' मेरकनं हंबरडा फोडला, ''मला परत आणा. तुम्ही मला पूर्णपणानं परत आणायलाच हवं!''

दरम्यान लिओनियानं तिथल्या संगणकांच्या रांगांमधल्या एकावर काहीतरी टाइप करायला सुरुवात केली होती. तिनं तसं करताच पडद्यांवरची दृश्यं बदलली. आता युरोपावर कोलमडून पडणाऱ्या रोबोचं दृश्य नव्हतं. त्याजागी आता उड्डाणासाठी सज्ज होत असलेलं अवकाशयान दिसलं.

''मी हेच पाहिलं होतं! ते इथंच आहे कॉस्मोड्रोम-२ वर. *अर्टेमिस!*... त्याला उड्डाण करायला अजून किती वेळ उरला आहे?'' ॲनीनं विचारलं.

''शेवटची तपासणी प्रक्रिया चालू आहे,'' लिओनिया म्हणाली.

''आपल्याला ते थांबवायलाच हवं,'' ॲनी पडद्यांकडं बघत म्हणाली, काही पडद्यांवर तपासणीची दृश्यं होती तर एका पडद्यावर यानाच्या आतलं दृश्य दाखवलं जात होतं.

''पहा!'' ॲनी म्हणाली, काही रोबो चौकोनी आकाराची मोठी खोकी यानात चढवताना दिसले. ''ओह... नाही!'' ॲनीचं हृदय धडधडू लागलं.

''त्या खोक्यात आपले कुटुंबीय असणार! जॉर्ज! जॉर्ज! काहीही करून या

यानाचं उड्डाण आपण थांबवायलाच हवं.''

''ओह माय गॉड!,'' जॉर्ज म्हणाला. त्याचे डोळे डबडबून गेले. ''माझं कुटुंब!''

मग त्याला दोन छोटी खोकी यानात चढवताना दिसली, ''माझ्या लहान बहिणी... नाही. ते शक्य नाही!''

''आणि हे बघ...'' ॲनी म्हणाली. ''यानात जागे असणारे काही जणही आहेत.'' आता पडद्यावरचं दृश्य बदललं होतं. तिथं पट्टे बांधलेल्या अवस्थेत अंतराळ पोशाख घातलेल्या मुलामुलींच्या रांगा दिसत होत्या. त्यांना काहीतरी अमली द्रव्यं देऊन गुंगीत ठेवल्याप्रमाणे त्यांच्या माना इकडंतिकडं कलंडत होत्या. ''मेरक म्हणाला होता की, त्यानं सगळ्यांनाच इथं ठेवलं होतं. कोणीही प्रशिक्षणार्थी बाहेर गेला नव्हता. आता तेच सगळे *अर्टेमिस* यानात आहेत. तो त्यांना निळा चंद्र युरोपावर वसाहत स्थापन करण्यासाठी पाठवतो आहे. आपण त्याला थांबवायलाच हवं!''

''पण कसं?'' जॉर्ज आता लिओनियाजवळ उभा होता, ''अवकाशयानाचं उड्डाण कसं थांबवायचं असतं?''

''काहीतरी मार्ग असणारच.'' लिओनिया ठामपणानं म्हणाली, ''उड्डाण रद्द करणं हा मार्ग असायलाच हवा.'' तिनं संगणकावर काहीतरी टाइप केलं. पण मग समोर 'थांबा' असं चिन्ह आलं. ''इथं काहीतरी विशिष्ट कूटसंकेत असणार. उड्डाण प्रक्रिया बदलण्यासाठी आपल्याला तो कूटसंकेत द्यावा लागेल.''

''आम्हाला तो कूटसंकेत सांग,'' ॲनी अलिओथ मेरकच्या दोन तृतीयांश आकाराकडं बघत ओरडली.

''मला पृथ्वीवर परत आणा,'' मेरकही किंचाळला, ''*अर्टेमिस*चं उड्डाण थांबवायचा तुमच्याजवळ हा एकच मार्ग आहे...''

'टी उणे पाच,' स्वयंचलित घोषणा झाली. या उलट्या गणतीचा अर्थ असा होता की, आता उड्डाणाला फक्त पाच मिनिटं उरली होती.

''आपण तसं करता कामा नये,'' जॉर्ज ओरडला, ''ते फार धोकादायक ठरेल!''

''पण त्याला परत आणलं नाही तर आपण यानाचं उड्डाण थांबवू शकणार नाही,'' ॲनी म्हणाली.

''मला वाचवा...'' मेरक म्हणाला. तो आता अधिकाधिक विरळ होत चालला होता, ''यानाचं उड्डाण थांबवायचं असेल तर एकच मार्ग आहे... मला परत आणणं हाच...''

पण आता मेरकनं निर्माण केलेल्या तंत्रज्ञानानं त्यालाच दगा दिला. त्यानं

क्वांटम टेलीपोर्टेशनचा नको इतका वापर केल्यानं त्या यंत्रणेवर एवढा ताण पडला की ती यंत्रणा कायमची बंद पडली. मेरकनं एक कर्णकटू किंचाळी फोडली आणि मग तो दिसेनासा झाला. त्याचे सगळे अणूरेणू इतस्ततः पसरले.

अलिओथ मेरक गेला होता.

"आता पुढं?" जॉर्जला जबरदस्त धक्का बसला होता. आपण अलिओथचा असा शेवट बघू असं त्याला कधीच वाटलं नव्हतं. त्याचा असा शेवट झाल्यानं *अर्टेमिस* थांबवण्याचा मार्गही कायमचा बंद होऊन गेला होता. त्याबरोबरच यानाचं उड्डाण झालं की त्याचे कुटुंबीय, ॲनीची मम आणि सगळे प्रशिक्षणार्थी यांचा शेवट जवळ आला होता.

"संपलं सगळं," ॲनी हताश स्वरात म्हणाली. पण तिच्या मनात अनेक विचारांनी फेर धरला होता. *अर्टेमिस*चं उड्डाण झालं तर कॉसमॉसला वापरून यानावरच पोर्टल उघडून त्यामधून सर्वांना वाचवून परत आणता येईल का? पण हलत्या वस्तूवर पोर्टल उघडणं फार कठीण होतं. शिवाय पोर्टल जर नीट काम करू शकली नाही तर ती आणि जॉर्ज यानाबाहेरच अंतराळात कुठंतरी भरकटण्याचा धोका तिला दिसत होता. *अर्टेमिस* युरोपावर उतरेपर्यंत त्यांना थांबावं लागेल की काय? कॉसमॉस इतक्या सगळ्या जणांना अवकाशातून परत आणू शकेल का? क्वांटम टेलीपोर्टेशन सुरक्षित नाही हे तर उघडच दिसत होतं. तेव्हा त्याचा वापर करून बचावकार्य करण्यात फार मोठी जोखीम होती.

"सगळ्यांना आपण गमावलं आहे," ॲनी निराशेनं पुन्हा म्हणाली. लिओनियाचीही टाइप करणारी बोटं तशीच थांबली होती.

"माफ करा..." कॉसमॉस एकदम म्हणाला, "मला तसं वाटत नाही."

"खरंच? तू उड्डाण रद्द करू शकतोस?"

"अं... मी तसं करू शकत नाही ही खेदाची गोष्ट आहे," कॉसमॉस म्हणाला, "माझा सगळा माहितीसाठा पुसून टाकण्यात आला आहे. जो कोण होता किंवा होती त्याला माझ्या निष्ठेबद्दल साशंकता असावी."

"मग... आपण टॅब्लेट कॉसमॉसला विचारायचं का?" लिओनियानं विचारलं.

कॉसमॉसनं नाक फुरफुरल्यासारखा गमतीदार आवाज काढला. "अलिओथ मेरकनं त्या उपकरणाच्या क्षमतेच्या फार फार बाहेर वापर करायचा प्रयत्न केला तेव्हा त्याची संचालन प्रणाली जळून खाक झाली आहे."

"नाही!..." जॉर्जला परिस्थिती हाताबाहेर जाताना बघून धक्का बसला होता.

"मला वाटतं की तुम्ही काहीतरी विसरता आहात," कॉसमॉस म्हणाला.

"काय ते?" ॲनीनं विचारलं.

"माझा सगळा माहितीसाठा नष्ट होण्याआधी मला काहीतरी भयंकर परिस्थिती

उद्‌भवू शकेल असं वाटलं होतं. म्हणून मी तसं होण्याआधी अवकाश यानाच्या उड्डाणाचा कूटसंकेत तुला पाठवला होता.''

''होय का?''

''होय. घरून आलेल्या संदेशाच्या स्वरूपात. हा कूटसंकेत फार सोपा आहे,'' कॉसमॉस म्हणाला, ''ह्यातल्या प्रत्येक अक्षराच्या जागी फक्त आकडा टाकायचा आहे. अक्षरांच्या क्रमवारीनुसार.''

ॲनीनं खिसे चाचपले आणि एक अतिशय चुरगाळलेला कागदाचा तुकडा बाहेर काढला. ''हा बघ!''

''वाच!'' लिओनिया म्हणाली.

''तूच वाच. तू जास्त वेगानं वाचू शकशील,'' ॲनी म्हणाली.

''आणि गायीनं चंद्रावर उडी मारली!''

''नाही, तसं नाही. हे आकड्यात वाचायचं आहे. म्हणजे अ च्या जागी एक... वगैरे.''

''ठीक आहे.'' लिओनिया म्हणाली, ''तिनं एका कागदावर भराभरा काहीतरी आकडे लिहिले, ''हं... हे वापरून बघ...

११४४२०८५३१५२३१०२११३१६५४१५२२५१८२०८५१३१५१५१४.''

''ओह माय गॉड!'' जॉर्ज म्हणाला, ''फारच पटकन केलंस तू. मी अजून पहिल्याच शब्दावर आहे.''

''हा!'' ॲनी म्हणाली. तिकडं लिओनियानं तो कूटसंकेत टाइप केला. संगणकानं तो स्वीकारला आणि नियंत्रणासाठीची विंडो समोर आली, ''मुलींना कूटसंकेत नीट समजत नाहीत असं कोणी म्हणून पाहावं!''

''मी आता पुढं काय करायचं आहे?'' लिओनियानं विचारलं.

''उड्डाण रद्द कर!''

''पण हा पर्यायच इथं नाही.'' लिओनिया समोर नीट बघत म्हणाली, ''पण उड्डाण लांबवणं शक्य आहे.''

''मग तसं कर!''

लिओनियानं योग्य तो पर्याय निवडल्यावर पडद्यावर 'उड्डाण तीस मिनिटं विलंबानं' अशी ओळ आली.

आपण गेल्या कित्येक तासांमध्ये श्वासोच्छ्‌वासच करत नव्हतो की काय, असं जॉर्जला वाटण्याइतका मोठा नि:श्वास त्यानं टाकला. आता निदान त्या यानातली माणसं आणि मुलंमुली यांना वाचवण्यासाठी वेळ तरी मिळाला होता.

''आपल्याला जायला हवं!'' जॉर्ज म्हणाला, ''लिओनिया तू कॉसमॉसचा वापर करून ॲनीच्या डॅडशी संपर्क करू शकशील का? उड्डाण आणखी काही

काळ पुढं कसं ढकलता येईल, हे त्यांना नक्की माहीत असेल.''

''मी ते अगोदरच करून पाहिलं आहे,'' लिओनिया म्हणाली. तिच्या स्वरात निराशा होती. ''इथून कोणी बाहेर संपर्क साधू नये म्हणून काहीतरी खास यंत्रणा असणार; तरीही मी प्रयत्न करत राहते.'' मग तिच्या भुवया उंचावल्या, ''मला अपयशी झालेलं आवडत नाही.''

''याचा अर्थ आता आपल्यालाच काय ते करावं लागणार आहे, आणि आपल्या हाताशी फार वेळ नाही.'' ॲनी म्हणाली, ''आता आपण काय करायचं?''

''मी सांगतो!'' जॉर्ज म्हणाला, ''बोल्ट्झमान,'' त्यानं हाक मारली. बोल्ट्झमान एका कोपऱ्यात हताशपणे वेडावाकडा पडला होता.

''काय?'' बोल्ट्झमान दु:खी स्वरात त्याचं करपलेलं डोकं वर उचलत म्हणाला.

''बोल्ट्झमान...'' जॉर्ज त्याला काय आवडतं हे आठवून म्हणाला, ''तू मला मदत करशील का?''

''होय, नक्कीच!'' बोल्ट्झमान एकदम टुणकन उडी मारत म्हणाला, ''माझ्यासाठी काही काम आहे का?''

''आहे... आणि ते फार महत्त्वाचं आहे. ते तुझ्यासारखा एक चांगला रोबोच करू शकतो.''

“तसं असेल तर मी तुझ्या सेवेत आहे!”

संगणकांच्या रांगेपाशी बसलेल्या लिओनियाला तिथेच ठेवून जॉर्ज आणि ॲनी बोल्ट्झमानच्या मागोमाग उड्डाणाच्या जागेकडं निघाले. ते वेगानं धावत होते. पण मिशन कंट्रोलची इमारत आणि उड्डाणासाठी सज्ज यानामधलं अंतर एवढं होतं की, आपण तिथं वेळेत पोहोचू शकणार नाही, असं त्यांना वाटत असतानाच बोल्ट्झमाननं त्यांना उचलून घेतलं आणि तो लांबलांब ढांगा टाकत पळू लागला.

ते उड्डाणाच्या जागी पोहोचले. एखादा कुत्रा फिरायला निघायच्या आधी जसा उतावीळ झालेला असतो तसं त्या यानाकडं बघून वाटत होतं. बोल्ट्झमान त्यांना यान प्रक्षेपक टॉवरला जिथं जोडलेलं होतं तिथं घेऊन गेला. ते तिथं पोहोचले असताना नियंत्रण कक्षात बसलेल्या लिओनियानं यानाची झडप उघडली. त्या बरोबर सगळे आत घुसले आणि त्यांनी मलूलपणे पडलेल्या पोरांना भराभरा बाहेर काढायला सुरुवात केली. अर्धवट गुंगीत असलेली ती पोरं एवढी गलितगात्र होऊन पडली होती की, त्यांनी दिलेला हुकूम लगेच पाळला. सगळ्यात शेवटी अंतराळ पोशाखातला सर्वांत छोटा पोरगा म्हणजे जॉर्जचा मित्र इगॉर होता.

पोरांना *अर्टेमिसच्या* बाहेर काढल्यानंतर त्यांना ताबडतोब तिथून शक्य तितक्या दूर जाण्याची सूचना करून ॲनी आणि जॉर्जनं त्यांच्या कुटुंबांचा शोध घ्यायला सुरुवात केली.

“आपल्याला काय शोधायचं आहे?” यानाच्या आत आणखी शिरत जॉर्जनं विचारलं. यान अवकाशात गेल्यानंतर आडवं होत असलं तरी त्या वेळी ते उभं असल्यानं त्यात हालचाल करणं अवघड जात होतं.

“खोकी!” जॉर्जच्या वरच्या बाजूला असलेल्या ॲनीनं ओरडून सांगितलं. “पांढऱ्या रंगाची... पूर्ण माणूस मावू शकेल अशी खोकी तुला दिसतात का ते पहा.”

“होय! मला सापडली... ती हलवणं सुरक्षित होईल ना?” जॉर्ज खोक्यांना हलका स्पर्श करत म्हणाला. तो आत झोपलेल्या मम आणि डॅडशी संवाद साधायचा प्रयत्न करत होता. बाजूला असलेल्या छोट्या खोक्यांमध्ये बहुधा त्याच्या दोन लहान बहिणी होत्या. त्याचा गळा दाटून आला. आपण त्यांना वेळेत वाचवू शकू का नाही, हा विचार त्याच्या मनात आला.

“त्यांना इथंच ठेवणं हे सुरक्षित नाही,” ॲनी म्हणाली. मोलाची मिनिटं पुढं सरकत आहेत याची तिला जाणीव होती. लिओनियाला उड्डाण रद्द करता आलं किंवा ते आणखी पुढं ढकलता आलं की नाही याची त्यांना कल्पना नव्हती. “प्रत्येक खोक्याला स्वतंत्र ऊर्जास्रोत आणि इलेक्ट्रॉनिक यंत्रणा आहे,” त्यांच्या

बरोबर असणारा बोल्ट्झमान आत्मविश्वासानं म्हणाला, ‘‘प्रत्येक खोकं स्वतंत्रपणे हलवता यावं म्हणूनच ही अशी व्यवस्था केलेली आहे.’’

जॉर्जनं एक खोकं हलवण्याचा प्रयत्न करून पाहिला. ‘‘उफ्... ते फार जड आहे!’’

‘‘ही खोकी स्वयंचलित यंत्रणेनं यानात भरलेली आहेत आणि त्याच पद्धतीनं ती बाहेर काढणं शक्य आहे हे असं...’’ बोल्ट्झमाननं यानात बाजूला असलेलं एक बटण दाबलं. त्याबरोबर प्रत्येक खोकं वर उचललं गेलं आणि मग झडपेपाशी येऊन ते बाहेर पडलं. सगळी खोकी यान आणि टॉवरला जोडणाऱ्या पुलावर येऊन थांबली.

ॲनी त्यांच्या पाठोपाठ धावत बाहेर पडू लागली. ‘‘जॉर्ज, निघ! आपल्याला आता यानाच्या बाहेर पडायला हवं. लिओनिया उड्डाण किती काळ थोपवू शकेल, याची खात्री देता येत नाही.’’

‘‘आलो!’’ जॉर्ज म्हणाला. सगळी खोकी यानाच्या बाहेर आलेली पाहून तो काहीसा निष्काळजी झाला. त्याचे कुटुंबीय आता सुरक्षित यानाच्या बाहेर आलेले आहेत हे बघून त्याच्या मनावरचं मोठं ओझं उतरलं होतं. सूर्यमालेत खूप लांब अंतरावर वेगानं घेऊन जाऊ शकणाऱ्या अजस्त्र यानाच्या पोटात आपण आहोत, ही कल्पना त्याला विलक्षण वाटत होती.

बोल्ट्झमानच्या पाठोपाठ जॉर्ज झडपेच्या दिशेनं वर जाऊ लागला. त्याचे पाय धातूच्या मोठ्या तबकडीसारखे त्याला दिसत होते. ॲनी एव्हाना वर जाऊन

झडपेमधून बाहेर जात होती.

"आपण छान कामगिरी केली," जॉर्जच्या वरच्या बाजूला असणारा बोल्ट्झमान म्हणाला. तो हे म्हणत असतानाच त्याचा पाय थोडा घसरला. तो लगेच सावरल्यानं फारसं काही झालं नाही; पण एक मिनिट वाया गेलं. बोल्ट्झमान नीट उभा राहत असताना जॉर्जला यानाच्या इंजिनाचा आवाज बदलल्यासारखं वाटलं. ते आत असताना पूर्णवेळ इंजिन चालू होतं. फक्त त्याचा आवाज अगदी हलका आणि मंद होता. आता मात्र त्या आवाजाची गती वाढली होती. बहुधा इंजिन पूर्ण कार्यक्षम होण्याच्या बेतात होतं...

ॲनी झडपेमधून बाहेर पडली होती. आपल्यालाच जास्त वेळ लागतो आहे, हे बघून जॉर्ज बोल्ट्झमानच्या खांद्यावर चढला आणि बाहेर डोकावलं. पुलावर उभी असलेली ॲनी त्याला दिसली. ती त्याच्याकडंच बघत होती.

"घाई कर!" ॲनी ओरडून म्हणाली.

पण जॉर्ज क्षणभर थबकला. त्याला नेहमी असंच व्हायला हवं होतं. नाही का? अवकाशात प्रवास करून अज्ञात जगांचा शोध घेण्याची त्याला तीव्र इच्छा होती. ही इच्छा आपण अशीच सोडून द्यावी का? कदाचित ही आपल्या आयुष्यातली सर्वांत मोठी आणि पुन्हापुन्हा न येणारी संधी आहे

हे कळत असूनही तो तिकडं पाठ फिरवू शकणार होता का?

त्यानं अचानक निर्णय घेतला.

"ॲनी!" जॉर्जनं हाक मारली, "मी घरी परत येणार नाही. मी इथंच थांबतोय. माझी मम, डॅड आणि माझ्या लहान बहिणींना सांग... माझं त्यांच्यावर फार फार प्रेम आहे..." ॲनी त्याचं बोलणं थांबवण्यासाठी काहीतरी ओरडत असताना जॉर्जला तिच्या डोळ्यात जमलेले अश्रू ओघळताना दिसले. जॉर्ज झडपेपासून दूर आत गेला, "ॲनी... मला हेच करायचं होतं... *आणि आपण हे एकत्रच करणार आहोत... तू, एरिक आणि कॉसमॉस माझ्या प्रत्येक पावलासोबत माझ्याजवळ असाल!"*

यानाची झडप बंद होऊ लागली. जॉर्जला ॲनीची किंकाळी ऐकू आली. पण आता कोणतीही मानवी शक्ती झडप बंद होणं थांबवू शकणार नव्हती. झडप घट्ट बंद झाली. यानावर आता दोघंच जण उरले होते. जॉर्ज आणि बोल्ट्झमान ब्रायन हा चांगला रोबो. त्यांच्या खालच्या बाजूला इंजिनांचा गडगडाटी आवाज ऐकू आला.

"उड्डाणासाठी बाजूला व्हा. उड्डाणाला प्रारंभ होत आहे. टी उणे साठ सेकंद..."

ॲनी यानापासून धडपडत दूर होत असताना यानातल्या जॉर्जनं पट्टा लावून घेतला. तो अद्वितीय अशा प्रवासासाठी सज्ज झाला होता.

"पाच... चार... तीन... दोन... एक. उड्डाण!"

अर्टेमिस मोहिमेला सुरुवात झाली होती.

◆

अवकाशातून पृथ्वीदर्शनाचा परिणाम

माझ्यामते प्रत्येकजण कधी ना कधी अवकाशात जाण्याचं स्वप्न बघतो; पण तसं करता येण्याची शक्यता फार कमी आहे हे लक्षात आल्यानंतर बहुतेकांना ते स्वप्न सोडून द्यावं लागतं, असं खेदानं म्हणावं लागेल; पण माझ्याबाबतीत मात्र असं झालं की माझे वडील आणि माझ्या शेजारचे एकजण हे अंतराळवीर होते. त्यामुळे माझ्या शेजारपाजारी आपण सगळेजण एक ना एक दिवस अंतराळात प्रवास करू शकू असं मानणं सामान्य होतं.

माझ्या दृष्टीमध्ये दोष आहे म्हणून मला अंतराळवीर होता येणार नाही हे नासाकडून कळल्यानंतर मी ठरवलं की आपणच एक खासगी अंतराळप्रवासी कंपनी स्थापन करायची. त्यामुळे मला स्वत:ला अंतराळप्रवास करता येईल. मी संगणक खेळ बनवून जी संपत्ती जमा केली ती मी इतर कंपन्यांमध्ये गुंतवली आणि अखेर याच संपत्तीचा वापर करून मला आणि इतरांना खासगी कंपनीतून अंतराळात उड्डाण करता आलं. मी आंतरराष्ट्रीय अवकाश स्थानकात गेलो तेव्हा मी अमेरिकेतला दुसऱ्या पिढीतला पहिला अंतराळवीर ठरलो आणि मी तिथं गेलो तेव्हा माझ्याबरोबर दुसऱ्या पिढीमधला पहिला रशियन अंतराळवीर होता.

अंतराळ प्रवासाची तयारी करणं आणि प्रत्यक्ष प्रवास करणं हा एक विलक्षण अनुभव आहे; पण आपण टीव्ही किंवा चित्रपटात बघून ज्या काही गोष्टींची अपेक्षा करतो त्यापेक्षा या प्रवासाच्या अनुभवाचे तपशील फारच निराळे होते.

अंतराळात उड्डाण करण्याआधी आपल्याला अंतराळयान चालवण्याचं प्रशिक्षण घ्यावं लागतं. हे प्रशिक्षण फारच मजेशीर होतं. विद्यार्थी शाळेमध्ये असताना ज्या निरनिराळ्या गोष्टी करतात त्याच्याशी या प्रशिक्षणाचं असलेलं साम्य मला चकित करणारं होतं. आपण जेव्हा स्कूबा डाइव्हिंग करण्याचं प्रशिक्षण घेऊन परवाना मिळवतो तेव्हा आपण हवेचा दाब, ऑक्सिजन आणि कार्बन-डाय-ऑक्साइडसारखे वायू याबद्दल शिकतो. याचं प्राथमिक शिक्षण आपण शाळेत असताना रसायनशास्त्र आणि भौतिकशास्त्रात घेतलेलं असतं. एखाद्या अंतराळयानातील जीवनरक्षण प्रणालीचं अगदी असंच आहे. जर कोणाला स्कूबा डायव्हिंगचा परवाना मिळवता आला तर त्याला अंतराळात जीवनरक्षण प्रणाली सहज वापरता येईल. त्याचप्रमाणे जर आपल्या कोणाला हौशी रेडिओचालक म्हणून परवाना मिळवता आला तर आपल्याला अंतराळयानातही रेडिओ सहज वापरता येतील. मी कल्पना केली होती त्यापेक्षा प्रशिक्षित अंतराळवीर बनण्याचं प्रशिक्षण घेणं फारच सोपं आणि खूपच गमतीचं होतं. अर्थात जो कोणी शाळेत चांगला विद्यार्थी असेल त्याला हे करता येईल.

त्यानंतर प्रत्यक्ष अंतराळातील उड्डाणाचा भाग येतो. आपण जेव्हा प्रत्यक्ष किंवा टीव्हीवर एखाद्या अग्निबाणाचं उड्डाण पाहतो तेव्हा तिथं प्रचंड गोंगाट असतो आणि आपल्याला तिथं प्रचंड हादरेही जाणवू शकतात; पण मी जेव्हा उड्डाण केलं तेव्हा आतल्या बाजूला अगदीच वेगळी परिस्थिती होती. अग्निबाणाची इंजिने जेव्हा प्रज्वलित झाली तेव्हा आम्हाला मात्र ते अगदी हलकेच जाणवलं आणि फारसा आवाजही ऐकू आला नाही. अग्निबाण जमिनीपासून वर उचलला गेला तेव्हाही ती हालचाल अलगद झाली होती. एखादा बॅले नर्तक जसा अगदी सहजगत्या हवेत झेप घेतो तशी ती हालचाल होती, असं मी नेहमी सांगतो. मग आम्ही

आकाशात सतत वाहत्या वेगानं वर चढत गेलो. अवघ्या आठ मिनिटांत गुरुत्वाकर्षणाच्या तिप्पट बल जाणवत होतं. मग इंजिनाचं काम थांबलं आणि आम्ही पृथ्वीभोवतीच्या कक्षेत वजनरहित अवस्थेत तरंगू लागलो.

वरून दिसणारं दृश्य अर्थातच विलक्षण होतं; पण आपण पृथ्वीच्या किती जवळ आहोत ही गोष्ट मला सर्वप्रथम जाणवली. विमानं साधारणतः पृथ्वीपासून दहा मैल उंचीपर्यंत जाऊ शकतात, आणि आम्ही त्यापेक्षा पंचवीसपट जास्त उंचीवरून पृथ्वीभोवती प्रदक्षिणा घालत होतो. तरीही आपण विमानातून खाली बघतो तसंच काहीसं दृश्य दिसत होतं. फक्त आपण संपूर्ण पृथ्वी बघू शकू एवढे लांब अंतरावर मात्र असतो. पृथ्वीच्या जवळही असणं आणि तरीही त्याचवेळी खालच्या सर्वांपासून खूप वेगळे पडल्याची विचित्र जाणीव तिथं मला झाली. जर काही आणीबाणीची समस्या उद्‌भवली तर त्यावर उपाय आपण आणि आपले सहकारी काढणार आहोत याची स्पष्ट कल्पना आपल्याला असते; कारण पृथ्वीवरून जवळजवळ काहीही मदत मिळणं अशक्य असतं. आत्मनिर्भर असणं आणि एका संघाचा भरवशाचा सदस्य असणं ही गोष्ट शिकणं हा अंतराळ प्रवासाच्या तयारीचा महत्त्वाचा भाग आहे. अर्थातच, एकूण नेहमीच्या जीवनातही असं असणं उपयुक्तच आहे. अनेक अंतराळवीर अंतराळातून पृथ्वीकडे बघताना भारावून जातात. त्यासाठी एक विशिष्ट शब्दप्रयोगही आहे. तो म्हणजे 'अवकाशातून पृथ्वीदर्शनाचा परिणाम.' पृथ्वी अंतराळातून बघितल्यावर लोकांची जी भारावलेली अवस्था होते, त्या अवस्थेचं हे वर्णन आहे. मीदेखील हा परिणाम अनुभवला आहे आणि तो अनुभव इतरांना सांगावा असं मला वाटलं.

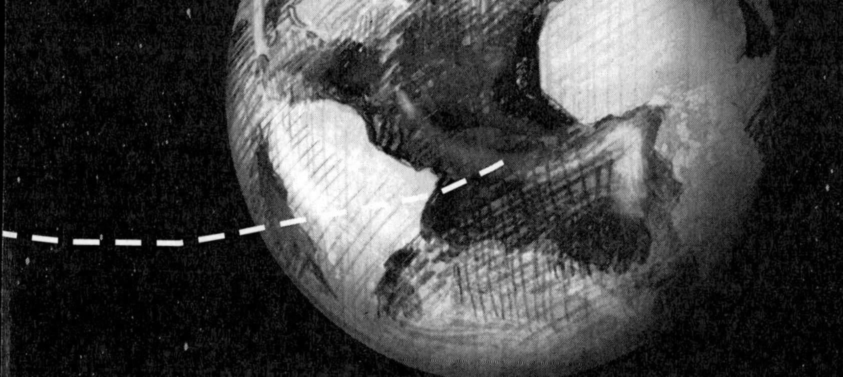

अवकाशातून पृथ्वीदर्शनाचा परिणाम क्रमशः....

समजा तुम्ही आंतरराष्ट्रीय अवकाश स्थानकावर असाल तर तुम्ही पृथ्वीभोवती दर तासाला १७२१० मैल (२७६९६ किलोमीटर) वेगानं प्रदक्षिणा करत असाल. हा वेग एवढा मोठा आहे की दर ९० मिनिटांत तुमची एक प्रदक्षिणा पूर्ण होईल. याचा अर्थ तुम्हाला दर ४५ मिनिटांनी सूर्योदय व सूर्यास्त बघायला मिळेल, आणि तुम्ही अख्खे महाखंड १०-२० मिनिटांत ओलांडून जाल. तुम्हाला अपेक्षा असेल त्यापेक्षा जास्त गोष्टी तुम्हाला दिसण्याइतके तुम्ही पृथ्वीच्या जवळ असणार आहात. अनेक जणांना वाटत होतं की, चीनची भिंत दिसेल; पण अंतराळातून ती दिसत नाही. उलट छोटा वाटणारा सानफ्रान्सिस्कोचा सुप्रसिद्ध 'गोल्डन गेट' पूल दिसतो. अवकाश स्थानकाच्या खिडकीतून पृथ्वीवरचे हे सगळे तपशील बघता जणू एखाद्या मोठ्या पाईपमधून माहितीचा झोत मनात सतत मारल्यासारखा वाटतो.

अंतराळातून सर्वांत प्रथम जाणीव होते ती पृथ्वीवरच्या हवामानाची. याचं कारण म्हणजे पृथ्वीचा बराचसा भाग कायमच ढगांमध्ये दडलेला असतो. अवकाश स्थानकातून पॅसिफिक महासागरावर हवेचे मोठमोठ्या आकाराचे आकृतिबंध कसे तयार होतात ते बघायला मिळतं. या महासागराचा बराचसा भाग बेटं नसलेला असल्यानं आणि तिथं तापमानात फार वैविध्य नसल्यानं हे आकृतिबंध सहज दिसतात. या महासागरात निरनिराळी बेटं असल्यानं आणि खंडांच्या आकारांमुळं तापमानात विविध प्रकारचे फरक पडतात म्हणून हे असं होतं.

त्यानंतर मला अवकाशातून काय जाणवलं तर वाळवंटांचं सौंदर्य. तिथं सहसा ढगांचं आच्छादन नसतं. पृथ्वीवरची वाळू आणि बर्फ हवेत उडत असतं. त्यामुळं वाळूच्या छोट्या टेकड्यांचं रूपांतर मोठ्या टेकड्यांमध्ये होताना दिसतं. तसंच वाऱ्यामुळं जणू गडगडत जातात की काय असं वाटणाऱ्या वाळूच्या टेकड्या दिसतात. केवळ वाऱ्यांमुळं वाळवंटात घडणारे हे असे फेरबदल पाहणं फार मजेशीर वाटतं.

अंतराळातून पृथ्वीकडं बघताना मानवजातीनं आता पृथ्वीचा सगळाच पृष्ठभाग कसा व्यापला आहे हे जाणवतं. मी जे जे वाळवंट अंतराळातून पाहिलं त्या प्रत्येकात मला रस्ते असल्याचं दिसलं. त्याचप्रमाणे जमिनीतून उपसा केलेल्या पाण्यावर केलेली शेतीही दिसली. प्रत्येक जंगलात, अगदी ब्राझीलमधल्या ॲमेझॉन खोऱ्यातल्या दाट जंगलातही मला गावं आणि रस्ते दिसले. प्रत्येक पर्वतरांगांमध्ये खिंडीमधून जाणारे रस्ते आहेत आणि तिथून उगम पावलेल्या नद्यांवर धरणं बांधलेली आहेत. पृथ्वीवर मला 'मोकळ्या जागा' अशा फारच कमी दिसल्या.

अखेर मला एक भाग दिसला. तो मला परिचित होता. हा भाग म्हणजे मी जिथं लहानाचा मोठा झालो तो टेक्सस राज्याचा भाग. मला माझं गाव दिसलं. मी ज्या